D1772420

இராமாயணம்,

ஆளும் எசமானர்களின் வசதிக்காகவே

முழு சமுதாயத்தின், குடும்பத்தின் நீதி நியமனங்களை

உருவாக்கவென்றே

உணர்வுப்பூர்வமாக எழுதப்பட்ட காவியம்.

ஜி.என். நாகராஜ்

எம்.எஸ்.சி (விவசாயம்) முதுகலைப் பட்டம் பெற்றவர். அரசாங்க விவசாயத் துறையில் உதவி இயக்குனராகப் பணியாற்றியவர். விவசாயிகளைச் சுட்டுக் கொன்றதற்காக பதவியை இராஜினாமா செய்தவர்.

எழுத்தாளர், கட்டுரையாளர். மனிதனின் தோற்றம், வளர்ச்சி, பண்பாடு சமுதாயப் பழக்க வழக்கங்கள், நம்பிக்கைகளைப் பற்றிய ஆய்வாளர். நாட்டுப்புறக் கலை ஆய்வாளர்.

கிராமப்புற ஏழைகளுக்கும், உடல் ஊனமுற்றோருக்கும் பாடுபடும் சமூக ஆர்வலர்.

தற்போது பெங்களூரில் வசிக்கிறார்.

உண்மை இராமாயணத்தின் தேடல்

ஜி.என். நாகராஜ்

தமிழில்

கே.நல்லதம்பி

எதிர் வெளியீடு

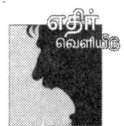

உண்மை இராமாயணத்தின் தேடல்
ஜி.என். நாகராஜ்
தமிழில்: கே. நல்லதம்பி

முதல் பதிப்பு: அக்டோபர் 2020
எதிர் வெளியீடு,
96, நியூ ஸ்கீம் ரோடு, பொள்ளாச்சி – 642 002
தொலைபேசி: 04259 226012, 99425 11302

விலை: ரூ.230

Unmai Ramayanathin Thedal
G. N. Nagaraj
Copyright © G. N. Nagaraj
First Published in Tamil by Ethir Veliyeedu
Translated by K. Nallathambi

First Edition: October 2020

Published by
Ethir Veliyeedu, 96, New Scheme Road, Pollachi- 642 002.
email: ethirveliyedu@gmail.com
www.ethirveliyedu.in

ISBN: 978-81-947340-2-4
Cover Design: Santhosh Narayanan
Printed at Jothy Enterprises, Chennai.

All rights reserved. No part of this book may be reprinted or reproduced or utilised in any form or by any electronic, mechanical or other means, now known or hereafter invented, including photocopying and recording, or in any information storage or retrieval system, without permission in writing from the Publisher.

சமர்ப்பணம்

இந்திய மக்கள் சார்ந்த வரலாற்றைப் படைக்கும் புதிய வழியை திறந்துகாட்டிய, புராண நிகழ்வுகளின் பின்னணியின் உண்மைகளை ஆராயும் பண்பாட்டு வகைமைகளை உருவாக்கிய சிறந்த கணித மேதை **டி.டி. கோசாம்பி** அவர்களுக்கு...

என் கைப்பிரதியை வாசித்து, என் மழலைத் தமிழுக்கு மெருகூட்டும் மதிப்பிற்குரிய
அண்ணி, முனைவர் திருமதி விமலா நடராஜன்
அவர்களுக்கு அன்புடன்...

இராமாயணத்தைக் கவ்விய மேகம்

என்றாவது ஒருநாள் நான் மிதிலைக்குப் போய் / தெருத் தெருவாக அலைந்து பார்க்கவேண்டும் / அங்கே எங்காவது மரத்தின் நிழலில் அமர்ந்து / ராமபத்திரனின் மகிமையைப் பாடவேண்டும்... என்கிறார் கவிஞர் சுப்பண்ண ரங்கநாத எக்குண்டி. அவர் மட்டுமல்ல, பலருடைய மனதாழத்து விருப்பமாகவும் அது இருக்கிறது. ஆனால் இராமாயணத்தைப் பற்றி, இராமனைப் பற்றி, இராவணனைப் பற்றி, சீதையைப் பற்றி பேசுவது எப்போது குற்றமானது?

உலகில் ஒன்றல்ல இரண்டல்ல... பல இராமாயணங்கள் இருக்கின்றன என்பது எல்லோருக்கும் தெரிந்த செய்தி. இராமாயணம் இந்தியாவுடையது மட்டுமல்ல, முழு ஆசியக் கண்டத்தினுடையது. அவரவர் வடிவில், தங்கள் வாழ்க்கையை இராமாயணத்தின் வழியாக வர்ணித்திருக்கும் கதைகள் எண்ணிலடங்காதவை. அதுமட்டுமல்ல - நாம் அயோத்தியை இராமனின் பிறப்பிடம் என்று சொல்லிக்கொண்டிருக்கும்போதே ஆசியாவின் பல நாடுகளில் அவர்களும் இராமனின் பிறப்பிடம் என்று அடையாளம் கண்டுகொண்ட இடங்கள் பல உள்ளன. இங்கே போற்றப்பட்ட ஒரு கதை உலகம் முழுவதும் பரவியது எப்படி? இராமாயணத்தின் எண்ணிக்கை முந்நூறுக்கும் அதிகம் என்பதை நாட்டுப்புறக் கதைகளைப் பின்தொடர்ந்த ஏ.கே. இராமானுஜம் நம் முன் வைத்துப் பல காலமானது. இராமாயணம் எப்படியெல்லாம் பலவகையான வடிவங்களை அடைந்தது என்பதைக் காணவேண்டுமென்றால் பவுலா ரிச்மனின் 'மெனி ராமாயணாஸ்' நூலைப் படிக்கவேண்டும். ஆணுக்கொரு இராமாயணமிருந்தால், பெண்ணிற்கென தனியொரு இராமாயணம் இருக்கிறது. குழந்தைகள் இராமாயணத்தை தங்கள் கண்கள் வழியாக மீண்டும் படைத்திருக்கிறார்கள். ஆளுபவனுக்கு ஒரு இராமாயணமிருந்தால், உழுபவனின் இராமாயணம் சொல்வதே வேறு. நாட்டுப்புற இராமாயணத்தைப் படித்தவர்கள் ஒழுங்கான

இராமாயணத்தைப் படித்தால் அங்கே இருப்பதே வேறு. இப்படிப் பலவகையான இராமாயணங்கள் இருக்கும்போது 'வால்மீகி இராமாயண'த்தை மட்டுமே இராமாயணம் என்று எதற்குத் திணிக்கவேண்டும்? ஒரு பண்பாடு, ஒரு உணவு, ஒரு ஆடை, ஒரு மொழி என்பதைப்போல ஒரு சிந்தனை, ஒரு எண்ணம் என்ற வேலிகளை ஓசையில்லாமல் எழுப்பும் ஒரு அறிகுறி இது.

பன்முக இந்தியாவில் ஒரே கலாச்சாரத்தைப் பரப்பவேண்டிய கட்டாயம் இப்போதுள்ள அரசுக்கு இருக்கிறது. 'ஓர் ஊரில் ஒரு இராஜகுமாரி இருந்தாள்....' என்றால் ஒவ்வொருவரும் ஒவ்வொரு இராஜகுமாரியை கண்முன் நிறுத்திக்கொள்ளும் சாத்தியப்பாடுகள் இருக்கும் நாட்டில் ஒரே உருவத்தை நிலைநிறுத்தும் சூழ்ச்சி நடக்கிறது. இராமன் என்றால் இப்படித்தான் என்று நாம் வடித்துவைத்திருக்கும் உருவங்களை உடைத்து 'புருஷோத்தமன்' என்ற உருவம் மட்டுமே முன்வைக்கப்படுகிறது. இராவணன் திராவிடர்களின் பிரதிநிதி என்று சொல்வது சமயப் பழித்தல். ஒப்பனை செய்துகொண்டு ஹெலிகாப்டரிலிருந்து இறங்கும் இராமன் – சீதையை வழிபடும் காலம் வந்திருக்கிறது. 'இராமாயணா எக்ஸ்ப்ரெஸ்' நாடு முழுவதும் சுற்றுகிறது. இராமாயண ஹெரிடேஜ் பயணங்களை தொடங்கியுள்ளார்கள். வானுயர இராமனின் சிலையை அமைக்கும் உற்சாகத்தில் நம் எல்லோருடைய இதயக் கூட்டில் இருக்கும் இராமனை இல்லாமல் செய்கிறார்கள்.

என்றாவது ஒருநாள் நான் மிதிலைக்குப் போய் / தெருத் தெருவாகத் திரிந்து பார்த்து வருவேன் / இராமபத்திரனின் கதையைப் பாடி சிமிழில் / ஜனகராஜனின் மண்ணை எடுத்து வருவேன்... என்ற கனவுகளெல்லாம் இந்த இரயில், அந்த ஆளுயர சிலைகளுக்கு மத்தியில் தொலைந்துவிட்டது. 'இராமாயணம் நம் நாட்டின் சமூக வளர்ச்சி அடுக்குகளின் வரலாற்றை உருவாக்க இருக்கும் முக்கியமான அடிப்படை. ஆனால் அது வரலாறல்ல. இந்த அடிப்படைகளை எச்சரிக்கையுடன், விரிவாக ஆய்வுக்கு உட்படுத்தவேண்டும். அவற்றை அன்றைய சமூக அமைப்பு, வளர்ச்சியின் அடிப்படையில் விமர்சிக்கவேண்டும். இது நம்மில் உருவாக்கிய நம்பிக்கைகளையும், பரம்பரைப் பழக்கவழக்கங்களையும் புரிந்துகொள்வது மிகவும் அவசியம்' என்கிறார் ஜி.என். நாகராஜ்.

கேள்வி கேட்பது சமூக ஆரோக்கியத்தைப் பாதுகாக்கும் நெடுஞ்சாலையாக இருந்தது. ஆனால், தற்போது கேள்வி கேட்பதே குற்றம்போலாகிவிட்டது. கேள்வி கேட்கும் வாய்களைக் கட்டிப்போடும் வேலை நடக்கிறது. 'புத்தகம் என்றால் புத்தகமல்ல, அறிவுப் பெட்டகம்' என்பது அரசுக்கும் தெரிந்திருக்கிறது. அதனால், அதற்கு புத்தகங்களைக் கண்டால் வெறுப்பு. முன்பு கலந்துரையாடல் – வாக்குவாதங்கள் இருந்தன, பிறகு தணிக்கைகள்... இப்போது வாயைக் கட்டிப்போட பயமேற்படுத்தும் கண்காணிப்பு.

இந்தத் தருணத்தில் ஜி.என். நாகராஜின் 'உண்மை இராமாயணத்தின் தேடல்' உருவாகியிருக்கிறது. உலகில் பரவியிருக்கும் நூற்றுக்கணக்கான இராமாயணங்களை முன்வைத்துக்கொண்டு அதன் வழியாக அந்தந்த சமுதாயத்தின் பார்வையை முன் வைக்கும் படைப்பு இது. இராமாயணங்கள் வேறுபடுவதற்குப் பின்னால் இருக்கும் சூழ்ச்சிகளைத் தேட முயலும் படைப்பு இது. ஜி.என்.நாகராஜ் நம் நடுவில் இருக்கும் சிறந்த சிந்தனையாளர். விடையை அடையும்வரை ஒரு கேள்வியைப் பின்தொடர்வது எப்படி... என்பதை அவரிடமிருந்து கற்ற விரிவான வட்டமே இருக்கிறது. 'குவெம்பு'வின் 'இராமாயண தரிசனம்' படித்து, பாசனின் நாடகங்களைப் படித்து இராமாயணத்தைப் புரிந்துகொள்ள பதினான்கு ஆண்டுகள் மட்டுமல்ல அதனை விட மூன்று பங்கு அதிகமான ஆண்டுகளைக் கழித்திருக்கிறார். அவருடைய ஆய்வு மனப்பான்மைக்கு இந்தப் படைப்பு சாட்சி.

ஃபிடல் கேஸ்ட்ரோ – "இந்த உலகில் ஒரு சூரியன் மட்டுமில்லை. அதைக் கவ்விக்கொண்டிருக்கும் மேகம் துளியாகி தரையில் உருண்டால் ஒவ்வொருவருக்கும் ஒவ்வொரு சூரியன் இருக்கிறான்" என்று சொல்லி இருந்தார். அதுபோல – இராமன் ஒருவனால், இராமாயணத்தைக் கவ்வியிருக்கும் மேகம் இல்லாவிட்டால் ஒவ்வொருவருக்கும் அவர்களுக்கேயான இராமாயணம் இருக்கிறது.

- ஜி.என். மோகன்

எழுத்தாளர் எண்ணங்கள்

இராமாயணப் பெருங்காவியம் உலகத்திலேயே மக்கள் அதிகம் விரும்பும் கதைகளில் முக்கியமானது. ஆசியக் கண்டத்தில் மிக அதிகமான சமுதாய விளைவுகளை ஏற்படுத்திய மகத்தானப் படைப்பு.

அன்று 1967இல் 'கன்னடத்து வேரே உடலைப்போல மறுபிறப்பு பெற்ற, உலக மகுடத்திற்கு மணி'யான 'ஸ்ரீ ராமாயண தரிசனம்' காவியம் கன்னடத்திற்கு முதல் ஞானபீட விருது பெற்றுத் தந்த பெருமைக்குரிய படைப்பு. எங்கெங்கும் அதன் மணம். வால்மீகி இராமாயணம், இராமாயண தரிசனம் காவியங்களின் ஒப்பீட்டு விமர்சனங்கள், வியாக்கியானங்கள்.

குவெம்பு அவர்கள் இராமாயணத்திற்கு அளித்த மறுபிறவி, புதிய வடிவம், என்னை ஈர்த்தது. மற்றொரு பக்கம் சமஸ்கிருத நாடகக்காரன் பாசன் மகாகவி என் ஆய்வுக்கு தூண்டுதலானார். பாசனின் 'பிரதிமா நாடகம்' அப்போது எனக்கு வகுப்பில் கன்னடத்தில் விரிவான பாடம். இந்தப் படைப்பின் அழகு என்னைக் கவர்ந்ததுடன், பாசன் கவியும் கூட இராமாயணம், மகாபாரதத்திற்குக் கொடுத்த மறுபிறப்புகள் என் வியப்பையும், ஆர்வத்தையும் மேலும் தூண்டின. நான் அறிவியலை விருப்பப் பாடமாக எடுத்துக்கொண்டிருந்தாலும், அவற்றை ஒதுக்கிவைத்து இராமாயணத்தின் பின்னால் அலைந்தேன். என் ஆசிரியர்களும், சகமாணவர்களும் ஆண்டு முழுவதும் இதைப் பற்றி கேலி செய்துகொண்டிருந்தார்கள்.

இரண்டு மகாகவிகள் – கன்னடத்து மகாகவி குவெம்பு, சமஸ்கிருத மகா நாடகக்காரன் பாசன் - என் இராமாயணத் தேடலுக்கு தூண்டுதலாக இருந்தவர்கள் என்பது எனக்குப் பெருமை. இப்படி ஐம்பது ஆண்டுகளுக்கு முன்பு தேடல் பாதையில் என் பயணம் தொடங்கியது.

என் அதிகாரி வேலையின் நிர்வாகத்திற்கும், பிறகு சமுதாயப் போராட்டங்களுக்கும் இடையே, மற்ற ஆராய்ச்சிகளுக்கும், எழுத்துகளுக்கும் இடையே படிப்படியாக இந்த ஆய்வு நிற்காமல் தொடர்ந்தது.

அப்போது, இராமாயண, மகாபாரதங்களின், மற்ற தார்மீக நூல்களின் ஆராய்ச்சிக்கு மிகவும் திறந்த சூழ்நிலை இருந்தது. அதனால் இப்படிப்பட்ட ஆராய்ச்சிகள் உற்சாகத்துடன் எடுத்துக்கொள்ளப்பட்டன. அது குவெம்புவின் இராமாயண தரிசனம், சூத்திர தபஸ்வி, வால்மீகி பாக்கியம், பெரல்கெ கொரள், தோட்டிகள் போன்ற பல படைப்புகள் மலரக் காரணமாக இருந்தது.

ஆனால், இந்த ஐம்பது ஆண்டுகளில், ஆராய்ச்சி செய்யும் சூழ்நிலையில், அகாடெமிக் சூழ்நிலையில், சமுதாயத்திற்குள்ளான கலந்துரையாடல் முறையில் அதிக மாற்றங்கள் ஏற்பட்டிருக்கின்றன. இந்தியாவில் இராமாயணம், மகாபாரதம் போன்ற மகாகாவியங்கள் ஆயிரம் ஆண்டுகளாகப் பல வகையான விமர்சனம் – மறுபடைப்பிற்கு உள்ளாகியிருக்கின்றன; தற்போது அப்படிபட்ட உயிர்ப்புள்ள, ஆரோக்கியமான பரம்பரைக்கு விபத்து ஏற்பட்டுள்ளது. ஒரு பக்கம், இந்தக் காவியங்களையும் அதன் பாத்திரங்களையும் பாராட்டுவதைத் தவிர, மற்ற அபிப்பிராயங்களை வெளிப்படுத்தும் வாய்ப்பே இல்லை என்பது கடுமையான, அடிப்படைவாத தார்மீகமற்ற பார்வை. இந்தக் காவியங்களை வரலாற்று வடிவங்களாகப் பயன்படுத்திக்கொள்வதற்குப் பதிலாக இந்தக் காவியம் – புராணங்களில் எழுதியவை எல்லாம் வரலாறு என்ற உண்மையற்ற, அறிவியலுக்கு ஒவ்வாத பார்வை.

மறுபக்கம் ஆய்வு முழுவதும், ஆதாரத்துடனான விமர்சனங்களுக்கு மாறாக ஏதோ ஒரு செய்தியை வைத்துக்கொண்டு பத்திரிகை தலைப்புச் செய்திக்காகவே சிலர் சில செய்திகளை மிகைப்படுத்துவதும் உண்டு. இரண்டு வகையிலும் இந்தப் படைப்புகளின், மற்ற தார்மீக நூல்களை ஆய்வு செய்வது வரலாறு, சமூக அறிவியல்களில் ஆய்வு நடத்துவது அபாயம் என்னும் சூழ்நிலை உருவாகியிருக்கிறது.

இந்த ஆய்வு மிகவும் ஒழுக்கமாக செய்யவேண்டிய ஆய்வு மட்டுமல்ல, பலவகையான ஆய்வுகளையும் உட்கொண்ட ஆய்வு. பலவகையான மொழிகளின் வைதீக, பௌத்த, சமண

இராமாயணக் காவியங்களின் ஆய்வுகளுடன் நாட்டுப்புற, தெற்காசிய இராமாயண வடிவங்களின் ஆய்வுகள், கோயில் சிற்பங்களின் ஆய்வு, புராணம், வேதம், பார்ப்பனர்களைப் பற்றிய ஆய்வுகள், வரலாறு, பண்பாடு, மனித அறிவியல், தொழில்நுட்ப அறிவியலின் தொடக்க வளர்ச்சி போன்றவற்றையும் ஆராய வேண்டும்.

இந்த ஆய்வின் கருத்துகள் இரண்டு காண்டங்களாக உங்கள் முன் வைக்கப்பட்டிருக்கிறது. பலவகை இராமாயணம், வரலாறு, சமூக அறிவியல்களை ஆராய்ச்சி செய்துகொண்டு போகையில் இராமாயணப் படைப்பிற்கு முந்தைய அரசர்களின் ஆட்சியின் சமுதாயக் காரணங்கள் திறந்துகொண்டன. இதன் விளக்கம் இங்கே பிற்பகுதியாகக் கொடுக்கப்பட்டுள்ளது.

இந்தப் பின்னணி, அறிவிற்கு விளங்கத் தொடங்கியவுடன் வால்மீகி படைத்த இராமாயணத் தேடலுக்கு வலுவான அழுத்தத்தை உருவாக்கியது. இது புதிய சோதனை. இதுவரை கண்டறியாத பாதை. இந்த ஏற்றப் பாதையில் நடந்து குறிக்கோளை அடைய அதிக சிரமப்படவேண்டியதானது. 25 ஆண்டுகளுக்கு முன்பே இந்தத் தேடலின் இலக்கை அடைந்தேன். அதற்குப் பிறகும் மேலும் உறுதிப்படுத்திக்கொள்ள ஆராய்ச்சி செய்யவேண்டியதானது. இது இங்கே முற்பகுதியாக உங்கள் முன் இருக்கிறது. நம் நாட்டில் இந்தச் சோதனை, அதன் விளைவு, இதுதான் முதல்முறையாக வெளியிடப்பட்டிருக்கிறது.

இந்த இரண்டு காண்டங்களும் வெவ்வேறாக இருந்தாலும் கூட மேலே விவரித்தபடி ஒன்றோடொன்று இணைந்திருக்கின்றன.

வாரப் பத்திரிகையில் கட்டுரைத் தொடராக இந்த விவரங்களும், ஆய்வும் எழுதப்பட்டிருக்கின்றன. இந்தக் காரணத்திற்காக, சமூக இயல் அல்லது இலக்கிய விமர்சனக் கட்டுரைகளின் மிடுக்கான வடிவத்தைவிட மாறுதலாக, சாமானிய வாசகர்களைச் சென்றடைய வேண்டும் என்னும் நோக்கத்துடன் மக்களால் விரும்பப்படும் பாணி பயன்படுத்தப்பட்டிருக்கிறது. இந்தப் பாணி அதிக மக்களைச் சேர்ந்தடையும் சாத்தியக்கூறுகளுடன் விஷயத்தை முன்வைக்க அதற்கான வரையறைகளும் இருக்கின்றன.

இராமாயண, மகாபாரத மகாகாவியங்கள், புராணங்கள், நம் நாட்டுச் சமுதாய வளர்ச்சியின் நிலைகள், இதிகாசப் படைப்பு ஆகியவற்றின் முக்கிய வடிவங்களாகும். ஆனால் சுயம்

இதிகாசமல்ல. இந்த வடிவங்களை எச்சரிக்கையான, விவரமான ஆய்வுக்கு உட்படுத்தவேண்டும். அவற்றை அன்றைய சமுதாய அமைப்பு, வளர்ச்சியின் காலகட்டத்தில் வைத்து விமர்சனத்திற்கு உட்படுத்தவேண்டும். இது நம்மை உருவாக்கிய நம்பிக்கைகள், ஐதீகங்கள், நடைமுறைகளைப் புரிந்துகொள்ள மிக அவசியம். இவற்றைப் பற்றிப் புறநிலையாக ஆய்வு செய்வதை நிரந்தரமாகத் தொடரவேண்டும். ஆரோக்கியமான சமுதாயத்திற்கு இதுதான் வழி. இந்தப் பார்வையுடன் இந்தத் தேடலைப் பொறுமையாகப் படிக்கவும்.

இந்த எழுத்தைப் பற்றி புறநிலையான, நேர்மையான கருத்துகளுக்கு வரவேற்பு உண்டு.

நன்றி

சுமார் இருபத்தைந்து ஆண்டுகளுக்கு முன்பே உண்மை இராமாயணத் தேடலை இங்கே முன்வைக்க முக்கியமான முடிவுகளை நான் அடைந்திருந்தேன். அப்போதிருந்தே சமுதாயப் போராட்டங்களில் தீவிரமாக இருந்த பி. இராமச்சந்திர ராவ், எஸ். இராமச்சந்திர பிள்ளை, கே.வரதராஜன் போன்றோர், பார்வதி மேனன், மணினி பட்டாச்சார்யா போன்ற பத்திரிகையாளர்கள் அதை எழுத்தில் வடிக்க மிகவும் வற்புறுத்தினார்கள். ஆனால் எழுதுவதைப் பற்றிய என் சோம்பேறித்தனத்தால், பல இடங்களில் இந்த ஆய்வைப் பற்றிப் பேசுவதிலேயே நான் மனநிறைவு அடைந்தேன்.

மூன்று ஆண்டுகளுக்கு முன்பு மஞ்சுநாத அத்தேயின் வற்புறுத்தலால் 'அக்னி' வாரப் பத்திரிகையில் 'சோமனதுடி' என்ற கட்டுரையை எழுதத் தொடங்கினேன். புத்தகத்தை வெளியிடுவதிலும் ஆர்வம் காட்டி தொடர்ந்து வற்புறுத்தினார் அத்தே.

இந்தக் கட்டுரைத் தொடர் 'ஜனசக்தி' பத்திரிகையில் மறு அச்சானது.

இதுபோல வெளிவரத் தொடங்கியவுடன் கன்னட கலாச்சார உலகின் சில முக்கியமானவர்கள் படித்து உற்சாகமான கருத்துகளைத் தெரிவித்தனர். கதகின் தோண்டதார்யஸ்ரீகள், சமுதாயப் போராட்டங்களின் கூட்டாளியான நிடுமாமிடிஸ்ரீகள், இலக்கியவாதிகளான சம்பா, பி.டி.லலிதா நாயக், முகுந்தராஜ், டில்லியில் அதிகாரியாக இருக்கும் முரளிதர நாயக் போன்றோர் என்னை எங்கே பார்த்தாலும் அழைத்து தங்கள் கருத்துகளை வெளிப்படுத்தினார்கள். என் அம்மா பி.எம்.வெங்கலட்சுமியம்மாள் தன் முதிய வயதின் பார்வைக் குறைபாட்டுடன் இந்தக் கட்டுரைகளை ஆர்வத்துடன் படித்து மகிழ்ச்சியை வெளிப்படுத்தினார்.

அதுபோலவே சில இலக்கியவாதிகள் சுற்றிவளைத்துப் பேசினர். பலர் தங்கள் வார்த்தைகள் வெளியேவராமல் தங்களுக்குள்ளேயே அடக்கிவைத்துக்கொண்டு ஊக்கமளித்தனர். பல இளம் எழுத்தாளர்கள், முக்கியமாகப் பெண்கள் இந்த ஆய்வை சுருக்கமாக வலைத்தளங்களில் பகிர்ந்துகொண்டு பாராட்டுகளைத் தெரிவித்திருக்கிறார்கள். அவர்கள் எல்லோருடைய ஊக்கமிகு வார்த்தைகளுக்கு நன்றிகள்.

இந்தக் கட்டுரைத் தொடரை வெளியிட்ட 'அக்னி' பத்திரிகையின் உரிமையாளர் ஸ்ரீதருக்கும், ஆசிரியர் ராஜசேகர ஹதகுந்திக்கும், இந்துதர ஹொன்னாபுராவுக்கும், 'ஜனசக்தி' பத்திரிகையின் ஆசிரியரான எஸ்.வை.குருஷாந்த், நித்யானந்த ஸ்வாமிகளுக்கும், இந்த இரண்டு பத்திரிகைகளிலும் என் கட்டுரைகளைப் பிழைபார்த்துத் திருத்திய சதானந்த கங்கணபீடுக்கும், ஆர்.ராமகிருஷ்ணா, நாகராஜூ இவர்களுக்கும் மனமார்ந்த நன்றிகள்.

இந்த ஆய்வின் முக்கிய ஆதாரங்களைத் திரட்ட உறுதுணையாக இருந்த பெங்களூர் பசவனகுடி நேஷனல் கல்லூரி, இன்ஸ்டிட்யூட் ஆஃப் வர்ல்ட் கல்சர், மிதிக் சொசைட்டி, இந்தியன் இன்ஸ்டிட்யூட் ஆஃப் சையன்ஸ், கர்நாடகப் பல்கலைக் கழகம்-தாரவாடா, சுந்தரய்யா அறிவியல் மையம் - ஹைதராபாத், ஜவஹர்லால் கல்லூரி - புது தில்லி, கணஷக்தி கொல்கத்தா அமைப்புகளுக்கும், நூலகர்களுக்கும், நூலகத்தைப் பயன்படுத்திக்கொள்ள கொடுத்த வாய்ப்பிற்கும் நன்றிகள்.

என் எல்லா எழுத்துகளைப் பற்றி தொடர்ந்து ஆர்வம் காட்டி, இந்தப் புத்தகம் வெளிவரக் காரணமான ஜி.என். மோகனுக்கும் நன்றி. இந்த புத்தகத்தை வெளியிட்ட 'பகுரூபி' குடும்பத்திற்கும் நன்றிகள்.

- ஜி.என். நாகராஜ்

பூர்வ காண்டம்

உண்மை இராமாயணத்தின் தேடல்

	முன்னுரை	
	உண்மை இராமாயணத்தின் ஆய்வு	21
1	இராமாயண, மகாபாரதக் காவியங்கள் வளர்ந்து வந்த வகை	25
2.	பல இராமாயணங்கள்	30
3.	இராவணன் கர்ப்பம் தரித்து சீதையின் தாயான கதை கேளுங்கள்...	35
4.	இராமாயண அடித்தளத்தில் உண்மை இராமாயண தரிசனம்	41
5.	இராமாயணத்திற்கு முந்தைய சீதை, அகல்யையின் உண்மைக் கதை	44
6.	கௌடில்யனின் பொருளியலில் சீதை!	48
7.	இந்திரனென்ற மழைக்கடவுள்	55
8.	தொடக்ககாலத்து புலபெயர் விவசாயமும், உண்மை இராமாயணத்தின் தேடலும்	61
9.	இராம வனவாசமா, சீதா வனவாசமா?	66
10.	சீதா அபகரணம், சீதையைத் தேடுதல், அக்னிப் பரீட்சை காண்டம்	72
11.	நிலையான விவசாயம், இரும்புப் பயன்பாடு, இராமாயணத்தின் பிறப்பு	78
12.	மூன்று இராமர்களும் ஒரே இராமாயணமும்	83
13.	ஹலராமனின் மீது கோதண்டராமனின் சவாரி	91
14.	வால்மீகி இயற்றிய உண்மை இராமாயணம்	94

உத்தர காண்டம்

இராமாயணத்தின் உண்மை வடிவம்

1.	அறிமுகம் அரசர்களின் அவைப் பண்டிதர்களால் வால்மீகியின் உண்மை இராமாயணத்தின் மாற்றம்	99
2.	பேரரசுகளின் காலம் – பாதுகாத்து, வளர்க்கும் பிரச்சினைகள்	102

3.	பேரரசர்களின் தாளத்திற்குத் தகுந்தபடி உருவான இராமாயணம்	107
4.	தந்தை சொல் தட்டாமை... முதன்மை முக்கியத்துவம் போன்றவை	113
5.	கற்பு: துளிப் பங்கு இல்லாவிட்டாலும் பெண்ணுக்கு முட்டுக்கட்டையான சொத்து	119
6.	கைகேயி வில்லியா? பீஷ்மனுக்கு அரச பட்டத்தை ஏமாற்றிய சத்யவதி ஏன் இல்லை?	125
7.	பெண் என்றால் அபலை, பெண் என்றால் உடல் மட்டுமா?	131
8.	சத்திரிய பலம் ஒழிக– பிரம்ம தேஜோ பலம் பலம் பலம்	137
9.	சத்திரியன் தவம் செய்தால் பிரம்ம ரிஷி பட்டம்; சூத்திரன் செய்தால் கொலை	143
10.	வானரர்கள் மனிதர்களா இல்லையா என்ற சாம்ராஜ்ஜிய விரிவாக்கத் தந்திரம்	149
11.	பழிவாங்குவதற்கான விருப்பம்	157
12.	அரக்கர்கள் மற்றும் யட்சர்கள்; இராவணன், கும்பகர்ணன் என்னும் சகோதரர்கள்	163
13.	இராமாயணத்தில் கூறப்பட்ட மக்கள் சமுதாயங்கள்	168
14.	ஐந்து வகை முதலாளித்துவ அமைப்பு– இராமாயணத்தின் முதன்மைக் குறிக்கோள்	173
15.	இராமாயணத்தின் பன்முகத் தன்மையில் ஒரே கரு	179
16.	மகாபாரதம், இராமாயணங்களின் மாறுபட்ட பார்வைகள்	183
17.	இந்திய இராமாயணமும், இலியட் என்ற கிரேகக் காவியமும்	188
18.	அவதாரமான இராமன்	193
19.	ஆன்மீக இராமாயணமும் இராமசரித மானசமும்– மறுவாழ்வளித்த வைதீக மதிப்புகள்	199

முடிவு:

ஆழ்ந்த மோகமான நிலைக்குத் தள்ளும் பண்பாட்டுச் சவாரி   204

பூர்வ காண்டம்

உண்மை இராமாயணத்தின் தேடல்

முன்னுரை

உண்மை இராமாயணத்தின் ஆய்வு

இராமாயண மகாகாவியத்தின் கதைகள் பாரதத்தில் புகழ்வாய்ந்தவை. சிறு வயதிலிருந்தே பாட்டாக, பழமொழிகளாக, ஸ்ரீராமனின், ஆஞ்சநேயனின் கோயில்களில் பூசை வழியாக, பாட்டன் - பாட்டி சொல்லும் கதைகளாக, நாடகம், சங்கீதங்களாக, ஹரிகதைகளாக இப்படிப் பலப்பல வடிவங்களில் நம் மனதுக்குள் நுழைகின்றன. நம்மை அறியாமலேயே நம்மைச் சூழ்ந்துகொள்கின்றன. நம்முடைய மற்ற நடவடிக்கைகளை மதிப்பிடும் உரைகல்களாகின்றன.

நாம் வளர வளர இராமாயணத்தின் பல நிகழ்வுகளைப் பற்றிய கேள்விகள் மெல்ல நமக்குள் தோன்றத் தொடங்குகின்றன. ஆனால் இந்தக் கதைக்கிருக்கும் தெய்வீகத் தன்மையால் அது அங்கேயே வாடிப்போகிறது. வாயைவிட்டு வெளியே வருவதே இல்லை. அப்படியும் அது வெளியே வந்தால், வெளியே வருவதுதான் தாமதம் நம் தலை மீது குட்டி நம் பெரியவர்களும், ஆசிரியர்களும் வாயடைத்துவிடுகிறார்கள்.

ஜனநாயக யுகத்தில் நம் சிந்தனைகள் வளரவும், தன் சுயத்தை உருவாக்கிக்கொள்ளும் இந்தக் கேள்விகள் வெளியே வந்து விட்டன. இப்படிக் கேள்வி கேட்கும் மனங்களை ஆறுதல் படுத்தும் முயற்சி நம் மாநிலத்தின் மாஸ்தி, விசீ, டிவிஜி போன்ற முக்கிய இலக்கியவாதிகளால் நடந்திருக்கின்றன. டிவிஜியோ 'ஸ்ரீராம பரீக்ஷணம்' என்ற காவியத்தையே இயற்றிவிட்டார்.

உயர்நிலைப்பள்ளி, பியூசி படிக்கும் தருணத்திலேயே பலருக்கு எழுந்த கேள்விகள் என் மனதிலும் எழத்தொடங்கின.

அதில் ஒரு முக்கியமான கேள்வி, யார் எழுத்திலும் விடை கிடைக்காத கேள்வி ஒன்று என்னை அன்றிலிருந்து வதைக்கத் தொடங்கியது. ஆதிவாசி வேட்டைக்காரப் பழங்குடிகளின்

வாழ்க்கை, நம்பிக்கை, விழாக்களை அதிகம் ஆய்வு செய்த பிறகு இந்தக் கேள்வி மேலும் வலுவானது.

இது மேலும் பல மக்களின் மனதில் எழக்கூடிய கேள்வியாக இருந்தாலும் கூட வெளியே வந்திருப்பதாக என் கவனத்திற்கு வந்ததில்லை. வால்மீகியைப் பற்றி இருக்கும் பழங்கதைகள் நமக்குத் தெரிந்ததே. ஒரு வேட்டைக்காரனாக இருந்த வால்மீகி பிறகு தவம் செய்தார். அப்போது புற்றுக் கட்டிய காரணத்தால் 'வால்மீகி' என்ற பெயர் ஏற்பட்டது. பிறகு மகரிஷியாகி ஆசிரமத்தில் வசித்து வந்தார் என்பது அதன் சுருக்கமான வடிவம்.

வேட்டை, மரம் செடிகளிலிருந்து உணவை சேகரித்துக் கொண்டிருந்த ஆதிவாசி மக்கள் சமுதாயம், மனிதர்களே அல்ல என்று இராமாயணத்தில் சித்தரிக்கப்பட்டிருக்கிறது. தன்னைப்போன்ற பழங்குடி மக்களை வானரர்கள் என்று வால்மீகி சித்தரித்திருக்க முடியுமா?

இனி தாடகை, கார – தூஷண சகோதரர்கள், மாரீசன், சூர்ப்பனகை, கும்பகர்ணன் இவர்களின் நடத்தை மற்றும் உருவங்களின் வர்ணனைகளுக்கும், அவர்களுடைய சகோதரர்கள் என்று உருவகிக்கும் ராவணன், விபீஷணன், மண்டோதரி, இந்திரஜித் போன்றவர்களின் உருவ, வர்ணனைகளுக்கும் பெரிய வித்தியாசங்கள் இருக்கின்றன. இராவணன் பிராமணன், துறவியின் மகன், அறிஞன், தவசீலன் போன்றவன். அவனுடைய சகோதர, சகோதரிகள் அரக்கர்களின் உருவமும், நடத்தையும் கொடூரத்தின் மறு உருவமாகவும் இருக்கிறார்கள். அப்படி இருக்க முடியுமா? இதுபோன்ற எதிர்மறைச் சித்திரம் இராமாயணத்தில் வரக் காரணமென்ன? வால்மீகி இதுபோலத் தவறு செய்ய சாத்தியமா...

இப்படிப் பல கேள்விகள். இந்தக் கேள்விகளுக்கு வேறு எங்கும் பதில் கிடைக்காதபோது நானே தீர்வு கண்டுகொள்ள முயற்சித்தேன். பியூசியில் இருக்கும்போது பல இராமாயணக் காவியங்களைத் தேடித்தேடிப் படிக்க அன்று எனக்குப் பாடமாக இருந்த பாசனின் 'பிரதிமா நாடகம்' என்ற இராமாயணத்தைத் தழுவிய நாடகம் எனக்குத் தூண்டுகோலாக இருந்தது. கன்னடம், இந்தி, தமிழ் மற்றும் மற்ற மொழிகளின் காவியங்கள், சமஸ்கிருதத்தில் இருக்கும் பலவகை இராமாயணங்கள், பாசன், பவபூதியின் நாடகங்கள், காளிதாசனின் ரகுவம்சம் போன்ற மனதைக் கவரும் நூல்கள் எனக்குள் வியப்பை ஏற்படுத்தின.

அவற்றில் கண்ட பன்முக இராமக் கதைகளைப் பார்த்து நமக்கு இன்று தெரிந்திருக்கும் இராமாயணமும் ஒரு வகையே தவிர மூல இராமாயணமல்ல, வால்மீகி படைத்த மூல இராமாயணமோ வேறுபட்டது என்பதற்கு ஆதாரம் கிடைத்தது போலானது.

பிறகு நான் நரகுந்தாவில் ஒரு அதிகாரியாக வேலை செய்யும்போது என் வீட்டின் முன்பே 'உதோ, உதோ' என்று பாடிக் கொண்டிருந்தவர்களைச் சுமந்துகொண்டு நூற்றுக்கணக்கான வாகனங்கள் போய்க்கொண்டிருந்தது என் கண்களைக் கவர்ந்தது. அவற்றைத் தொடர்ந்து சவதத்தி சிற்றூருக்கு பலமுறை சென்றபோது – 'ஆனான ஆண்களை எல்லாம் பெண்களாக்கினான்' என்ற எல்லம்மாவின் நாட்டுப்புறக் கதையைப் பற்றி அறிந்தேன். இங்கேயும் ஒரு வியப்பு என்னை வாட்டியது. தேவதாசியர்களின் தேவி எல்லம்மாவும் – கற்புக் கதைகளான ரேணுகையர்களும் ஒன்றே என்ற முரண்பாடு. தந்தை சொல்லைக் கடைபிடிக்க தாயின் தலையையே வெட்டிய பரசுராமனின் கதையும் கூட பல கேள்விகளை எழுப்பியது.

பிறகு இரண்டு பத்தாண்டுகள் நாடு முழுவதும் திரிந்து ஒரு பக்கம் இராமாயணத்தைப் பற்றியும், மற்றொரு பக்கம் எல்லம்மாவின் கோவில்களைப் பற்றியும் இருக்கும் தலபுராணங்களைக் கேட்பது என் வழக்கமானது. எல்லாம்மாவின் கதைகளும்தான் எவ்வளவு வேறுபட்டவைகளாக இருக்கின்றன!

கிராமம், பட்டணங்களில் மட்டுமல்லாமல், மிதிக் சொஸைட்டியின், கப்பன் பார்க்கின் மாநில நூலகத்திலும் கூட என் ஆய்வு தொடர்ந்தது. அங்கே புராண உலகில் அங்கொன்றும், இங்கொன்றுமாகக் குறிப்புகள் கிடைத்தன. இப்படி வேதாளத்தை விடாமல் தொடர்ந்த திரிவிக்ரமனைப் போல போய்க்கொண்டிருந்தபோது சீதையைப் பற்றி பிராமண நூல்களில் இருந்த குறிப்பு ஒன்று கண்ணுக்குத் தென்பட்டது.

இப்படி இந்தத் தலபுராணங்களின் கதைகளைக் கேட்டுக்கொண்டே இரவு ஒரு பேருந்தில் பயணம் செய்துகொண்டிருந்தபோது தலைக்குள் பரசுராமன், ரேணுகை, ஜமதக்னியர்கள் நாட்டியமாடிக் கொண்டிருந்தார்கள். பரசுராமனைப் பற்றி ரேணுகையின் பழம்பெரும் கதைகளையும் மீறி மேலும் பல கதைகள் இருந்தன.

இந்த எல்லாக் கதைகளும் ஒன்றோடொன்று தங்களுக்குள்ளேயே தொடர்பைக் கற்பித்துக்கொண்டன என்று தோன்றுகிறது. திடீரென்று ஏதோ தோன்றி பரசுவைச் சுமந்த இராமனைப் பற்றி மற்றும் தாயின் தலையை வெட்டினான் என்ற கதையின் பின்னணியில் இருக்கும் உண்மைக் கதையின் மீதும் வெளிச்சமிட்டது. அந்த ஒளி சீதையைப் பற்றிய குறிப்பிலும், இராமாயணத்தின் மீதும் விழுந்து புதிய புரிதலானது.

அப்போது நான் மேலும் அதிக உற்சாகத்துடன் களப்பணிகளையும் மூலத் தேடல்களையும் தொடர்ந்தேன். இப்படியான எல்லா ஆய்வுகளின் பலன் தான் இங்கே – 'உண்மை இராமாயணத்தின் தேடல்.'

சீதை மட்டுமல்ல அகல்யை, இந்திரன், இராவணன், அவனது குடும்பம், சீதை வனவாசம், சீதையின் தேடல், அக்னிப் பரீட்சை இவற்றைப் பற்றி புதிய புதிய விஷயங்கள் தெரிய வந்தன. புதியதான இராமாயணம், இராமாயண மகாகாவியத்தின் மூல விதையான நாட்டுப்புறக் கதைகள் இந்த ஆய்வுகளின் வழியாகத் திறந்துகொண்டன.

உண்மை இராமாயணத்தின் இந்தத் தேடல் முதல் முறையாகப் புத்தக வடிவில் உங்கள் முன் வைக்கப்படுகிறது.

இந்த உண்மை இராமாயணம் வெறும் கற்பனைகளின், ஊகங்களின் பலனல்ல. அந்தக் காலத்து சூழ்நிலைகளைப் பற்றிய போதுமான விவரமான ஆய்வு. அன்றைய இயல்பான, சமுதாயச் சூழ்நிலைகளில் உருவான கதைகளின் ஆய்வு.

இராமாயணத்தைப் பற்றி சிறு வயதிலிருந்து கேட்டுக் கேட்டு நமக்குச் சொன்னதுபோல அப்படியே ஏற்றுக்கொள்கிறோம். நம் உணர்வு வளையத்தின் பிரிக்கமுடியாத அங்கமாக்கிக்கொள்கிறோம். அவற்றைப் பற்றிக் கேள்விகள் எழுவதே இல்லை என்பது மட்டுமல்ல - கேள்வி எழுப்புவதையே ஏற்றுக்கொள்ளாத மனநிலை உருவாகியிருக்கும். அதனுடன் இன்றைய சிந்தனைச் சூழ்நிலையும் மாசுபட்டுவிட்டது. அதனால் இதைத் தாழ்மையுடன், அதே நேரத்தில் ஆய்வுப் பார்வையில் பரிசீலிக்கவேண்டுமென்பது இந்த ஆய்வாளனின் பணிவான வேண்டுகோள்.

1
இராமாயண, மகாபாரதக் காவியங்கள் வளர்ந்து வந்த வகை

இவை குமாரவியாசனின் வார்த்தைகள். பீடிகா சந்தியில் இந்த செய்தியைச் சொல்லித்தான் தன் காவியத்தை இயற்றத் தொடங்குகிறான் குமாரவியாசன். இராமாயணக் காவியத்தை ஆதாரமாகக்கொண்டு எத்தனை காவியங்கள் படைக்கப்பட்டிருக்கிறதென்றால், அதன் பாரத்திற்கு பூமியை தலைமீது சுமந்துகொண்டிருக்கும் ஆதிசேஷன் என்ற மகாசர்ப்பமே இராமாயணக் கவிஞர்களை சுமக்கமுடியாமல் திணறியது என்று வர்ணிக்கிறான். இந்த வார்த்தை மகாபாரதத்திற்கும் பொருந்தும். இராமாயண மகாபாரதங்கள் மக்கள் மனங்களில் பரவியிருக்கின்றன. ஆயிரம் ஆண்டு காலங்களில் இந்தியாவின் எல்லா மொழிகளிலும் இதன் அடிப்படையில் பல புதிய காவியங்கள் உருவாகியிருக்கின்றன. அந்தந்தக் காலங்களுக்கு ஏற்ற வடிவம், மொழி, உரைநடைகள் வழியாக கவர்ச்சியாக மக்களின் மனங்களைக் கொள்ளையடிக்கும் இடைவிடா முயற்சிகள் நடந்திருக்கின்றன. இன்னும் நடந்துகொண்டே இருக்கின்றன. இவற்றை மக்கள்முன் வைக்கும் வில்லுப்பாட்டு, இசைப் பாட்டுப் பாடும் பரம்பரையே வளர்ந்திருக்கிறது. மேலும் அதிக மக்களைச் சென்றடைய மென் மேலும் கவர்ச்சியாக மக்கள் முன்வைக்க கதாகாலட்சேபம், புராணங்கள் போன்ற பல கலைவடிவங்கள் தோன்றின. இந்த எல்லா வடிவங்களிலும் பலவகையான விவரங்களும், விளக்கங்களும் இடைச்செருகப்பட்டிருக்கின்றன. பலவகை கதைகள் சேர்த்துக்கொள்ளவும், விலக்கவும் பட்டிருக்கின்றன.

இந்தக் கதைகள் நம் மக்கள் மனங்களில் நிலைத்திருக்கின்றன. பழமொழி, நல்வாக்குகளாகி நாட்டில் வழங்கப்பட்டன. அதிலுள்ள பாத்திரங்களின் வலி, மகிழ்ச்சிகளில் தம்

வாழ்க்கையின் சங்கடங்களையும், சந்தோஷங்களையும் மக்கள் கண்டுகொண்டுள்ளார்கள். இந்தக் காரணங்களால் இவை மக்களுக்கு மிகவும் விருப்பமாக இருக்கின்றன. அதே சமயத்தில் இந்தக் காவியங்கள் மக்களின் நடுவே பரவவேண்டுமென்று விரும்பும் உயர் கூட்டமும் உள்ளது.

மகாகாவியம் வளர்ந்த வகை – புரோகித ஆதிக்கம் – இறையாண்மையின் வற்புறுத்தல்

மகாகாவியங்களின் பிறப்பு, வெவ்வேறு காலகட்டங்களில் ஏற்பட்ட மாறுதல்கள், அவற்றின் படைப்பு மற்றும் படைப்பாளிகள் இவற்றைப் பற்றி பல ஆய்வுகள் நடந்திருக்கின்றன. வெவ்வேறு பிரதேசங்களில் பல வகையான ஏடுகள் கிடைத்திருக்கின்றன. இவை ஒன்றோடொன்று மிகவும் மாறுபட்ட வடிவங்களாக இருக்கின்றன. பல இயல்கள், கிளைக்கதைகள் வெவ்வேறாக இருக்கின்றன. அவற்றின் மொழி மற்றும் பாணி ஆய்வு செய்யப்பட்டிருக்கிறது. அந்த ஆய்வுகளின் சாரம் மட்டும் இங்கே கொடுக்கப்பட்டிருக்கிறது.

இராமாயணம், மகாபாரதம் ஆகிய இரண்டு காவியங்களும் அடிப்படையில் நாட்டுப்புற வடிவத்தைக் கொண்டிருந்தன. அன்றைய நாட்டுப்புறக் கலைஞர்களிடம் வெவ்வேறு கதைகள் நடைமுறையில் இருந்தன. ரிக்வேதத்தில் பழங்குடி வழக்கங்களாக இருந்த அஸ்வமேதம், வாஜபேயா போன்ற வேள்விகள் மிகவும் எளிமையாக உருவகிக்கப்பட்டிருக்கின்றன. ஆனால், பிராமணங்களின் காலத்தில் இறையாண்மையைப் பாராட்டி அவர்கள் அந்தந்தப் பழங்குடிகளின் அண்ணன் தம்பி அடிப்படையில் பிறந்திருந்தாலும் கூட அவர்கள் ஆளும் உரிமையைக் கொண்டுள்ளார்கள். அதே பழங்குடியின் மற்றவர்கள் உறவினர்களாக இருந்தாலும் அரசர்களுக்குப் பணிந்து இருக்கவேண்டும் என்று சொல்வதன் அடிப்படையாக வேள்வி, யாகங்கள் ஒரு விழாவாகவும் மற்றும் நீண்ட செயல்களாகவும் மாற்றப்பட்டன. அந்தக் காலகட்டத்தில் வேள்வி – யாகங்களின் போது மாலை மற்றும் இரவு பலவகை லாவணிக்காரர்கள் பலவகையான கதைகளைப் பாடும் வழக்கம் இருந்தது என்று பிராமணங்கள் தெரிவிக்கின்றன. அந்தத் தருணத்தில் பகலில் பார்ப்பன லாவணிக்காரர்களும் இரவு வேளையில் சத்திரிய லாவணிக்காரர்களும் பாடுவார்கள் என்று தெரியவந்துள்ளது. இந்தப் பாடும் படலம் ராஜசூயத்தைப்

போன்ற வேள்விகளில் மாதக்கணக்காக நடந்தால் அசுவமேதங்களைப் போன்ற வேள்விகளில் குதிரையைப் பூசித்துப் பயணத்திற்குத் துரத்தும்போதுதொடங்கி அது தேச தேசங்களைச் சுற்றித் திரும்பிவரும்வரை பாடுவது எத்தனை வியாக்கியானங்களையும், கிளைக்கதைகளையும் வேண்டியிருக்கும் என்று ஊகித்துக்கொள்ளலாம்.

இந்த லாவணிக்காரர்கள் நாட்டுப்புறப் பாடல்காரர்களிடம் நடைமுறையிலிருக்கும் கதைகளுடன் தங்கள் கற்பனையைச் சேர்த்து அந்த வேள்விகளில் சேர்ந்திருக்கும் புரோகிதர்களின், சத்திரியர்களின் மனம் கவரும்படி பாடுவார்கள். பார்ப்பனர்கள் பாடும் லாவணிகளில் வேள்வி- யாகங்களின் பெருமை, பலவகையான அக்னிக் காரியங்களின் முக்கியத்துவங்களுடன் கூடவே மகான் துறவிகளின் சிறப்புகள், அரசர்கள் வழங்கும் கொடை முதலியன முக்கியமாக இடம் பெற்றன. சத்திரிய லாவணிக்காரர்கள் யாகத்தின் எஜமானர்களான அரச வம்ச வீரக் கதைகளையும் போற்றுவார்கள். இதுபோன்ற வடிவங்களே இந்தக் கதைகளில் பிராமண மற்றும் சத்திரிய மனங்கள் விரும்பும் வகையில் பரவிக்கிடக்கும் என்பதை நமக்குத் தெரிவிக்கின்றன. பிறகு அவை புராணங்களாக, பெரும் காவியங்களாக உருவாக்கப்பட்டன.

நமக்கெல்லாம் தெரிந்ததுபோலவும் அந்தக் காவியங்களைப் பற்றி வியாக்கியானம் செய்திருக்கும் அறிஞர்கள் விவரிப்பது போலவும் மகாபாரதக் காவியம் மக்கள் வாழ்க்கையின் அடிப்படை வடிவத்திற்கு நெருக்கமாக இருக்கிறது. அங்குள்ள பாத்திரங்கள் தங்கள் எண்ணங்களை முரட்டுத்தனமாகவே வெளிப்படுத்துகின்றன. அதில் பலவகை பாத்திரங்களின் மொழி, பாணியும் கூட ஆதிகால வடிவத்தை வெளிப்படுத்துகின்றன. ஆனால், இராமாயணம் ஒரே மனிதன் இயற்றியதுபோல, ஒருமை வடிவத்தை உள்ளடக்கியதுபோல உள்ளது. அதன் மொழி, பாணி மற்றும் கட்டமைப்பும் கூட பண்பிற்கு உள்ளடங்கிய வடிவமாக இருக்கிறது. இந்தச் செயல்முறையைப் பற்றி விவரமாக ஆராயலாம். மொத்தத்தில் இந்த இரண்டு காவியங்களின் தற்போது கிடைத்திருக்கும் வடிவம் ஒரே ஒருவரின் படைப்பல்ல. காலங்காலமாக இடைச்செருகல் என்று சொல்லப்படும் பேரளவுச் சேர்க்கைகளாக இருக்கின்றன. இந்தப் பெரும் காவியங்களை எழுதியவர்களான வியாசன்,

வால்மீகியின் பங்கு என்ன என்பதைப் பற்றியும் தெரிந்து கொள்ளவேண்டியிருக்கிறது.

'இராம கதை' வளர்ச்சி

இராம கதையைப் பற்றி ஆய்வு செய்த பத்துப்பதினாறு அறிஞர்கள் அதன் மூலத்தைத் தேட ரிக்வேதம் முதல் எல்லாவகையான வைதீக, பௌத்த, சமண பழங்கால இலக்கியங்களை ஆய்வு செய்திருக்கிறார்கள். இந்தியாவின் வெவ்வேறு இடங்களில் கிடைத்த கைப்பிரதிகளை ஆய்வு செய்திருக்கிறார்கள். அந்தக் கைப்பிரதிகளில் மூன்று வகையான கதைவகைகள் இருக்கின்றன. ஒன்று தென் இந்தியாவினுடையது, இன்னொன்று கௌடிய அல்லது வங்காளம் - வடகிழக்கு இந்தியாவினுடையது, மற்றொன்று வைதர்பீயம் அல்லது வடமேற்கு இந்தியாவினுடையது. அவற்றில் வங்காள வடிவம் அதிகக் காவியமயமாக பண்பாட்டிற்கு உட்பட்ட தற்போதைய வடிவமாக உள்ளது. இன்று கிடைத்திருக்கும் வகைகளில் தென்னாட்டின் வடிவமே பழங்காலத்து வடிவத்திற்கு நெருக்கமாக இருக்கிறது என்று முடிவு செய்திருக்கிறார்கள். தற்போது கிடைக்கும் இராமாயணத்தின் பலவகையான கைப்பிரதிகளில் 24,000 -த்திற்கும் அதிகமான செய்யுள்கள் இருக்கின்றன. ஆனால் இந்த எல்லாக் கைப்பிரதிகளிலும் இருக்கும் சாதாரண வடிவம் மற்றும் செய்யுள் இயற்றிய வடிவத்தைப் பார்த்தால் மூலப் படைப்பில் 12,000 செய்யுள்களுக்கு அதிகமாக இல்லை என்று முடிவு செய்துள்ளார்கள். இந்த எல்லா ஆய்வுகளின் அடிப்படையில் இராமாயணப் படைப்பு ஐந்து கட்டங்களில் நடந்திருக்கிறதென்று முடிவு செய்துள்ளார்கள்.

ஒன்று – மூல நாட்டுப்புறக் கதைகளின் அடிப்படையில் வேள்வி - யாகங்களில் பாடும் வடிவம். இது தைத்ரேய பிராமணத்தில் வரும் சீதை என்ற கலப்பைக் கோட்டின் தேவதை மற்றும் அவள் பெயரின் பண்டிகை வழியாகத் தெரிகிறது. காலம் சுமார் கி.மு. 400.

இரண்டு – இராமாயணக் கதை மூன்று சுற்றுகளாக, அல்லது நாம் மண்டேசாமி, மாதய்யா போன்ற நாட்டுப்புறக் காவியங்களில் பயன்படுத்துவதைப்போல மூன்று வரிகளில் படைக்கப்பட்டிருக்கிறது. அயோத்தியை வரி, கிஷ்கிந்தை வரி,

மற்றும் இலங்கை வரிகளாக, சுதந்திரக் கதைகளாக வளர்ந்தது கி.மு. 400 லிருந்து 200வரை.

மூன்று – இந்தக் கதைகளை அடிப்படையாக வைத்துக்கொண்டு அவற்றிற்கு உறவு கற்பித்து வால்மீகி படைத்த மூல இராமாயணம். இதுதான் 12,000 செய்யுள்களின் காவியம். ஒரே மனிதனின் படைப்பு. இது சுமார் கி.மு. 200 ஆண்டு காலத்துடையது.

நான்கு – மூல நாட்டுப்புறக் கதைகளை அடிப்படையாக வைத்துக்கொண்டு பௌத்த ஜாதகக் கதைகளில் வரும் தசரத ஜாதக், சமண இராமாயணத்தின் மாறுபட்ட வடிவங்கள்.

ஐந்து – வால்மீகியின் இராமாயணம் வெவ்வேறு பிரதேசங்களில் பரவி அங்கிருக்கும் நிலத்தின் பழங்குடிகளின் புராணங்களும் சேர்ந்து மாறுபட்ட கதைகளாக 24,000 செய்யுள்களாகப் பெருகியது. இந்தக் கட்டத்தில் இராமனை விஷ்ணுவின் அவதாரமாகச் சித்தரிக்கும் இராமாயணத்தின் உத்தர காண்டம் மற்றும் பால காண்டத்தின் பல பாகங்கள் சேர்க்கப்பட்டிருக்கின்றன. இவை கடைசி இடைச்செருகல்கள். காலம் - கி.மு 200 லிருந்து கி.பி 500 வரை.

2
பல இராமாயணங்கள்

சீதை இராவணனின் தங்கை, பட்டத்து ராணி என்ற இந்தக் கதையைக் கேட்டிருக்கிறீர்களா!

உலகத்தில் இராமாயணம் ஆயிரமாயிரம் வடிவங்களில் இருக்கின்றது. வைதீக இலக்கியத்தில் மட்டுமல்ல பௌத்த, சமண சமயங்களும் கூட இராமாயணக் கதையை தங்களுக்கே உரிய முறையில் விரிவுபடுத்தியிருக்கின்றன. நாட்டுப்புறப் பாடகர்களும், பலவகையான பழங்குடிகளும் தங்களுக்கே உரிய பாணியில் இராமாயணத்தைப் பாடுகிறார்கள். இந்தியாவின் பல மாநிலங்களில், மொழிகளில் இராமாயணக் காவியங்கள் இருக்கின்றன. ஒவ்வொரு மொழியிலும் ஒன்றைவிடவும் அதிகக் காவியங்கள் இருக்கின்றன. பாரதத்தில் மட்டுமல்ல, ஆசியாவின் பல நாடுகளிலும் இந்தக் கதை பரவியிருக்கிறது. சமஸ்கிருத மொழி ஒன்றிலேயே 30க்கும் அதிகமான வடிவங்கள் இருக்கின்றன. காவியம் மட்டுமல்லாமல் நாடகங்கள், தெருக்கூத்துகள், யக்ஷகானம், ஹரிகதைகள், புராணங்கள், கோயில்களின் கற்சிற்பங்கள், சங்கீதம், நாட்டியங்கள், வண்ணச் சித்திரங்கள் இப்படிப் பல வடிவங்களில் இந்திய மக்கள் சமுதாயங்களின் மீது தாக்கம் ஏற்படுத்தியிருக்கிறது. அவற்றின் பல வகைகளைக் குறிக்கும் சில எடுத்துக்காட்டுகள் இந்தக் கட்டுரையில் சொல்லப்பட்டிருக்கின்றது.

கன்னட இராமாயண வகைகளில் தெருக்கூத்து, யக்ஷகானம், நாட்டுப்புறக் காவியங்கள் போதுமான அளவிற்கு இருந்தாலும் காவியங்கள் அதிகமில்லை. நாகசந்திரனின் 'இராமச்சந்திர சரிதைப் புராணம்' என்ற காவியம் இருக்கிறது, அது பம்ப இராமாயணம் என்று அழைக்கப்பட்டிருக்கிறது. (நாகசந்திரன் தன்னை நவீன பம்பன் என்று அழைத்துக்கொண்டான் என்ற

காரணத்திற்காக இந்தக் காவியத்திற்கு பம்ப இராமாயணம் என்று பெயர்) இது சாதாரணமாக நமக்குத் தெரிந்திருக்கும் வால்மீகியின் இராமாயணப் பரம்பரைக் கதைக்கு முழுவதுமாக மாறுபட்டு சமண பரம்பரையைச் சேர்ந்தது. அதில் இராம, இலட்சுமணர்கள் திரிஷஷ்டிஷலாக புருஷர்கள் (அறுபத்திமூன்று சிறந்த மனிதர்கள்) என்ற புகழ்பெற்ற சமண பரம்பரை தேவர்களின் குழுவைச் சேர்ந்தவர்கள். இராமன் சமண புராண புருஷனான பலதேவன், இலட்சுமணன் வாசுதேவனானால், இராவணன் கூட திரிஷெஷ்டிஷெலாக புருஷர்களின் அங்கமான பிரதிவாசுதேவன், கேசர (கந்தர்வன்) அரசன். இராவணனைக் கொல்பவனும் இலட்சுமணனே தவிர இராமனல்ல. சீதை ஜனகராஜனுக்கு ஏர் உழும்போது கிடைத்தவளல்ல, சொந்த மகள்தான். (சமணப் பரம்பரையின் மற்றொரு வடிவத்தில் சீதை இராவணனின் மகள்). சுக்ரீவன், அனுமான் வானரக்கொடி கொண்ட மனிதர்கள்தானே தவிர குரங்குகளல்ல. இந்தக் வானரக் கொடிக்காரர்களும், இராவண வம்சத்தவரும் வித்யாதரர் என்ற கந்தர்வ சமூகத்தின் இரண்டு பிரிவுகள். அதனால், இராவண உறவுகள். அனுமான் இராவணனின் தங்கையின் மருமகன், சம்சாரி.

இனி கதைக்கு வந்தால் இங்கே புத்திரகாமேஷ்டி யாகமாகட்டும், மந்தரையாகட்டும், மாயமானின் நிகழ்வுகளாகட்டும் - இவையெல்லாம் கிடையாது. இராவணனோ ஒரு கேசர புருஷன். 'பராங்கனா விரதி' (மற்ற பெண்களைப் பற்றிய வைராக்கியம், 'பரதார சகோதரன்' – மற்றவர் மனைவியை சகோதரியாகப் பார்க்கும் எண்ணம் கொண்டவன்) விரதத்தை அனுசரிப்பவன். உபரம்பை என்ற அழகி இராவணனின் மீது மோகம்கொண்டு விரும்பி வந்தாலும் அவளுக்கு அறிவுரை சொல்லியனுப்பியவன். இப்படிப்பட்டவன் ஒரு கட்டத்தில் சீதையைக் கண்டபோது அவள் மீது மோகம் கொள்கிறான்.

> 'பள பளவென்று மின்னும் சீதையின் கவர்ச்சியான கண்களைப் பார்த்ததும்
> கசர சக்ரவர்த்தியின் சித்தம் கலங்கிக் கலைந்து போனபோது'

அவன் தன் சமுதாயத்திற்குக் கைவந்த கேசர கலையால் (ஆகாயத்தில் பறப்பவன், கந்தர்வன்) சீதையை அபகரித்துச் செல்கிறான். சீதை தன்னை விரும்பும்படி செய்யவேண்டுமென்று மண்டோதரியையே தூதுவளாக

அனுப்புகிறான். அவள் உறுதியாக இருக்கிறாள். இராவணனின் எந்தச் சிறப்பும் அவளைக் கவர்வதில்லை. முடிவில் இராவணன் பரிதாபப்படுகிறான்.

இராமனை வென்று கொண்டுவந்த
பெண்ணிற்கு துயரத்தை அளித்தேன்
காம வியாமோகத்தால்
பத்துதிசைக்கும் என் களங்கம் பரவியதே.

'சீதைக்கு எத்தனை துயரத்தை அளித்தேன், இதனால் பத்து திசைகளுக்கும் தன் பெயருக்கு களங்கம் பரவியது' என்று வருந்துகிறான். இந்த இராவண முக்கியத்துவம் வாய்ந்த இராமாயணத்தின் இராவணன் மிகவும் மாறுபட்டவன். போர் என்னவோ தொடங்கிவிட்டது. இப்போது பின்வாங்கினால் கோழை என்று நிந்திப்பார்கள் அதனால் -

இராமனை வென்று, பிறகு போர்க்களத்திலேயே இராமனிடம் சீதையை ஒப்படைக்கவேண்டும் என்று முடிவெடுக்கிறான். ஆனால் அவன் திட்டம் பலிப்பதில்லை. போரில் இலட்சுமணனின் ஆயுதத்திற்குப் பலியாகிறான்.

இங்கே இராமன் சமண சமயத்தின் விழுமியங்களுக்கேற்றபடி கொடுமை செய்ய முடியாதவன். அவன் அப்போதே நற்பேறடையும் கட்டத்தில் இருப்பவன். அதனால் இராமன் இராவணனைக் கொல்வதில்லை. ஆனால், இலட்சுமணன் பல அழகிகளைத் திருமணம் செய்துகொள்கிறான். இராவணனைக் கொன்று நரகத்திற்குச் செல்கிறான். இராமனுக்கு இந்தப் பிறப்பே கடைசியாகிறது. அவன் நேரடியாக முக்தியடைகிறான்.

இப்படி சமணப் பரம்பரை இராமாயணத்தில் அதன் பாத்திரச் சித்தரிப்புகளில் பல முக்கிய வேற்றுமைகள் இருக்கின்றன. முக்கியமாக இராவணன் போன்றோர் மனிதர்களைக் கொடுமைப்படுத்தும் அரக்கர்களல்ல. அவர்களும், வானரர்களும் கந்தர்வர்கள் என்ற விவரங்கள் இருக்கின்றன. இராவணன் கெட்ட குணங்களின் அடையாளமல்ல. ஒரு சூழ்நிலையில் தவறு செய்து, தன் தவறுகளை அறிந்துகொண்ட மனிதன் என்ற சித்தரிப்பு இருக்கிறது. ஆனால் அதன் கரு மட்டும் வால்மீகியினுடையது என்ற பரவலான இராமாயணக் கதையின் உள் உருவாக்கத்துக்குப் பொருந்துவதுபோல இருக்கிறது. முடிசூட்டு விழா, இராமர், சீதை, இலட்சுமணரின்

வனவாசம், சீதை அபகரிப்பு, சீதையின் கற்பு இவை இரண்டு பரம்பரையிலும் ஒன்றாகவே இருக்கின்றன.

இராமாயண ஆய்வு? இராமாயண மூலத்தின் தேடல்

இந்தச் சித்தரிப்பும் அதிலும் இராவணனின் சித்தரிப்பு எனக்கு மிகவும் வியப்பை ஏற்படுத்தியது. பிறகு நான் பலவகையான இராமாயணக் காவியங்களை ஆய்வு செய்தேன். குவெம்புவின் இராமாயண தரிசனம், தமிழின் கம்ப இராமாயணம், இந்தியின் துளசிதாசரின் இராமசரித மானசம், வால்மீகி காவியத்தின் கன்னடத் தொகுப்புகளின் மொழிபெயர்ப்புகள், குவெம்பு முதியோர் கல்வி அமைப்பிற்காகத் தொகுத்த ஜனப்ரிய வால்மீகி இராமாயணம், ஆனந்த இராமாயணம், ஆன்மிக இராமாயணம் போன்ற பல நூல்கள். இவற்றிற்கும் பம்ப இராமாயணத்திற்கும் இருக்கும் முக்கிய வேறுபாடு, மேலே சொன்ன நூல்கள் வால்மீகியுடையது என்று பெயர்பெற்ற வைதீக பரம்பரை இராமாயணத்திலிருந்து பிறந்தவை, அவற்றின் மாறுதல்கள், அந்தந்தக் கவிஞர்கள் தங்கள் காலம், நாடு மேலும் அவர்களுடைய திறமை, சிந்தனைகளுக்கு ஏற்றவாறு உருவாக்கிய மறுபடைப்புகள்.

ஆனால், நாகசந்திரனின் 'இராமாயண சரித புராணம்' இவை எல்லாவற்றை விடவும் முழுமையாக மாறுபட்டது. அப்படிச் சொல்வதால் இந்தக் கதை முழுமையாக அவன் படைப்பு மட்டுமல்ல. அது சமணப் பரம்பரையை அனுசரித்து உருவாக்கியது. விமல சூரி போன்ற சமணக் கவிஞர்கள் பிராகிருத மொழியில் எழுதிய 'பஉமசரியம்' என்ற சமணப் புராணங்களின் பரம்பரையின் தொடர்ச்சி மட்டுமே. 'பஉமசரியம்' தொடங்குவதே வால்மீகியுனுடையது என்று பரவலாக இருக்கும் இராமாயணத்தைக் கேள்வி கேட்பதால்தான்.

அதுபோலவே புத்த ஜாதகக் கதைகள் பலவற்றில் இராமர் கதைகள் சொல்லப்பட்டிருக்கின்றன. அதிலும் ஒரு தசரத ஜாதகம் என்ற கதை இருக்கிறது. இதில் முடிசூட்டுதலைப் பற்றிய கேள்வி, கைகேயி தன் மகனுக்கு முடிசூட்டவேண்டுமென்று விரும்புவது, இராம – இலட்சுமணரின் பாதுகாப்பிற்காக மற்றொரு நாட்டிற்கு அனுப்புவது, தந்தையின் மரணத்திற்குப் பிறகு பரதன், இராமனே அரசனாகவேண்டும் என்று விரும்புவது, சில ஆண்டுகள் அவனுடைய பாதுகைகளையே

அவனுடைய பிரதிநிதி என்று சிம்மாசனத்தின் மேல் வைப்பது, பிறகு இராமன் வந்து நாட்டுப் பொறுப்பை ஏற்றுக்கொள்வது இவை எல்லாம் இருக்கின்றன. ஆனால் சீதா அபகரணம், இராவண வதை இவற்றைப் பற்றிக் குறிப்பிடவில்லை. இந்த ஜாதகக் கதைகளில் சீதை, இராம - இலட்சுமணரின் சகோதரி. அவர்களுடன் வேறொரு நாட்டில் தலைமறைவாக இருக்கிறாள். இராமன் தனது சகோதரி சீதையையே தன்னுடைய மகாராணியாக ஆக்குகிறான்!

இப்படிப் பல வடிவங்கள் இருக்கின்றன. இந்தக் கதை வடிவங்கள் வால்மீகியுடையது என்று நமக்குத் தெரிந்திருக்கும் இராமாயணத்து மாற்றங்கள் அல்ல. அடிப்படையில் மக்கள் இடையே பல வகைகளில் பரவி இருக்கும் கதையொன்றை மதப் பிரிவுகள் வெவ்வேறு வகைகளில் பயன்படுத்திக்கொண்டுள்ளன. வால்மீகியுடையது என்று பரவலாக இருக்கும் இராமாயணம் ஒருவகைப் பயன்பாடானால், சமண, புத்த மதங்களுடையது மற்றொரு வகை என்ற எண்ணம் எழுந்தது. இப்படி ஒவ்வொரு பரம்பரையும் தங்கள் நோக்கத்திற்கு இந்தக் கதைகளைப் பிழைக்க வைத்திருக்கின்றன. அப்படி என்றால் இந்தக் கதை மேல் ஏற்றப்பட்ட தெய்வ சம்பந்தச் சூழல் பிற்பாடு அமைந்ததே தவிர அடிப்படையில் இருந்ததல்ல. அடிப்படையில் இது நம்மைப்போன்ற சாதாரண மனிதர்களின் கதை. ஆனால் இந்தக் கதை ஒரு காலத்தில் மிகவும் மக்களிடம் பிரபலமான கதை. அதனால்தான் மாறுபட்ட மதப் பிரிவுகள் அதன் பயனை அடைய அவசரம் காட்டின என்ற முடிவிற்கு வருவதுபோலானது. முன்பே விவரித்ததுபோல இராமாயணத்து பாலகாண்டத்தின் பல பகுதிகள், முழு உத்தரகாண்டத்தின் சில பகுதிகள் பல காலங்களுக்குப் பிறகு சேர்க்கப்பட்டவையாகும். இந்த பாகங்களில்தான் இராமன் கடவுள் அவதாரம் என்பது வழக்கத்திற்கு வந்தது. பிற்காலத்தில் இந்த ஒரு வடிவம் (version) மட்டுமே வழக்கமானது. அதுமட்டுமல்ல அது அதிகாரபூர்வமானது என்ற அங்கீகாரத்தையும் பெற்றது.

3
இராவணன் கர்ப்பம் தரித்து சீதையின் தாயான கதை கேளுங்கள்...

ஆயிரமாயிரம் இராமாயணங்களில் ஆயிரமாயிரம் வடிவங்கள் இருக்கின்றன என்பதை நம் எல்லோருடைய கவனத்திற்குக் கொண்டு வந்தவர்களில் நம்மவரான ஏ.கே. இராமானுஜத்தின் 'முந்நூறு இராமாயணங்கள்' என்ற கட்டுரை முக்கியமானது. இந்தக் கட்டுரை தில்லிப் பல்கலைக் கழகத்தில் ஒரு பாடமாக இருந்தது. அந்தக் கட்டுரை மற்றும் பௌலா ரிச்மன் சேகரித்த 'மெனி ராமாயணாஸ்' (பல இராமாயணங்கள்) என்ற நூலுடன், நாட்டின் சாகித்ய அகாதெமி வெளியிட்ட மற்றொரு புத்தகத்தை ஆர்வமுள்ளவர்கள் கவனித்திருக்கலாம். ரொமிலா தாப்பர் என்ற பெரிய வரலாற்று எழுத்தாளரும் கூட தன் பல ஆய்வுக் கட்டுரைகளில் வெவ்வேறு சம்பிரதாயங்கள் கொண்ட இராமாயணத்தைப் பரிசோதனை செய்திருக்கிறார்.

ஆனால் பாங்கான காவியங்களின் பல்வேறு வடிவங்கள் ஒரு வகையானால் நம் நாட்டின் வெவ்வேறு பகுதிகளின் நாட்டுப்புறக் காவியங்களிலும், பாட்டுகளிலும் பழங்குடிப் புராணங்களிலும் கூட ஊகிக்கமுடியாத வெவ்வேறு வடிவங்கள் இருக்கின்றன. கன்னட நாட்டுப்புறப் பாடகர்களோ தங்கள் திறமைகளால் பெருமிதமடைந்து இராமாயணக் கதைகளை தங்கள் முறையில் வடித்துக் கொண்டிருக்கிறார்கள். கன்னட 'நாட்டுப்புற இராமாயணம்' நூலின் வழியாக கன்னடப் பாட்டுகளைச் சேகரித்து அளித்திருப்பவர்கள் பிரபல நாட்டுப்புற அறிஞரான 'ராகௌ' என்று புகழ்பெற்ற ராமே கௌடர், பி.கே. ராஜசேகர், எஸ்.பசவய்யா ஆகியோர் ஆவர்.

குமாரவியாசர் இராமாயணக் காவியத்தின் மிகையைப் பற்றி முன்பு குறிப்பிட்ட வார்த்தையைச் சொல்லும்போது அவர்

கண்ணுக்குத் தெரிந்தது வெறும் கவிஞர்களின் படைப்பு மட்டுமே. ஆனால் நாட்டுப்புற இராமாயணத்தின் பல்வேறு வடிவங்களைப் பார்த்தால் நாட்டுப்புற இராமாயணத்தின் சுமையே போதுமானது – பணிராயர் திணறுவதற்கு. எப்படிப்பட்ட அமோகமான கற்பனைகள் மற்றும் பாத்திர அமைப்புகள். அவை எனக்கு மகிழ்ச்சியையும் வியப்பையும் அளித்தன. நாட்டுப்புறக் கதைகளைப் பற்றி அறிந்தவர்கள் ஊகிக்கக்கூடிய இராமாயணம் என்பது உண்மையாக சீதாயணம் – சீதையின் சங்கடங்களும், உணர்வுகளுமே மையமானவை. நாட்டுப்புற இராமாயணங்கள் பல தொடங்குவது புத்திரகாமேஷ்டி யாகம் மற்றும் இராமன், அவர் சகோதரர்களின் பிறப்பிலிருந்தல்ல, அதற்கு பதிலாக சீதையின் பிறப்பின் கதையிலிருந்து. சீதையின் பிறப்பு எல்லோருக்கும் புதிராகவே இருக்கிறது. நாட்டுப்புறப் பாடகர்களுக்கும் கூட. அவள் இராவணனின் மகளாக இருக்கலாம் மேலும் தந்தையே மகள் மேல் காமம் கொண்டான் என்ற அதிசயம் அவர்களை அதிகமாகப் பாதித்திருக்கிறது. இதை எப்படி விவரிக்கலாமென்று குழம்பியிருக்கிறார்கள்.

ஒரிரு எடுத்துக்காட்டுகள் இப்படி இருக்கின்றன...

தும்மல் வந்தபோது சீதாம்மா பிறக்கிறாள்

இராவணனே சீதையைக் கர்ப்பம் தரித்துப் பெற்றானென்ற கற்பனை ஒரு நாட்டுப்புற வழக்காற்றுக் கதை. இராவணன், மண்டோதரிக்குப் பல காலங்களாகக் குழந்தைகள் இல்லை. நீண்ட தவத்திற்குப் பிறகு அவனுக்கு சாதுவின் உருவில் காட்சியளித்த சிவன் மந்திரித்த மாம்பழமொன்றைக் கொடுத்து பழத்தை மண்டோதரிக்குக் கொடுக்கவேண்டுமென்றும், கொட்டையை இராவணன் தின்னவேண்டுமென்றும் கூறினான். ஆனால் இராவணன் தனது தவத்தின் பலனை தான்தான் அதிகம் பெறவேண்டுமென்ற பேராசையால் பழத்தைத் தான் தின்று கொட்டையை மனைவிக்குக் கொடுத்தான். அதனால் இராவணனே கர்ப்பம் தரித்தான். ஆனால் குழந்தை எப்படிப் பிறக்கும்?

ஒன்பது மாதம் நிறைந்து வந்தது வயிறு
அவன் மூக்கிலிருந்து வருகிறாள் சீதை
தும்மல் வந்தபோது சீதாம்மா பிறக்கிறாள்

ஆண் ஆன இராவணன் குழந்தையைப் பெறுவது எப்படி? அதற்கு நாட்டுப்புறக்காரர்களின் கற்பனையைப் பாருங்கள் எப்படி இருக்கிறதென்று: ஒன்பது மாதங்கள் நிறைந்தபிறகு சீதை இராவணன் மூக்கால் தும்மும்பொழுது பிறந்தாளாம். அதனால்தான் அவள் சீதை. இப்படி சீதை இராவணனின் மகள் மட்டுமல்ல அவன் வயிற்றிலிருந்து பிறந்த மகள். பிறகு மகளைத் தானே வளர்க்கிறான். ஜோதிடரிடம் குழந்தையின் எதிர்காலத்தைப் பற்றி விசாரிக்கும்போது பிள்ளையால் கடும் விளைவுகள் உண்டாகும், பிள்ளையைத் துறந்துவிடு என்று கூறுகிறார். முடிவில் குழந்தையை இரும்புப் பெட்டியில் வைத்து நதியில் மிதக்கவிடுகிறார்கள். அந்தப் பெட்டி ஜலகாவதி நகரத்து அரசன் நதியில் குளிக்கும் போது அவருக்குக் கிடைக்கிறது.

மற்றொரு நாட்டுப்புற சம்பிரதாயத்தில் குழந்தை இராவணன் மூக்கால் தும்மும்போது பிறக்கிறது. ஆனால், சீதை தாமரை மொட்டுக்குள் இருக்கிறாள். அந்தப் பூவை இராவணன் முகர்ந்து பார்க்கும்போது கரு தேகத்திற்குள் சேர்ந்துவிடுகிறது. பிறகு தும்மும்போது சீதை வெளியே வருகிறாள். பிறகு இராவணன் தன்னை அறியாமல் (ஒரு நாட்டுப்புறப் சம்பிரதாயத்தில் தெரிந்தே சீதையைத் திருமணம் செய்துகொள்ள முயல்கிறான்) தன் மகளையே சுயம்வரத்தில் வெல்ல முன்வருவது, தோற்பது இவை எல்லாம் நடக்கின்றன.

நாட்டுப்புறப் பாடகர்கள் தங்கள் நாட்டுப்புறக் கதைகளில் விலங்குகள் கதாநாயகனுக்கு உதவி செய்வதைக் கற்பனை செய்துகொள்வது போலவே இராமாயணத்திலும் கற்பனை செய்திருக்கிறார்கள். இராமன் ஒருமுறை நதியொன்றில் மூக்கை சுத்தம் செய்துகொண்டு இருந்தபோது, அவன் சளியால் சீதைக்கு 'லவா – குஷலு' என்ற இரண்டு மீன்கள் பிறக்கின்றனவாம். பிற்காலத்தில் சீதையை இராமன் காட்டுக்குத் துரத்தியபோது சீதை தற்கொலை செய்துகொள்ள நதியில் விழுந்தாளாம். அப்போது அந்த மீன்கள் அவளைக் காப்பாற்றினவாம். அந்த மீன்கள்தான் சீதையை வால்மீகியின் ஆசிரமத்திற்குப் போகும்படி தெரிவிக்கின்றனவாம். அதற்கு நன்றிக் கடனாக சீதை தனக்குப் பிறந்த இரட்டைக் குழந்தைகளுக்கு 'லவா – குசன்' என்று பெயர் சூட்டுகிறாள்.

இராமன், இலட்சுமணர்களை திருமணத்திற்கு முன்பே வனவாசத்திற்கு அனுப்புவது, சீதையின் சுயம்வரச் செய்தி அறிந்தபோது அவர்கள் தாங்களாகவே அங்கே போவது,

அப்போது சீதையின் இரகசியம் - குணங்களைத் தெரிந்துகொள்ள தனித்துவமாக நாட்டுப்புற வழியில் சுயம்வரத்திற்கு முன்பு இலட்சுமணன் சீதைக்கு வைத்த பல தேர்வுகளில் சீதை வெற்றிகரமாகச் செயல்படுவது... இப்படிப் பலப்பல மாறுபட்ட வடிவங்களை நாட்டுப்புறப் பாடல்களில் பார்க்கிறோம்.

ஒரு நாட்டுப்புற வழக்கில் சூர்ப்பனகையின் கணவனை இராவணன் கொன்றுவிடுகிறான். அந்தக் காரணத்திற்காக பழி வாங்கவேண்டுமென்று இராவணனைக் கொல்ல சூர்ப்பனகை பல முயற்சிகள் செய்கிறாள். மற்றொரு சூழ்நிலையில் மண்டோதரியை இராவணன் மற்றொரு நகரத்தில் வைத்திருக்கிறான். இராம, இலட்சுமணர்கள் சீதையைத் தேடிக்கொண்டு முதலில் மண்டோதரியின் நகரத்திற்கு வந்து மண்டோதரியைச் சந்திக்கிறார்கள். அவள் இராவணனின் இரகசியத்தை எல்லாம், அவன் உயிர் எங்கே இருக்குமென்ற பரம இரகசியத்தையும் கூட, இராம, இலட்சுமணர்களிடம் சொல்கிறாள்... அதுதான் இராமன், இராவணனைக் கொல்ல ஆதாரமாகிறது.

மற்றொரு நாட்டுப்புற வழக்கில் அனுமான் இலங்கையைக் கொளுத்தியதால் ஏற்பட்ட தீயை அணைக்கத் தொடங்கியிருப்பான் இராவணன். அப்போது இராமன் அவன் மீது அம்பைத் தொடுக்கிறான். இராவணன் வேண்டாம் வேண்டாமென்று வேண்டிக்கொண்டாலும் அதற்கு செவி சாய்க்காமல் இராமன் இராவணனைக் கொல்கிறான். வாலியையும் இப்படி வஞ்சித்தே கொன்ற இராமனின் 'வீரத்திற்கு' நாட்டுப்புறப் பாடகர்கள் கொடுத்த மற்றொரு விருது!

சி.என்.இராமச்சந்திரன் வேற்று மொழிகளின் நாட்டுப்புற இராமாயணத்தை ஆய்வு செய்து எழுதிய 'ஊமை இராமாயணங்கள்' கட்டுரையில் மேலும் பல மாறுபட்ட நிகழ்வுகள் இருக்கின்றன. அவதி மொழியின் (அயோத்திப் பகுதியின் மொழி) ஒரு நாட்டுப்புறப் பாடலின் இராம கதையில் இப்படிச் சில காட்சிகள் இருக்கின்றன.

ஜனகனின் நாட்டில் தீவிரமான பஞ்சம். அங்கே மழை வரச் செய்ய வேண்டுமென்றால் ஜனகனின் அரசி சோதுலா நடு இரவில் ஆடையின்றி வயலை உழவேண்டும். அப்போது மழை வருமென்று புரோகிதர்களின் சாத்திரம் கூறுகிறது.

அப்போது சீதை கிடைக்கிறாளாம். தனித்துவமான நாட்டுப்புறக் கற்பனை எப்படி இருக்கிறது பாருங்கள். இனி சிவதனுசை சிவனே இராவணனிடம் கொடுத்திருந்தானாம். ஆனால், நம் கோகர்ணத்து கதையைப்போலவே அதை நிலத்தில் வைத்ததும் இராவணனால் திரும்பவும் எடுக்கமுடியாமல் ஜனகனின் அரண்மனை வாசலில் விட்டுவிட்டுப் போகிறான். ஆனால் அதை சீதை விளையாட எடுத்துவிடுகிறாள். அனாயாசமாகத் தூக்கிவிடுகிறாள். அதனால் சுயம்வரத்திற்கு சிவதனுசைத் தூக்கித் தோளில் வைப்பதே பந்தயமாக்கப்படுகிறது. ஆனால் ஜனகன், தசரதனுக்கு அழைப்பு விடுவதில்லை. ஏனென்றால் இளம் பெண்களை விரும்பும் முதிய அரசனான தசரதனே சுயம்வரத்திற்கு வந்து வென்றுவிட்டால் சீதையைக் கிழவனுக்கு மணமுடித்துக்கொடுக்க வேண்டியிருக்குமே என்று. ஆனால் விசுவாமித்திரர் தசரதனுக்குத் தெரியாமல் இராமன், இலட்சுமணர்களை சுயம்வரத்திற்கு அழைத்துச் செல்கிறார்.

பல நாட்டுப்புற இராமாயணங்களில் பொதுவாக இருக்கும் ஒரு கூறு – இராவணனின் உயிர் வேறு எங்கேயோ அடைந்து கிடக்கிறது. அதன் இரகசியம் மண்டோதரிக்குத் தெரியும். அந்த இரகசியத்தைத் தெரிந்துகொள்வதற்காக பல தந்திரங்களை செய்து வெற்றியடைவது. சில கதைகளில் இலட்சுமணன், மற்ற சில கதைகளில் அனுமான். குஜராத்தின் வேடப் பழங்குடிகளின் இராம கதையில் இலட்சுமணன் மண்டோதரியின் உருவத்திற்கு மாறி இராவணனிடமிருந்தே இரகசியத்தைத் தெரிந்துகொள்கிறான். அதன்படி – இராவணனின் உயிர் சூரியனின் ரதத்திலிருக்கும் களஞ்சியத்தில் இருக்கிறது. அதைப் பன்னிரெண்டு ஆண்டுகள் பிரம்மச்சரிய விரதம் கடைபிடிப்பவனால் மட்டுமே தகர்க்கமுடியும். பன்னிரெண்டு ஆண்டுகள் பிரம்மச்சரிய விரதத்தைக் கடைபிடித்தவன் இலட்சுமணனல்லாமல் வேறு யார் இருக்கிறார்கள்?

குங்கணர் என்ற பழங்குடியினரின் மற்றொரு நாட்டுப்புற இராமாயணத்தில் இராமன் சிவனிடம் பார்வதியைத் தனக்கு மனைவியாகக் கொடுக்கவேண்டுமென்று கேட்கிறான். சிவனும் கொடுத்து விடுகிறான். பார்வதி கற்புக்கரசியாக இருந்தும் கணவனின் கட்டளைக்குக் கட்டுப்பட்டுப் புறப்பட்டுவிடுகிறாள். கடைசியாக அதை தவிர்க்கச் செய்வது கிருஷ்ணனின் பொறுப்பிற்கு வருகிறது. சிவதனுசு சிவனின் தனுசல்ல தசரதனின் தனுசு. தசரதன், ஜனகனின்

மனைவியின் அண்ணன். அவன் ஜனகனின் அரண்மனைக்குப் போயிருந்தபோது அந்த பளுவான வில்லை சீதை அனாயாசமாகத் தூக்கிவிடுகிறாள்.

கன்னடத்தின் கொண்டர் இராமாயணத்தில் – ஆகாயக் காக்கை தினமும் குளித்துவிட்டு வரும் ஜனகராஜனின் மீது அசிங்கம் செய்கிறது. அதனால், அதைக் கொல்பவருக்கு சீதை என்று பந்தயம் வைக்கிறான்.

இப்படி நாட்டுப்புறப் பாடகர்கள் தங்கள் வாழ்க்கை, கற்பனைகளுக்கு ஏற்ப வெவ்வேறு பழக்க வழக்கங்களைக் கொண்ட வேறுபட்ட இராமாயணங்களை உருவாக்கிக் கொண்டிருக்கிறார்கள். இந்தப் பலவகைமை எனக்குள் மிகவும் வியப்பை ஏற்படுத்தியுள்ளது. இந்த வியப்பு என் வாழ்க்கை முழுமையையும் துரத்திக்கொண்டே வந்திருக்கிறது. கர்நாடகத்தின் எந்த ஊருக்குப் போனாலும் கூட அங்கே கிடைக்கக்கூடிய இராமாயணக் கதைகளைப் பற்றி என் ஒரு கண் தேடிக்கொண்டே இருக்கும். பி.கே.இராஜசேகர் தனது ஒரு கட்டுரையில் சொல்வதுபோல பல இடங்களில், ஊரின் பெயர்களில் இராமன், சீதை அல்லது அனுமனின் பாதத் தடயங்கள் கிடைக்கின்றன. அதற்கு சம்பந்தப்பட்ட ஒரு நாட்டுப்புற புராணத்தைக் கேட்கிறோம். அவற்றுடன் பழமொழிகள், வழக்குச் சொற்களில் அதன் அடையாளத்தைக் காண்கிறோம்.

4
இராமாயண அடித்தளத்தில் உண்மை இராமாயண தரிசனம்

இராமாயணத்தில் சீதையின் பிறப்பைப் பற்றிய கதைகள் என் மனதில் பல கேள்விகளை எழுப்பியது. சீதையின் முடிவும்கூட பிறப்புடன் பொருந்திப்போகும் புராணக் கதைதான். ஆனால் நடுவில் இருக்கும் வாழ்க்கைக் கதை மட்டும் பிறப்பு, இறப்பு இரண்டிற்கும் பொருந்துவதில்லை. ஆனால், இராமாயணத்தின் மற்ற சில மனிதர்களைப் பற்றிய புராணக் கதைகள் மற்றும் சில நிகழ்வுகள் சீதையின் பிறப்பு, முடிவைப் பற்றிய இந்த புராணக் கதைகளுடன் மிக நன்றாகப் பொருந்துகிறது. இப்படி ஒன்றோடொன்று பொருந்திப்போகும் சங்கதிகள் முழுமையாக வேறு கதையைச் சொல்கின்றன. ஆனால் இராமாயணமென்று ஆயிரமாயிரம் ஆண்டுகளாக பரப்பப்பட்ட, திரும்பத் திரும்ப நம் மனங்களில் வேரூன்றப்பட்ட கதை, நமக்கு இராமாயணத்தின் அடித்தளத்தில் புதைந்திருக்கும் அந்த உண்மைக் கதைகளின் பக்கம் கண்களைத் திரும்பவிடாமல் செய்திருக்கிறது.

சீதையின் பிறப்பு பூமியிலிருந்து, வெறும் பூமியிலிருந்தல்ல கலப்பையால் உழுத பூமியிலிருந்து'. இது யாரும் கேள்வி கேட்காத சங்கதி. இனி சீதையின் முடிவும் பூமியே வாய்திறந்து சீதையை ஏற்றுக்கொள்வதன் வழியாக. இதுவும் கூட எல்லோரும் ஒத்துக்கொள்ளும் சங்கதி. இப்படி சீதை வேளாண்மையோடு சம்பந்தப்பட்டிருக்கலாம் என்ற கற்பனை சிறிதளவாவது வரலாம். இது புதிய சங்கதியொன்றுமல்ல. ஆயிரமாயிரம் ஆண்டுகளாக வழக்கத்திலிருக்கும் சங்கதிதான்.

சீதை மட்டுமல்ல அகல்யையும் கூட

ஆனால் சீதை மட்டுமல்ல பூமிக்கும், கலப்பையின் உழுதலுக்கும் சம்பந்தப்பட்ட மற்றொரு பெண்ணும்

இருக்கிறாள். சில கணங்கள் தோன்றி மறைந்துவிடும் அவள் வேளாண்மையோடு சம்பந்தப்பட்டிருக்கலாமென்று யாரும் ஊகிக்கக்கூட இல்லை. அப்படிபட்ட பெண் யாராக இருக்கும் என்று ஊகிக்கமுடிக்கிறதா? கணவனைத் தவிர மற்ற ஆண்களுடன் உறவு வைத்திருந்தாளென்று தூற்றப்பட்டு சாபத்திற்கு ஆளான அகல்யைதான் அவள். சீதையின் பெயரே கலப்பையைக் குறிப்பதுபோல அகல்யையின் பெயரிலும் கலப்பையின் உறவு சுட்டிக்காட்டப்பட்டுள்ளது. 'அல' என்றால் கலப்பை, 'ஹல்யை' என்றால் கலப்பையால் உழுத பூமி. 'அகல்யை' என்றால் கலப்பையால் இன்னும் உழப்படாத பூமி அல்லது 'கன்னி நிலம்' என்று சமஸ்கிருத அகராதி தெரிவிக்கிறது. சிலர் உழமுடியாத நிலம் என்று பொருள் கூறலாமென்று சொல்லியிருக்கிறார்கள்.

இராமாயணக் கதைப்படியே அகல்யை சாபத்திற்கு ஈடாகி கல் பாறையானவள். (சாம்பலானவள் என்று ஒரு வடிவம் இருக்கிறது) இராமனின் பாதம் பட்டதால் பெண்ணானவள். என்றால் கற்களால் நிறைந்த உழமுடியாத பூமியாக இருந்தவள் இராமானால் உழப்பட்டு பூமியான செய்தியைக் குறிக்கிறது. பொதுவாக விளைச்சலால் நிறைந்துவழியும் பூமியை பூமாதா கர்ப்பம் தரித்தாள் என்று எண்ணும் வழக்கம் நம் நாட்டில் பரவலாக இருக்கிறது. அப்படி வறண்ட பூமி விளைச்சல் விளையும் நிலையை அடைந்தது பூமி பெண்ணானாள் என்ற குறியீட்டின் வழியாகச் சொல்லப்பட்டிருக்கிறது.

மற்றொரு சிறப்பு எதுவென்றால் - விசுவாமித்திர ரிஷி இராமனை அகல்யையிடமும் சீதையிடமும் அழைத்துச் சென்றவர் கூட. இரண்டு தருணங்களிலும் சீதை, அகல்யை உடனான உறவின் வழியாகவே பூமியின் பெயர் சொல்லப்பட்டிருக்கிறது. உழமுடியாத நிலமான அகல்யையை உழுத பிறகு அது சீதையாகிறது. இது அகல்யையாகட்டும் சீதையாகட்டும் மானுடர்களல்ல கலப்பையுடனான உறவால் நிலத்தில் எழும்பிய வெவ்வேறு நிலைகள் என்று குறிக்கப்படுகிறது.

இங்கே விசுவாமித்திரரின் பங்கு என்ன? வேளாண்மையுடன் சம்பந்தப்பட்ட அந்த மனிதர்களின் கதையில் வேளாண்மைக் கதை எங்கே மாயமானது? நம் நாட்டில் உழவர்கள், பசு பராமரிப்பு செய்பவர்களுக்கு இடையே பலவகையான உரசல்கள் நடந்திருக்கிறது. ஆரியர்கள் அடிப்படையில் பசு

வளர்ப்பவர்கள். வேளாண்மை செய்யத் தொடங்கிய பிறகும் அவர்களுக்குப் பசுவின் மீதான மோகம் போகவில்லை. அதிலும் பார்ப்பனர்கள் அரசனிடமிருந்து விரும்பியதும் கோ தானத்தைத்தான். அதுவும் இலட்ச இலட்சம் பசுக்களின் தானம். அந்தப் பசுவின் சிறப்பைப் பற்றிப் பல புராணங்கள் உருவாகியிருக்கின்றன. அதில் ஒன்று விசுவாமித்திரரோடு தொடர்புடையது. வசிஷ்டரிடமிருந்த ஷபலே என்ற பசுவை அவர்கள் வலுக்கட்டாயமாகக் கொண்டு செல்ல முயன்றபோது ஆயிரக்கணக்கான வீரர்களை உருவாக்கி விசுவாமித்திரரின் இராணுவத்தைத் தோற்கடித்தது என்பது ஒன்று. காமதேனு என்ற விரும்பியதை எல்லாம் கொடுக்கும் – நந்தினி என்ற பசு போன்ற கோ மகாத்தியமங்களை மிகைப்படுத்திய வர்ணனைகளுக்குள் மறைந்து விவசாயத்தின் பெருமை எங்கேயும் தெரிவதில்லை. மற்றொரு பக்கம் விசுவாமித்திரர் அந்தப் பசுவுக்கு எதிராக மலைபோல நின்றார் என்பது வெறுமனே ஒரு நல்ல பசுவின் உரிமைக்காக நடந்த போரா அல்லது பசு வளர்ப்பிற்கு இடையே நடந்த சண்டைகளின் ஒரு வடிவமா?

ஆரியர்களுக்கு பசு வளர்ப்பே எல்லா வளமும் மற்றும் பெருமையின் உருவமுமல்லவா! பாற்கடலிருந்துதானே இலட்சுமி, காமதேனு, தன்வந்தரி, அமிர்தம், விஷம், அதிசய இரத்தினங்கள், ஐராவதம் என்ற யானை எல்லாம் உண்டாயின!

5

இராமணயத்திற்கு முந்தைய சீதை, அகல்யையின் உண்மைக் கதை

சீதை இந்திரனின் மனைவியா?

'சிதா' என்றால் கலப்பையின் நுனியில் பொருத்தப்பட்ட இரும்புப் பட்டை. 'சீதா' என்றால் 'கலப்பை நுனியின் இரும்புப் பட்டையால் பிறந்தவள்' என்பது பொருள். இராமாயணத்திலும் சீதையின் பிறப்பு இதுபோலத்தான் நடந்தது என்று உறுதியாகிறது. ஆனால் கலப்பையின் நுனியிலிருந்து குழந்தை பிறக்குமா? இது சாத்தியமில்லை என்று தெளிவாகத் தெரியும். அதனால் ஜனக மகாராஜா நிலத்தை உழும்போது அங்கே குழந்தை கிடைக்கிறது. ஜனகரே சொல்வதுபோல:

அத மே கிருஷதக க்ஷேத்தரம் லாஜஊலாதுத்திதா மயா
க்ஷேத்ரம் ஷோதயதா லப்தா நாம்னா சீதேதி விஷ்ருதா

பொதுவாக இதே கதையை வெவ்வேறு புராணங்கள், மேலும் வெவ்வேறு மொழிகளில் எழுதப்பட்ட இராமாயணங்களெல்லாம் மறுமுறை உச்சரிக்கின்றன.

அப்படி என்றால் வேறு எங்கோ பிறந்த குழந்தை பெட்டியில் வைக்கப்பட்டு அங்கே ஜனகனுக்குக் கிடைக்கிறது. அதன் பிறப்பிற்கு காரணமான தாய் தந்தையர் யார்? மேலும் குழந்தை அங்கே எப்படி வந்தது என்பதைப் பற்றி இராமாயணம் மௌனமாக இருக்கிறது. இது பல ஊகங்களுக்குக் காரணமாகிறது. இராமாயணத்தின் வெவ்வேறு வடிவங்களில் வெவ்வேறு கதைகள் பிறக்கின்றன.

ரிக்வேத காலத்திலிருந்தே சீதையென்ற தேவதை

சீதை என்ற கதாபாத்திரம் பாரத மக்களுக்கு இராமாயணத்தின் வழியாகவே அறிமுகமாகி, பிரபலமானது என்பது மட்டும் உண்மை. ஆனால் சீதை இராமாயணக் கவிஞனுக்கும் அந்தக்கால மக்கள் சமுதாயத்திற்கும் ஆயிரம் ஆண்டுகளுக்கு முன்பிருந்தே தெரிந்த ஒரு தேவதை.

அந்தத் தேவதையின் கதை ரிக்வேத கால அளவிற்குப் போகிறது. அதில் சேத்திரபதியை வழிபடும் ஒரு ஸ்லோகத்தில் சீதை என்ற தேவதையும் கூட இதுபோல வரவேற்கப்படுகிறாள்:

"புனிதமான சீதையே அருகே வா
உன்னை மதிக்கிறோம், வணங்குகிறோம்
எங்களை ஆசீர்வதிக்கவும், எங்களை வளம்பெறச் செய்யவும்
எங்களுக்கு அபரிமிதமான பலன்களைக் கொடு
இந்திரன் கலப்பையின் கோட்டை அழுத்திப் பிடிக்கட்டும்
வழிகாட்டட்டும்"

வாஜசேநயி தொகுப்பிற்குப் பெயர்போன சுக்லர் யஜுர்வேதத்தில் யாகசாலையை அமைக்கும் இடத்தில் கலப்பையால் நான்கு கோடுகளைப் போடும்போதும் சீதையைப் பிரார்த்தனை செய்யும் ஸ்லோகங்கள் விதிக்கப்பட்டுள்ளன (12, 69-72). பிராமணங்கள் என்ற வைதீக நூலொன்றில் முதல் மழைக்குப் பிறகு விவசாயம் செய்யும்போது பூசை செய்து கலப்பையால் உழுது கலப்பையின் கோடு விழுந்த பிறகு அந்தக் கோட்டிற்கு சீதையை அழைத்து மந்திரங்களுடன் பூசை செய்யும் செயலொன்று விவரிக்கப்பட்டுள்ளது. அதில் அந்தப் பூசையைச் செய்யும்போது ஒரு வில் கொண்ட இளைஞன் அந்த வயலின் தெற்குத் திசைக்கு முகம் காட்டி காட்டு விலங்குகளை எதிர்க்கத் தயாராக உட்காருவது வழக்கமென்றும் சொல்கிறது. முதல்முதலாக விவசாயம் செய்யும் தருணத்தில் புதிதாகக் காடுகளை வெட்டி வயல்களாக மாற்றியே விவசாயம் செய்யவேண்டியிருந்தது. அப்போது இன்றுபோல ஒரு வயலின் அருகில் மற்றொன்று இருக்காது. விவசாயம் செய்யும்போது சுற்றியிருக்கும் காடுகளிலிருந்து விலங்குகளின் பயம் இருக்கும். அதனால் அதை எதிர்க்க எப்போதும் எச்சரிக்கையுடன் இருக்கவேண்டியிருக்கும் என்பதை இது குறிக்கிறது. சீதையென்ற கலப்பைக்கோடு மற்றும் வில் ஏந்திய இளைஞன். இது எல்லோருக்கும் சீதை மற்றும் இராமனின் காட்சியை மனதில் தோற்றுவிக்கும்.

சீதையின் குறிப்புகள் மேலும் சில வைதீக நூல்களில் வருகின்றன. ஹரிவம்சம் என்ற நூலில் ஆரியா என்ற தேவதையை பிரார்த்தனை செய்யும்போதும் கூடச் சீதையை அழைக்கிறார்கள்.

கலப்பையைப் பிடிப்பவர்களுக்கு நீதான் சீதை
எல்லா உயிரினங்களுக்கும் நீதான் பூதேவி – ஹரிவம்சம் (2.3 –14)

இப்படி அது வேளாளன் விஷயத்திலாகட்டும், வேள்வி – யாகங்களின் தருணங்களிலாகட்டும் சீதை என்றால் கலப்பையின் கோடு. கலப்பையைப் பிடிப்பவர்களுக்கெல்லாம் அவள் தேவதை.

கௌசிக சூத்திரம் என்ற சாஸ்த்திர நூலில் சீதை, பர்ஜன்யன் என்ற மழைத் தேவனின் மனைவி என்று சொல்லப்பட்டிருக்கிறது. நீதான் எல்லா தேவர்களின், மனிதர்களின் மற்றும் உயிரினங்களின் தாய் என்று வர்ணிக்கப்பட்டிருக்கிறது. நீதான் செழிப்பின் மற்றும் வளர்ச்சியின் தாய் என்று பிரார்த்தனை செய்யப்பட்டிருக்கிறது. விளைச்சலை விளைவிக்கும் கலப்பைக் கோட்டின் தேவதைக்கு மழைக் கடவுள் கணவன் என்று எண்ணுவது இயல்பாகவே இருக்கிறது. பரஸ்கார சூத்திரம் என்ற மற்றொரு நூலில் சீதை இந்திரனின் மனைவி என்று சொல்லப்பட்டிருக்கிறது. மேலும் அந்தத் தேவதை வேள்விக் குண்டத்தின் அக்னியில் வேகவைத்த பார்லி மற்றும் அரிசியை சமர்பிக்க வேண்டும் என்று சொல்லப்பட்டிருக்கிறது. (பரஸ்கார சூத்திரம் 2.17.1 – 19)

இந்திரனும் கூட மழை மற்றும் மேகங்களின் கடவுள். பர்ஜன்யன் என்றோ அல்லது இந்திரன் என்றோ, எப்படி வேண்டுமானாலும் அழைக்கட்டும். மழைக் கடவுள் கணவன் என்றும் மற்றும் அவன் கொடுக்கும் மழைத் துளிகளே விந்துத் துளிகளென்பதுவும், கலப்பைக் கோடான சீதை என்ற பெண் கர்ப்பத்தில் நுழைந்து விளைச்சல் என்ற பலனைத் தருகிறதென்பதுவும் இந்த உணர்வுகளுக்குப் பின்னால் இருக்கும் நம்பிக்கை. இந்த எல்லா விவரங்களும் சீதை என்றால் கலப்பைக் கோடு என்பதை தெளிவாக்குகின்றன. இராமாயணத்தின் உண்மைக் கதையை ஆய்வு செய்ய இந்தக் கூறு மிக முக்கியமாகிறது.

அகல்யை இந்திரனை மணக்காமல் அவனுடன் உறவை வளர்த்து கணவனை வஞ்சித்துவிட்டாள் என்பதால் சாபத்திற்கு ஆளானாள் என்பது உலகுக்குத் தெரிந்த கதை. ஆனால் வைதீக நூல்கள் சீதை இந்திரனின் மனைவி என்கின்றன. அது மிக இயல்பாகவும் தெரிகிறது. அதுபோலவே கலப்பையின் உறவுடைய அகல்யையின் விஷயத்திலும் அது இயல்பாகத்தான் இருக்குமல்லவா!

வைதீக நூல்களில், புராணங்களில் அகல்யை

அகல்யையும் கூட இராமாயணத்திற்கு முந்தைய வேத காலத்து தேவதை. வைதீக நூல்களில், முக்கியமாக வேதங்களுக்குப் பிறகு அதில் வேள்வி – யாகங்களைப் பற்றிய விவரங்களைத் தரும் பிராமணம் போன்ற நூல்களில் அகல்யையின் குறிப்பு வருகிறது. சாம வேதத்தைச் சேர்ந்த ஸத்விம்ஷ பிராமணம், ஜைமினி பிராமணம், யஜுர்வேத பரம்பரையைச் சேர்ந்த சதபத பிராமணம், தைத்ரேயி பிராமணங்கள், இரண்டு ஷ்ரௌத சூத்திரங்களிலும் அகல்யை குறிப்பிடப்பட்டிருக்கிறாள். சுப்பிரமணிய மந்திரம் என்பதன் பகுதியாக இந்திரனை யாகசாலைக்கு அழைக்கும் போது, 'ஓ... அகல்யையின் காதலனே, கௌசிகனென்ற கௌதமனே' என்று பிரார்த்தனை செய்கிறார்கள். இது இராமாயணத்தின் அகல்யை மற்றும் இந்திரனின் உறவையும், கௌதமனின் வேஷதாரியாக வந்த இந்திரனைப் பற்றியும் தெளிவுபடுத்துகிறது.

அதே சமயத்தில் அகல்யை சாபத்தின் வடிவங்களைப் பற்றிப் பல புராணங்கள் – பிரம்மவைவர்த்த புராணம், ஸ்கந்த புராணங்கள் அவளைக் கல்லாகும்படி சாபம் கொடுத்தார்கள் என்று சொல்கின்றன. பிரபல கதாசரித்சாகரா, காளிதாசனின் ரகுவம்சங்களும் கூட அவள் கல்லானதைப் பற்றிச் சொல்கின்றன. வெவ்வேறு மொழி இராமாயணங்களும் கூட – தமிழின் கம்ப இராமாயணம், துளசிதாசரின் ராம சரிதா, ஆன்மிக இராமாயணங்கள் அகல்யை கல்லாகும்படி சபிக்கப்பட்டாள் என்று சொல்கின்றன. ஆனால் பிரம்ம புராணம் மண் எல்லாம் அடித்துப்போன வற்றிய நதியாகவேண்டுமென்று சபித்ததாகச் சொல்கிறது.

இந்திரன் அகல்யையின் காதலன் என்று அடையாளப்படுத்தும், வேள்வி மேடையை இந்தப் பெயராலே அழைக்கும் இராமாயணத்திற்கு முந்தைய நூல்களில் இந்திரனாகட்டும், அகல்யையாகட்டும் - கடும் தவறு செய்தார்களென்றோ, அதற்காக சபிக்கப்பட்டார்களென்ற எண்ணத்தை வெளிப்படுத்துவதில்லை. அதே நேரத்தில் புராணங்கள் மற்றும் பற்பல இராமாயணங்கள் சாபத்தைப் பற்றியும் கல்லானதைப் பற்றியும் திரும்பத் திரும்பச் சொல்கின்றன. அதன் பொருள் என்ன? இராமாயணத்தின் உண்மை வடிவத்தை அறிய, இந்தப் புதிரை விடுவிக்கவேண்டியது மிகவும் முக்கியம்.

6
கௌடல்யனின் பொருளியலில் சீதை!

பொருளியல் என்பது இந்தியாவில் மிகவும் புகழ்பெற்ற நூல். வைதீக அறநூல்களைப்போல அல்லாமல் மாறுபட்ட அரசாங்க அதிகாரம், பொருளாதார வளர்ச்சியைப் பற்றிய நூல். கௌடல்யன் என்ற அரசாங்க அதிகாரத்தில் பங்குபெற்ற ஒருவன் இயற்றிய நூல். (இவனுடைய பெயர் 'கௌடல்யா' என்பதுதான். 'கௌடில்யா' அல்ல என்பதைக் கவனிக்கவும். இவனைப் பற்றிப் பல கட்டுக்கதைகள் பரவியிருக்கின்றன. இவற்றில் பல சுய கற்பனைகளால் உருவானவை). இந்த நூல் கி.பி. மூன்றாம் நூற்றாண்டில் தனியொரு மனிதனால் தொகுக்கப்பட்டாலும் (அவன் கௌடல்யனாக இருக்கலாம்) இது மகத சாம்ராஜ்ஜியத்தின் அசோகன், சந்திரகுப்தன் போன்ற மௌரியர்கள், நந்தர்களுக்கும் முற்பட்ட காலத்திலிருந்தே இயற்றப்பட்ட நூல்களிலிருந்தும் தொகுக்கப்பட்டிருக்கிறது. மொத்தத்தில் இராமாயணமும் பல அடுக்குகளில் உருவான தருணத்திலேயே இதுவும் இயற்றப்பட்டது என்பது உண்மை. இராமாயணத் தேடலின் பார்வையில் இந்த அம்சமும் முக்கியமாகிறது.

தனது கரு மற்றும் வடிவம் இரண்டிலிருந்தும் அறம், புராணம், மகாக் காவியங்களிலிருந்து மாறுபட்ட அரசியல், ஆட்சி பற்றிய இந்தக் கட்டுரை நூலுக்கும், சீதைக்கும் என்ன உறவு?

சிறப்பு என்னவென்றால் - இந்த நூலில் பலமுறை சீதை என்ற சொல் குறிப்பிடப்பட்டிருக்கிறது. அரசனொருவனின் ஆட்சியில் பலவகை விஷயங்களுக்கு பலவகையில் தேர்ச்சி பெற்றவர்களை அதிகாரிகளாக நியமனம் செய்யும் ஆட்சி அமைப்புகளின் விவரங்கள் இந்த நூலின் இரண்டாம் இயலின் நூற்பொருளாக இருக்கின்றன. 27 துறைகளாகப் பிரித்து ஒவ்வொன்றுக்கும்

ஒவ்வொரு தலைவன் என்ற அதிகாரியை முக்கியமானவனாக நியமனம் செய்யும் வழக்கமும், அவர்களுடைய வேலைகளும் அதில் விவரமாகச் சொல்லப்பட்டிருக்கிறது.

அவற்றில் சில பெயர்களும் துறைகளும் அதன் தலைவர்களின் பெயர்களும் கீழ்க்கண்டவாறு இருக்கின்றன.

1. நிதித் துறைத்தலைவன் (அக்ஷ படாலக்ஷ) – கணக்கு வழக்குத் துறை அதிகாரி.
2. பொருளாதாரத் துறை (கோஷாத்யக்ஷ) – இரத்தினங்களின் துறை அதிகாரி.
3. உலோகத் துறை தலைவன் (லோஹாத்யக்ஷ) – இரும்பு போன்ற உலோகப் பொருட்களின் துறை அதிகாரி.
4. நாணயத் துறைத் தலைவன் (லக்ஷணாத்யக்ஷ) – நாணயச் சாலை அதிகாரி.
5. வாசனைத் திரவியத் துறைத் தலைவன் (லவணாத்யக்ஷ) – உப்பு, மிளகு போன்ற மசாலாப் பொருட்களின் துறை அதிகாரி.
6. பொன் துறைத் தலைவன் (சுவர்ணாத்யக்ஷ) – தங்கம், வெள்ளி துறைகளின் அதிகாரி.
7. வணிகத் துறைத் தலைவன் (பன்யாத்யக்ஷ) – வியாபாரம், வணிகம் துறை அதிகாரி.
8. ஆயுதத் துறைத் தலைவன் (ஆயுதஷாலாத்யக்ஷ) – ஆயுதச் சாலை அதிகாரி.
9. எடை, அளவு துறைத் தலைவன் (பௌதவாத்யக்ஷ) – எடை, அளவுத் துறை அதிகாரி.
10. நிலத் துறைத் தலைவன் (மானாத்யக்ஷ) - நிலம், காலஅளவுத் துறையின் அதிகாரி.
11. வரித் துறைத் தலைவன்- (ஷுல்காத்யக்ஷ) – வரித்துறை அதிகாரி
12. கைத்தொழில் துறைத் தலைவன் (சூத்ராத்யக்ஷ) – கைவினைப் பொருள் துறை அதிகாரி.
13. வேளாண்மைத் துறைத் தலைவன் (சீதாத்யக்ஷ) – வேளாண்மைத் துறை அதிகாரி.

14. மாமிச விற்பனைத்துறைத் தலைவன் (சூனாத்யக்ஷ) – மாமிச விற்பனைத் துறை அதிகாரி.

15. பசு வளர்ப்புத் துறைத் தலைவன் – (கோஅத்யக்ஷ) – பசு வளர்ப்புத் துறை அதிகாரி.

16. குதிரைப்படைத் தலைவன் (அஷ்வாத்யக்ஷ) – குதிரைப்படை அதிகாரி.

17. யானைப்படைத் தலைவன் (கஜாத்யக்ஷ) – யானைப்படை அதிகாரி.

18. ரதப் படைத் தலைவன் (ரதாத்யக்ஷ) – ரதப்படை அதிகாரி.

19. நகரத் தலைவன் (முத்ராத்யக்ஷ) – நகரத்தில் நுழைய அனுமதியளிக்கும் அதிகாரி.

20. மது தொழில் துறைத் தலைவன் (மத்யாக்ஷ) – மது தொழில் துறை அதிகாரி.

21. வேசித் துறை தலைவன் (கனிகாத்யக்ஷ) - வேசித் தொழில் துறை அதிகாரி.

22. கப்பல் தொழில் துறைத் தலைவன் (நாவாத்யக்ஷ) – கப்பல் தொழில் துறை அதிகாரி.

மேலும் பல இருக்கின்றன.

இவர்கள் சன்னிதாத்ரு மற்றும் சமாஹர்த்தா என்ற இரண்டு முக்கிய அதிகாரிகளின் கீழ் பணியாற்றினார்கள்.

இதில் விவசாய விஷயங்கள் சம்பந்தப்பட்ட துறையின் பெயர் 'சீதா' என்பது சிறப்பு. அதே நூலில் வெவ்வேறு வழிகளிலிருந்து வரி வசூலிக்கும் வகைகளை விவரிக்கும்போது விவசாயத்திலிருந்து வரும் வருமானத்தை 'சீதா' என்ற வகையிலிருந்து வந்தது என்று சொல்லப்பட்டிருக்கிறது. பாசன வகையிலிருந்து வந்தது 'சேது' என்ற பெயரைப் பெற்றிருக்கிறது.

பண்டகசாலை அதிகாரி தானியங்களைச் சேகரிக்கும்போது அரசனின் சொந்த நிலத்திலிருந்தும் மற்ற விவசாயிகளிடமிருந்தும் சேகரிக்கும் தானியங்களைக் குறிப்பிடும்போதும் 'சீதா' என்றே குறிப்பிடப்பட்டிருக்கிறது.

அரசனின் நிலத்தில் கூலி ஆட்களையும், கைதிகளையும், வரி செலுத்த முடியாதவர்களையும் விவசாயம் செய்ய

வைக்கவேண்டும். சில நிலங்களை 'பாதி சீதிகா' என்ற வகையில் விவசாயம் செய்பவர்களுக்கு பாதிப் பங்கைக் கொடுத்து விவசாயம் செய்யவைக்க வேண்டும் என்று விவரிக்கப்பட்டிருக்கிறது. இப்படி விவசாயத்தின் எல்லா நிலைகளிலும் சீதா என்ற பெயரே குறிப்பிடப்பட்டிருப்பதைப் பார்க்கலாம்.

சீதாமே ருத்யதாம் தேவி பிஜேஷு ச

அதுமட்டுமல்லாமல், அந்த நூலில் விதைக்கும்போது இந்த மந்திரத்தை உச்சரிக்கவேண்டுமென்றும் சொல்லப்பட்டிருக்கிறது.

"எல்லா வகையான விதைக்கும் விதைகளை தங்கத் தண்ணீரில் நனைத்து முதலில் ஒரு கைப்பிடி விதையை விதைக்கவேண்டும். அப்போது இந்த மந்திரத்தைச் சொல்லவேண்டும்.

பிராஜபதாயே காஷ்யாபாய தேவாய ச சமஸ்சதா
சீதாமே ருத்யதாம் தேவி பிஜேஷு ச தானேஷு ச

'மக்கள் தலைவனுக்கும், காஷ்யாப என்ற மேகங்களுக்கும் வணக்கம். சீதை என்ற தேவதை விதைகளிலும், செல்வத்திலும் நிலைத்திருக்கட்டும்.'"

இந்த ஸ்லோகத்தின் பொருள் தெளிவாக இருக்கிறது. இப்படி சீதையைப் பூஜிப்பதைப் பற்றி கடந்த கட்டுரையிலேயே விவரிக்கப்பட்டிருக்கிறது. அதே காலகட்டத்தின் கிருஹ்ய சூத்திரங்களிலும் ஆஷா போன்ற தேவதைகளை விதைக்கும் முன்பு பிரார்த்தனை செய்யும் வழக்கத்தைப் பற்றிய விவரங்கள் இருக்கின்றன.

இப்படி இராமாயணம் இயற்றிய காலத்திலேயே சீதா என்றால் விவசாய நிலம் என்றே பிரபலமடைந்தது என்பதுவும் பொருளியலின் எல்லா குறிப்புகளிலும் தெளிவாகிறது.

இவற்றுடன் கங்கை நதிப் படுகையில், அரசனின் நேரடி ஆதிக்கத்திலும், விவசாயத்திலும் இருக்கும் நிலத்திற்கு 'சீதா பூமி' என்றே பெயரிருந்தது என்று பல வரலாற்று அறிஞர்கள் ஆதாரத்துடன் விவரித்திருக்கிறார்கள். இந்த சீதா பூமியிலிருந்துதான் அரசனுக்கு அதிகமான வருமானம் வந்துகொண்டிருந்தது. அதனால், அரசர்களுக்கு இந்த சீதா பூமியை விரிவுபடுத்தவேண்டும் என்ற தவிப்பு இருந்தது என்று கூறுகிறது.

பொருளியலில் விவரித்ததுபோல காட்டை அழித்து விவசாய நிலமாக்கச் செய்வதும், அதில் சூத்திர விவசாயிகளை ஈடுபடுத்துவதும் அரசாங்க நீதிகளில் முக்கியத்துவம் அடைந்திருந்தது. இதுபோன்ற சந்தர்ப்பங்களில் பழங்குடி மக்களை ஈடுபடுத்தினர் என்ற குறிப்புகள் இருக்கின்றன. இந்தத் தருணங்களில் காட்டுவாசிகளுக்கும் அதை அழிக்கப் புறப்பட்டவர்களுக்கும் சண்டை நடந்தது என்பதைக்கூட வரலாற்று அறிஞர்கள் குறிப்பிட்டிருக்கிறார்கள்.

பின்வரும் கட்டுரையில் ரிக்வேதத்திலிருந்து தொடங்கி, கொடுக்கப்பட்ட பல்வேறு ஆதாரங்கள் மற்றும் பொருளியலில் வெளிப்படுத்திய வகையிலிருந்து சீதை என்றால் கலப்பைக் கோட்டுத் தேவதை, வேளாண் நிலம், வேளாண்மை, விளைச்சல் என்ற பொருள் இருக்கின்றது என்பதைத் தெளிவுப்படுத்துகிறோம். இராமாயணத்திலும் கூட சீதையின் பிறப்பு மற்றும் முடிவு இரண்டும் இதே பொருளைக் குறிக்கிறது. அதனால் இராமாயண சீதை யார்? ஸ்ரீராமன் மனைவி என்ற மனுஷியா, கலப்பைக் கோட்டுத் தேவதையா, வேளாண்மை நிலமா? இந்தக் கேள்விகள் எழுகின்றன. முதலாவதில், ஒரு மனுஷி என்றால் கலப்பையை உழும்போது கிடைத்தவள் என்ற குறிப்பே தேவையில்லை. மற்றொன்றின் முடிவில் தனது தாயான பூமிதேவதையையே ‘என்னை ஏற்றுக்கொள்’ என்று சீதை வேண்டுவதும், பூமாதேவி தோன்றி சீதையையும் தன்னையும் எடுத்துச் செல்வதும் முக்கியமற்றது. அதனால் சீதை என்றால் வேளாண்மை, வேளாண்மை என்றால் சீதை என்பது அந்தக் காலத்தில் பரவலாக இருந்த செய்தி. சீதை என்பது விவசாயம் என்பது பரவலாகத் தெரிந்திருக்கும்போது இராமாயணத்தில் சீதை சம்பந்தப்பட்ட வரலாறின் பயன் முக்கியத்துவமற்றது அல்ல என்பது இதனால் தெளிவாகிறது.

அகல்யைப் பற்றிய வரலாற்றின் பொருள்

பிந்தைய கட்டுரை அகல்யை பற்றி இராமாயணக் காவியம் இயற்றுவதற்கு முன்பும், சமகாலத்திலும் பலவகை பிராமணங்கள் மற்றும் புராணங்கள் கொடுத்த விவரங்களை எடுத்துக்காட்டியிருக்கிறது. அவற்றிலிருந்து தெளிவாகும் சில செய்திகள் என்னவென்றால் அகல்யை மற்றும் இந்திரனின் உறவு திருமணத்திற்கு புறத்தே ஏற்பட்ட ஒழுக்கக்கேடான உறவல்ல என்றும் அகல்யையின் காதலன் இந்திரன் என்றும்

மிகவும் மரியாதையுடன் அழைத்திருக்கிறார்கள். சீதையைக்கூட ஒரு நூலில் பர்ஜன்யா என்ற மழைக் கடவுளுடனும் மற்றொரு நூலில் இந்திரன் என்ற மழைத் தேவனுடனும் கணவன் - மனைவி உறவைக் கற்பித்திருக்கிறார்கள். வைதீக சூத்திரக் காலத்தில் இந்திரனின் மனைவி சீதை, இராமாயணத்தில் இராமனின் மனைவி. இந்த உறவில் ஒழுக்கக்கேட்டின் கேள்வி எழவில்லை. ஆனால், அகல்யையின் காதலன் என்று அழைக்கப்பட்ட இந்திரனின் உறவு ஒழுக்கக்கேடானது என்று உருவகிக்கப்பட்டது. அகல்யை சாபத்திற்கு ஈடானால் எதற்கு இந்த வேறுபாடு? அகல்யை மற்றும் இந்திரனின் உறவு மட்டும் ஒழுக்கக்கேடானது எதற்கு என்ற கேள்வி எழுகிறது. பல வகைகளில் இந்திரனுடன் உடலுறவு வைத்துக்கொண்ட பிறகு அகல்யை கல்லானாள். (பாறையானாள்) தண்ணீர் இல்லாத குளமானாள் அல்லது வெறும் எலும்புக்கூடானாள் என்று கூறப்படுவது எதற்காக என்ற கேள்வியும் எழுகிறது.

அகல்யையும் கூட அவள் பெயரே சொல்வதுபோல கலப்பையுடன் உறவுடைய பூமிதான். அதனால் அவளுடனான இந்திரனின் உறவும் இயல்பானதாகவும், அதன் விளைவு, எழுச்சியானதாகவும் இருக்கவேண்டும். ஆனால் அந்த உறவின் விளைவு மட்டும் எதற்காகக் கொடூரமானது? இது ஒரு முக்கியக் கேள்வி. இந்திரனுடன் உறவுகொண்ட பிறகு அகல்யை எடுத்த உருவங்கள் மற்றும் உழமுடியாத பூமி என்று பொருள் கொடுக்கக்கூடிய அவளுடைய பெயர் இவற்றிற்கு துப்புக்கொடுக்க முடியுமா! இந்த வடிவங்களைக் கவனித்தால் உழுவதற்குக் கிடைக்காத நிலைமையே அவைகளின் இடையே சமமான அம்சமாகத் தெரிகிறது. தண்ணீரில்லாத குளத்தைப்போல விரிசல்விட்ட நிலத்தின் ஓட்டைகள் அவ்வளவுதான். இனி எலும்புக்கூடான கதையைப் பற்றி, இன்னும் உழவுக்கு உட்படாத கன்னி நிலம், இந்திரன் என்ற மழைக் கடவுளுடன் உண்டான உறவுக்குப் பிறகு எலும்புக்கூடானது என்றாலும் கூட விரிசல் விட்ட நிலம் மற்றும் அதிலிருந்து மேலெழும் கற்பாறைகள், கற்சில்லுகள் இவற்றைக் குறிக்கிறது. அகல்யை என்ற கன்னி நிலம் மற்றும் அதனுடன் உறவு வைத்துக்கொண்ட மழைக்குப் பிறகு அந்த நிலம் விரிசல் விட்டது, கல்லானது என்றால் இயற்கையில் வருடா வருடம் காணும் செயல்கள் நினைவிற்கு வருகின்றன. பருவமழை புயல்மழையாகப் பெய்ந்து நிலத்தில் இருக்கும் மண்ணை

எல்லாம் அடித்துப்போனபிறகு பாறைக்கற்கள் மேலெழுந்த காட்சி கண்முன் நிற்கிறது.

இந்த எல்லா ஆதாரங்களிலிருந்தும் மேலும் அதன் விவரங்களிலிருந்தும் புறப்படும் தீர்மானம் என்னவென்றால் – சீதை என்றால் பதமாக விழுந்த இந்திரனின் மழையை ஏற்றுக்கொண்ட கலப்பைக் கோடு, உழவுக்கு உள்ளான பூமி – பெண்ணல்ல. அகல்யை என்றால் அதே பூமியுடன் இந்திரன் என்ற மழையின் கட்டுக்கு மீறிய ஆரோக்கியமற்ற பெய்தலால் வளமான மண் அடித்துப்போன, கற்களுக்கு மேலே எழுந்த வறட்டு நிலம் – பெண்ணல்ல. பூமியின் இரண்டு நிலைகளை இந்த இரண்டு உருவகங்களின் வழியாக முன்வைத்துள்ளார் ஆதிகவி வால்மீகி.

இந்த உருவகங்களின் புதிரை விடுவித்தால் இராமாயணக் கதை மீது புதிய ஒளி வீசும்.

7
இந்திரனென்ற மழைக்கடவுள்

இந்திரன் மழைக் கடவுளா? வேதங்களில், புராணங்களில் அவன் தேவதைகளின் நாயகன். ஆரியரல்லாதவர்களின் மீது நடத்திய தாக்குதல்களில் 'வீரன்'. எதிரிகளை அழிக்க பலவகையான தந்திரங்களைச் செய்தவன், ரிஷிகளின் தவத்தைக் கெடுக்க அப்சரஸ்களை அனுப்புவதையும் சேர்த்து பல பித்தலாட்டங்களைச் செய்தவன் என்று பலவகைகளில் வர்ணிக்கப்பட்டிருக்கிறதே? இது சிலரின் கேள்விகள். அப்படியிருக்க இந்திரன் எப்படி மழைக் கடவுள் என்பதைப் பற்றிய விவரங்களை உங்களுடன் பகிர்ந்துகொள்ள விரும்புகிறேன்.

இந்திரன் மழைக் கடவுள் என்பது புராணக் கதைகளை அறிந்தவர்களுக்கு பொதுவாகத் தெரிந்த செய்திதான். இந்திரனின் ஆயுதம் மின்னலான வஜ்ராயுதம். இடி அவன் கர்ஜனைகள், மனோகரமான வானவில்லுக்கு இந்திர தனுஷ் என்று பெயர். 'மழைக்காலம் வந்துவிட்டது, மகிழ்ச்சி' என்று நாட்டியமாடும் மயில் அவனுடைய முதல் வாகனம். மேகங்கள் நிறைந்த மேரு மலை அவன் வசிக்கும் இடம்.

வேதங்களில் முக்கியமாக ரிக்வேதத்தின் மிகப் பழைய பகுதிகளில் இந்திரன் வெறும் மழைக் கடவுள். அதுதான் அவனுடைய முதல் உருவம். ஏ.கே. யக்ஞநாராயண அய்யர் தன்னுடைய 'வேத காலத்து பாரதத்தில் விவசாயம் மற்றும் அதனுடன் சேர்ந்த கலைகள்' நூலில் இப்படிச் சொல்கிறார்.

'வேதங்களின் பல ஸ்லோகங்களில் செழிப்பாக மழையைப்பொழி என்று பிரார்த்தனை செய்யப்பட்டிருக்கிறது. சொல்லப்போனால் இதுதான் அவர்களுடைய முக்கியமான மற்றும் அடிப்படையான பிரார்த்தனை. இந்த எல்லாப்

பிரார்த்தனைகளிலும் மழையைப் பொழிவிக்கும் பொறுப்பு இந்திரனுக்குக் கொடுக்கப்பட்டிருக்கிறது. இதற்கு உதவி செய்யவேண்டுமென்று மற்ற தேவதைகளும் வேண்டிக் கொள்ளப்பட்டிருக்கிறார்கள்.'

வானில் இடி – மின்னல்களின் பெரும்போர்

ரிக்வேதத்தில் இதுபோலப் பிரார்த்தனை செய்யப்பட்டிருக்கிறது:

'மேகங்களின் மையத்திலிருக்கும் வியக்கத்தக்க அபார அளவுத் தண்ணீரை எங்கள் வாழ்க்கை எழுச்சிக்காகவும், எங்கள் பராமரிப்பிற்காகவும் அனுப்பிவை. எங்களுக்கு நன்மையையே செய்.' (ரிக்வேதம்: 21.3.10)

இந்திரன் கூறுகிறான்:

'மின்னலையே ஆயுதமாகச் செய்துகொண்ட நான் மானுட நலனுக்காக இந்தத் தண்ணீரை விடுவித்து பாயச் செய்தேன்.' (ரிக்வேதம் 23.1.8)

வேதங்களின்படி மழை, காற்றின் தேவதையான வாயு (காற்றுக் கடவுள்) இந்திரனின் கூட்டாளி. அதுபோலவே ஜலதேவதையான கங்கைக்கு உறவான வசுவும் (பூமி) இந்திரனின் தொண்டர்தான். அதனால், இந்திரனுக்கு 'வாசவன்' என்ற பெயரும் இருக்கிறது.

யஜூர் வேதத்தில் இந்திரனை இதுபோலப் பிரார்த்தனை செய்வது சொல்லப்பட்டிருக்கிறது:

'மேகங்களைக் கிழித்து, தண்ணீரை அதன் பிடியிலிருந்து விடுதலை செய். நிலத்தில் அதன் வெள்ளத்தைப் பாயச்செய். எங்களுக்குப் பயனுள்ள தண்ணீரைப் பாய்ச்சு.' (யஜூ. 132.6)

'தண்ணீரைச் சுற்றி சுற்றிக்கொண்டிருக்கும் சிறையை அழி. அதை விடுதலை செய். தாரைதாரையாகத் தண்ணீரை எங்களுக்காகக் கருணை செய்.' (யஜூ.132.1.2)

இதுபோலப் பல நற்செய்திகளை எடுத்துக்காட்டலாம்.

வேதங்களின் இந்த ஸ்லோகங்களில் அடங்கியிருக்கும் கற்பனையென்னவென்றால் – தண்ணீர் மேகங்களில் சேகரிக்கப்பட்டு சிறைப்பட்டிருக்கிறது. இந்த சிறைக்குள் அடைத்த விரித்தாசுரன் பூமியின் மீது பஞ்சத்திற்குக் காரணமாகிறான். அதனால் மக்களும், விலங்குகளும் பசியால் வாடுகின்றன. அவற்றின் மரணமும் ஏற்படுகிறது. இதுபோன்ற

கடுமையான நிலைமையில் மக்கள் இந்திரனை – 'தண்ணீரை இந்தச் சிறையிலிருந்து விடுவித்து நீரைப் பாய்ச்சு' என்று பிரார்த்தனை செய்கிறார்கள். அப்போது இந்திரன் இடியுடன் கூடிய மின்னலென்ற தன் ஆயுதத்தைப் பயன்படுத்தி மேகங்களில் தண்ணீரை அடைத்துவைத்த அசுரனின் மீது போர் செய்கிறான். அந்த இடியுடன் கூடிய மின்னல் என்ற ஆயுதத்தை வீசும்போது அது மின்னலாக ஒளிர்கிறது. அவனுடைய போர்க் கூவலே இடிகள். ஆகாயத்தில் பல காலங்களுக்குக் கடுமையான போர் நடக்கிறது. பிறகு இந்திரன் வெற்றியடைந்து தண்ணீரைச் சிறையிலிருந்து விடுவிக்கிறான். அப்போது தாரைதாரையாக, மேகம் மழையாகி தண்ணீர் பூமிக்கு வழிகிறது, வெள்ளமாகிறது.

ரிக்வேதத்தில் இந்த வெள்ளம் நதிக் கரைகளைக் குடைந்து பாயும் காட்சியும் இருக்கிறது. நதிகள் தங்கள் எதிரி ராணுவத்தைத் தாக்கும் வெறியுடன் நதிக் கரைகளைத் தாக்குகின்றன என்று வர்ணிக்கப்பட்டிருக்கிறது. (ரிக்வேதம் 2.9.7)

அதே ரிக்வேதம் தனது கரைகளிலிருந்து காக்கப்பட்ட நதி எந்தத் தடங்கலும் இல்லாமல் பாயட்டும் என்ற எண்ணத்தையும் வெளிப்படுத்துவதைப் பார்க்கலாம். (அகல்யைப் பற்றிய முந்தைய கட்டுரையை நினைவுப் படுத்திக்கொள்ளுங்கள்)

மேகம் கூடுவது, வானமெல்லாம் கறுமையாவது, சூரியனையே மறைப்பது பிறகு மழை பொழிவது, அப்போது மின்னல் – இடி – இடியுடன் கூடிய மின்னல்களின் ஆர்ப்பாட்டம், இவற்றைப் பழங்குடி மக்கள் இந்திரன் என்ற தேவன் அவர்களுக்கு எதிரியான அசுரனின் மீது நடத்தும் கடுமையான போராகக் கற்பித்துக் கொண்டுள்ளார்கள். இப்படி ரிக்வேதத்திலிருந்து தொடங்கி இந்திரன் மழைக் கடவுளாக இருக்கிறான். இந்திரன் முதலில் இயற்கை ஒரு அம்சமாக மழைக் கடவுளாக, சூரியன், அக்னி, வாயு, வருணன் போன்ற மற்ற இயற்கைக் கூறுகளுடன் பூசைக்கு உட்பட்டான். இது ஆரியர்கள் பழங்குடி மக்களாக கால்நடை வளர்ப்பவர்களாக, அலைந்து திரிபவர்களாக வாழ்ந்துகொண்டிருந்த நேரத்துக் கற்பனைகள். அப்போது இயற்கையைத் தவிர மற்ற எந்தக் கடவுளும் அவர்களுக்கு இருக்கவில்லை.

பிறகு அவர்கள் நிலைத்து நிற்கத் தொடங்கிய காலத்தில், வசிக்க வேண்டிய இடங்களுக்காக ஆரியர்களல்லாத மக்களுடன் போர் புரியவேண்டிய தருணங்களில் அவர்களுக்கு போர்க்

கடவுளின் தேவை ஏற்பட்டது. அப்போது அவர்களுக்கு இப்படித் தண்ணீரை அடைத்து வைத்தவர்களின் மீது, மின்னல் - இடிகளையே ஆயுதமாகச் செய்துகொள்ளவேண்டிய, வானம்பரவி கடுமையாகப் போர் புரியும் பலசாலியான தேவன் இந்திரனே, இந்தச் சவால்களை எதிர்க்கக்கூடிய மிகப் பொருத்தமான கடவுள் என்று பட்டது. அப்படி ஆரியர்கள் இந்திரனை எல்லாப் போர்களின் வீரத் தலைவனாக அமைத்துக்கொண்டதைப்போலத் தெரிகிறது. பிறகு ராஜ்ஜியங்களை நிறுவிய பிறகு தங்கள் சமுதாயத்தில் ஏராளமாக இருந்த பல தந்திரங்களை அவன் மீது சுமத்தியதைப்போலத் தெரிகிறது. பிறகு ஆரியர்களின் பிடி வலுத்து, ராஜ்ஜியங்கள் சாம்ராஜ்ஜியங்களான பிறகு - தங்கள் மக்களின் மீது தாக்கத்தை ஏற்படுத்த அவர்களைக் கீழ்படியச் செய்ய மற்ற கடவுள்களின் படைப்பு - சிவன், விஷ்ணு மற்றும் அவர்களின் தசாவதாரங்கள் தேவைப்பட்டது. அப்போது இந்திரனின் மேற்கோளும் குறைந்துகொண்டே வந்தது. இதன் விளைவாக, புராணங்களில் அவனொரு கீழான கடவுளாக விஷ்ணு, சிவன் ஆகியோருக்கு கீழ்ப்படிந்து நடக்கும் கடவுளாகச் சித்தரிக்கப்பட்டிருப்பதைக் காண்கிறோம்.

பிறகு வெறும் மழைக் கடவுளாக இந்திரன்

இந்திரன் தேவர்களின் தலைவன் என்பது வெறும் படிமங்கள் அவ்வளவுதான். ஆனால், மழைக் கடவுளாகப் பல காலங்கள் பிரார்த்திக்கப்பட்டிருக்கிறான். இராமாயணத்தில் மழைக் காலத்தில் இந்திரனை நோக்கிச் செய்யும் விழா ஒன்று குறிப்பிடப்பட்டிருக்கிறது. அவன் நான்கு மாத காலம் தொடர்ந்து மழையைப் பொழிவான் என்று இருக்கிறது. (இராமாயணம் - 2: 84:23) மகாபாரதத்தில் இந்திரன் கடுமையாக மழையைப் பொழிந்தபோது மக்களைக் காப்பாற்ற கிருஷ்ணன் கோவர்த்தன மலையைத் தூக்கியது பலருக்கும் தெரிந்த கதைதான்.

வட இந்தியாவின் வைதீக நூல்கள் மட்டுமல்ல, தமிழ் நாட்டின் சங்க இலக்கியத்தின் நூலான 'சிலப்பதிகார'த்திலும், சித்ரா பௌர்ணமியிலிருந்து தொடங்கி புத்த பௌர்ணமிவரை ஒரு மாத காலம் மழைக்காக இந்திரனைத் தொழும் 'இந்திர விழா' என்ற விழாவின் விவரம் இருக்கிறது. அந்தக் காலத்தில் இந்த நம்பிக்கை வட இந்தியாவிலிருந்து தென்னிந்தியாவிற்கு ஆழமாகப் பரவியிருப்பதைப் பார்க்கலாம்.

சுவிருஷ்டி குரு தேவேஷ கிருகனார்க்யம் ஷசீபதே

வைதிகப் பரம்பரையில் எழுதப்பட்ட விவசாயத்திற்காக ஒதுக்கப்பட்ட ஒரே நூல் – ‘கிரிஷி பராசரம்’. சுமார் கி.பி. பதினொன்றாம் நூற்றாண்டின் தொடக்க காலத்தில் எழுதப்பட்டது. இதில் கன்னட சொற்கள் சிலவற்றின் பயன்பாட்டால் கர்நாடகத்திலேயே படைக்கப்பட்டிருக்கலாம் என்று எண்ண இடமுண்டு. இந்த நூலில் விவசாயத்தில் உழுவதில் தொடங்கி விதைப்பது, அறுவடை செய்வதுவரை இந்திரனைப் பிரார்த்தனை செய்யும் சடங்குகள் விவரிக்கப்பட்டிருக்கின்றன.

உத்தராபிமுகோ பூத்வா க்ஷிரேநார்க்யம் நிவேதயேத் ।
ஷூக்லபுஷ்டசமாயுக்தம் ததிக்ஷீரசமன்விதம் ॥ 135
சுவிருஷ்டி குரு தேவேஷ கிருகனார்க்யம் ஷசீபதே ॥ 136

‘வடதிசைக்கு முகம் பார்த்து நிலாவின் கணவனான இந்திரனுக்கு கைகழுவ பாலைக் கொடுக்கவேண்டும். வெள்ளைப் பூக்களுடன் பால் – தயிர் கலந்த பானத்தைக் கொடுக்கவேண்டும்.’

பானத்தைக் கொடுக்கும்போது – ‘கடவுள்களின் எசமானனான நிலாவின் கணவன் இந்திரனே! என் படையலை ஏற்றுக்கொள், மேலும் ஏராளமாக மழையைப் பொழிபவனாகு’ என்று வேண்டிக்கொள்ளவேண்டும்.

விதைக்கும் முன்பும் இந்திரனை இதுபோல வேண்டிக்கொள்ள வேண்டும்.

ஹிமவாரினிஷிக்தஸ்ய பீஜஸ்ய ஷுசிஹ ।
இந்த்ரம் சித்தே சமாதாய ஸ்வயம் முஷ்டித்ரயம் வபேத் ॥ 177

‘விவசாயி சுத்தமானவனாக ஒருமனதுடன் மனதில் இந்திரனை தியானித்து குளிர்ந்த நீரில் நனைத்த மூன்று பிடி விதைகளை வயலில் நடவேண்டும்.’

இனி வயலில் விளைச்சல் கண்ட பிறகு கதிர்கள் நிறைந்து அசையும்போது அறுவடை செய்வதற்கு முன் விவசாயிகள் வயலுக்கு அருகே கூடி ‘புஷ்ய யாத்திரை’ என்ற பண்டிகையைக் கொண்டாடும் விவரம் இருக்கிறது. பல வகையான சைவ உணவுகளையும், மாமிச உணவுகளையும் சமைத்து எல்லோரும் சேர்ந்து உணவருந்த வேண்டும். அந்த நேரத்தில் மீண்டும் இந்திரனைப் பூசிப்பதைப் பற்றிச் சொல்லப்பட்டிருக்கிறது.

புஷ்பைராபரணம் கிருத்வா சமஸ்க்ருத்ய ஷசிபதிம் l
கீதநிருத்யைஷ்ச்ய வாத்யேஷ்ச்ய குர்யுஸ்தத்ர மஹோத்சவம் ll

'கழுத்தில் பூமாலைகளை அணிந்துகொண்டு நிலாவின் கணவனான இந்திரனை வணங்கி, பாட்டு – நடனம் – வாத்தியங்களுடன் விழாவைக் கொண்டாட வேண்டும்.'

இப்படி இந்திரனை மழைக் கடவுளாக ஏற்றுக்கொண்டு வணங்கும் பல வகையான சடங்குகள் வேத காலத்திற்குப் பிறகும், பாரதத்தின் வெவ்வேறு இடங்களுக்குப் பரவியது என்பது இதன் வழியாகத் தெரிகிறது.

இந்திரன் மழைக் கடவுளாகத் தொடங்கி மறுபடியும் முடிவில் மழைக் கடவுளாகவே அதிகம் பிரபலமடைந்திருக்கிறான் என்பது இந்தச் செய்திகளின் சுருக்கமாக இருக்கிறது. ஆனால், இன்றைய நாட்டுப்புற நம்பிக்கை, சடங்குகளில் இந்திரனைப் பற்றிய மேற்கோள் அதிகம் காணப்படுவதில்லை.

மொத்தத்தில், உண்மை இராமாயணத்தின் தேடலின் நோக்கத்திற்கு உட்பட்டுச் சொல்வதென்றால் புராண, காவியங்களில் இந்திரனைக் குறிப்பிடும்போதெல்லாம் அவன் மழைக் கடவுளாக, மழையாகவே ஆகி, மேகமாக, மின்னலாக... இப்படி மழைக்கு சம்பந்தப்பட்ட செயல்களின் அறிகுறியாகச் சொல்லப்பட்டிருக்கிறான். அகல்யையின் நிகழ்வில் கற்பைத் திணிக்கும் நோக்கத்துடன் அகல்யை மானிடளாக, கௌதம ரிஷியின் மனைவியாக மற்றும் இந்திரனுடன் ஒழுங்கற்ற உறவை வைத்துக்கொண்டவள் என்றும் திரிபு செய்யப்பட்டிருக்கிறது. இப்படியான பல நிகழ்வுகள் புராணப்படுத்தும் செய்கையில் விலகித் தெரிகின்றன. ரேணுகை – ஜமதக்னி, பரசுராமர் புராணங்களும் அதற்குச் சில எடுத்துக்காட்டுகளாகும்.

8
தொடக்க காலத்து புலம்பெயர் விவசாயமும், உண்மை இராமாயணத்தின் தேடலும்

உண்மை இராமாயணத்தின் தேடலில் இதுவரை கடந்த பாதையில் இராமன் எங்கேயும் தென்படவேயில்லை. சீதை, அகல்யையின் வாழ்க்கைகளில் இதுவரை இந்திரனே அவர்களுக்குக் கணவனாக அல்லது காதலனாக காணப்பட்டிருக்கிறான். அப்படியென்றால், உண்மையான இராமாயணத்தின் அடுத்த கட்டம் என்ன? தற்போது நடைமுறையில் இருக்கும் இராமாயணத்தின் அடிப்படையில் உண்மையான சீதை, அகல்யையரின் இரகசியத்தை மறைத்துவைத்ததுபோல அடுத்த கதையின் இரகசியமும் மறைக்கப்பட்டிருக்கிறதா? தேடலைத் தொடர்வோம்.

சீதை, அகல்யை இருவரும் விவசாய நிலத்தின் இரண்டு வெவ்வேறு வடிவங்கள் என்பது சந்தேகத்திற்கு இடமில்லாமல் எடுத்துக் காட்டப்பட்டிருக்கிறது. அப்படி என்றால் வனவாசம், சீதாபகரணம் என்றால் என்ன? சாதாரணமாக நாம் காண்பதுபோல வயலின் அபகரிப்பா? இராம - இராவண போரென்றால் வயலுக்காக நடந்த போரா? அரசர், பேரரசர்கள் பக்கத்து இராஜ்ஜியங்களை ஆக்கிரமிக்க போர் புரிவது சாதாரணம். அப்படியென்றால் இராமாயணம் என்பது ஓர் ஆக்கிரமிப்பின் மற்றும் அதை வெளிப்படுத்த நடந்த போர்க் கதைகள் மட்டுமா? அவ்வளவுதான் என்றால் சீதை, அகல்யை இருவருக்கும் கலப்பையின் உறவு எதற்காக? இராம - சீதையரின் வனவாசம் என்றால் என்ன? இப்படிப் பல கேள்விகள் எழுகின்றன.

இந்தக் கேள்விகளுக்கு விடை கண்டுகொள்ளவேண்டுமென்றால் நாம் விவசாய மூலத்திற்குப் பயணிக்க வேண்டும். முதன் முதலாக மனித சமுதாயம் விவசாயத்தை அறிந்துகொண்டதைப் பற்றி மற்றும் தொடங்கிய விதத்தைப் பற்றி தெரிந்துகொள்ள வேண்டும்.

புலம்பெயர் விவசாயம் என்ற தொடக்ககால வடிவம்

வேட்டையாலும், கிழங்குகள், காட்டுப் பழங்களை சேகரிப்பதாலும் வாழ்க்கையை நடத்திக்கொண்டிருந்த பழங்குடிகள் விவசாயத்தைக் கண்டுகொள்ளப் பெண்தான் காரணம் என்று வரலாறு கூறுகிறது. ஆண்கள் அதிகமாக வேட்டையில் ஈடுபட்டிருந்ததால் பெண்கள் மரம் - செடிகளுடன் உறவாடிக்கொண்டு உணவுப் பொருட்களைச் சேகரிப்பதில் அதிகப் பங்கெடுத்துக்கொண்டார்கள். அப்படியென்றால் பெண்கள் வேட்டையில் பங்கெடுத்துக்கொள்ளவே இல்லை அல்லது ஆண்கள் உணவு சேகரிப்பதில் பங்கெடுக்கவில்லை என்பதல்ல பொருள். அவர்களுடைய தினசரி அனுபவம் அவர்கள் உண்ணக்கூடிய, உண்ணக்கூடாத விதை, பழங்களை மேலும் அவற்றைக் கொடுக்கும் செடி - மரங்களை அங்குல அங்குலமாக நல்ல முறையில் அடையாளம் காணச் செய்திருந்தது. அந்தச் சமூகம் நிலைத்து நின்ற இடங்களில் பழம், தானியங்களைத் தின்ற பிறகு வீசியெறிந்த விதைகள் மழை வரும்போது விளைந்து, செடியாகும் போது அவற்றை அடையாளம் கண்டுகொள்ள உதவி செய்தன. தாங்கள் உண்ணும் பழங்கள், தானியங்கள் விதைகளால் பிறக்கின்றன. மேலும் வளர்ந்து அதிக விதைகளையும், பழங்களையும் கொடுக்கின்றன என்பதைக் கவனித்த பெண்களே விவசாயம் தொடங்கக் காரணமானார்கள். விதைகளை நிலத்தில் நட்டு அதிலிருந்து உணவைப் பெறத் தொடங்கினார்கள். இந்த அறிதலே விவசாயத்தின் அடிப்படை.

இதுபோல விதைகளைச் சேகரிப்பது, கூர்மையான குச்சிகளால், மழையால் ஈரமான நிலத்தில் ஓட்டைகளைப் போட்டு, அவற்றில் சேகரித்த விதைகளை ஊன்றுவது விவசாயத்தின் முதல் படியானது. அந்தப் பெண்களே விதைகளைப் பொறுக்கும்போது நல்ல விதைகளைத் தேர்வு செய்வதன் வழியாகவும், நல்ல பழங்களைத் தேர்ந்தெடுப்பதன் மூலமாகவும், காட்டு மரம் - செடிகளைத் தேர்ந்தெடுத்து விவசாயத்தின் நல்ல வகைகளாகக் கண்டுபிடிக்கக் காரணமானார்கள். இப்படி பெண்கள் முதலில் விவசாயத்தைக் கண்டுபிடித்த விஞ்ஞானிகள் மட்டுமல்ல; முதல் இன விஞ்ஞானிகளும் கூட என்பது உண்மை. இப்படித் தொடங்கிய மனித, தாவரங்களின் உறவு ஒவ்வொரு விளைச்சலிலும் ஆயிரமாயிரம் இனங்களைக் கொடுத்திருக்கின்றன. பல தாவர வகைகளின் பிறப்பிற்குக் காரணமாகியுள்ளன. இந்த இனப் பிறப்பின் மகத்துவத்தை அறிய வேண்டுமென்றால்

வெறும் நார் நிறைந்து பல்லில் ஒட்டிக்கொள்ளும் புளிப்பான காட்டு மாம்பழங்களையும் மேலும் மிளகளவு உருவத்தின் விதைகளிலிருந்து வளர்ந்த காட்டு வாழைப்பழங்களையும் ஒருமுறையாவது தின்று பார்க்கவேண்டும். இப்போதைய மாம்பழங்கள், வாழைப்பழங்களை நம் விவசாயப் பெண்கள் மற்றும் விவசாயிகள் மிகத் தொலைவான தூரத்தைக் கடக்கச் செய்திருப்பது மட்டுமல்ல, இந்த விளைச்சல்களை உருவாக்குவதில் அந்தத் தொடக்க காலத்து விவசாயிகளின் மகத்துவமும் என்ன என்பது புரியும்.

இப்படி விவசாயத்தை ஆய்வு செய்த பிறகு, இதிலிருந்து உணவு கிடைப்பது மேலும் உறுதி என்பது புரிந்த பிறகு இந்த வேலையில் ஆண் - பெண் இருவரும் சேர்ந்து முழுச் சமுதாயமும் ஈடுபட்டது. காட்டுக்குள், வயல்களில் மரக் கிளைகளிலிருந்து சேகரித்த குச்சிகளை சேர்த்துக் கட்டிச் செய்த முரட்டுக் கருவிகளிலிருந்து கோடுகளைக் கிழித்து விளைச்சல் எடுக்கத் தொடங்கினார்கள். அந்தத் தருணங்களில் காட்டுத்தீ காட்டை முழுமையாக எரித்து, சாம்பலான இடங்களில் கிடைத்த வயல் நிலங்கள் அவர்களுக்கு விவசாயம் செய்ய நல்ல வாய்ப்பாக இருந்தது என்பதில் வியப்பில்லை. குவிந்து கிடக்கும் சாம்பல் நிலத்தில் நல்ல விளைச்சல் வருவது அவர்களுக்கு வியப்பையும் மகிழ்ச்சியையும் ஒரே நேரத்தில் ஏற்படுத்தி இருக்கவேண்டும்.

இப்படி அதிக உணவு உற்பத்திக்கு வழி கிடைத்தது. உலக வரலாற்றில் தன் உணவைத் தானே உற்பத்தி செய்யும் முதல் விலங்கு மனிதச் சமூகமானது. இதனால் மானிட சமூகம் வேகமாக வளர்ந்தது. அதனால் அதிக அளவில் உணவை விளைவிப்பது தேவையானது. ஆண்டு முழுவதும் தண்ணீர் கிடைக்கும் நதிக் கரைகளில், நன்றாக மழை பெய்யும் இடங்களில் விளைச்சலைத் தொடங்கினார்கள். ஆனால், நன்றாக மழை பொழியும் இடங்கள் அடர்த்தியாகக் காடுகள் வளர்ந்த இடங்களாக இருந்தன. அப்படிப்பட்ட காடுகளை வெட்டி விவசாயம் செய்யத் தொடங்கினார்கள். இதனால் அவர்கள் காட்டை அழித்து வயல்களாக்குவதில் சிரமங்கள் இருந்தாலும் அதிக சாம்பலிலிருந்து நல்ல விளைச்சல் வருவதால் மகிழ்ச்சியும் ஏற்பட்டிருக்கும். இப்படித் தொடங்கியது காட்டை அழித்து செய்யும் விவசாயம்.

காட்டை அழித்து விவசாயம் செய்யும்போது ஒரே இடத்தில் பல ஆண்டுகள் விளைச்சலை எடுத்தால் ஆண்டுக்கு ஆண்டு

உண்மை இராமாயணத்தின் தேடல்

விளைச்சல் குறைந்துகொண்டே வருவது அன்றைய மனித சமுதாயத்தின் அனுபவத்தில் தெரிந்தது. அதனால் இரண்டு, மூன்று ஆண்டுகளுக்குப் பிறகு விவசாயத்தை வேறு இடங்களுக்கு மாற்றத் தொடங்கினார்கள். இப்படி வெவ்வேறு இடங்களில் காட்டை அழித்து விளைச்சல் எடுத்துவிட்டுப் பல ஆண்டுகளுக்குப் பிறகு மறுபடியும் முதலில் விவசாயம் செய்த இடத்திற்கு வந்தால் அங்கே திரும்பவும் காடு வளர்ந்து நிலம் வளமாக இருக்குமென்று அனுபவம் அவர்களுக்குக் கற்பித்தது. இப்படி இடங்களைச் சுற்றும் அல்லது மாற்றும் வழிமுறைகளைக் கண்டுகொண்டார்கள். வயலின் வளத்தைக் காப்பாற்றிக்கொள்ள ஒரே நிலத்தில் பல வகையான விளைச்சல்களை மாற்றி மாற்றி விதைப்பது நிலையான விவசாய வழக்கமானால் அதே நோக்கத்துடன் வெவ்வேறு இடங்களைச் சுற்றுவது புலம்பெயர் விவசாயத்தின் வழக்கமானது. இந்தப் புலம்பெயர்தல் சூழலின் காலம் 15 லிருந்து 20 ஆண்டுகளுக்கொரு முறை. அந்த வேளையில் நிலம் மறுபடியும் வளமடைந்திருக்கும் என்பதை இதற்கு முந்தைய விவசாயிகள் கண்டுகொண்டார்கள். இப்படிப் புலம்பெயர் விவசாயம் *(shifting cultivation)* என்று அழைக்கப்படக்கூடிய 'ஜூம்' *(Zoom)* விவசாயத்தின் கண்டுபிடிப்பு ஏற்பட்டது.

இந்தச் செயல்களின் வழியாக, பண்பாட்டு மனிதவியல் அறிஞர்கள் *(cultural anthropology)*, வரலாற்று அறிஞர்கள் மற்றும் வேளாண்மை வல்லுனர்கள் அவர்கள் ஆய்வு செய்ததை வெளிச்சத்திற்குக் கொண்டுவந்துள்ளார்கள். உற்பத்தியில் கிடைத்த பலவகை விளைச்சல் தானியங்கள், வன மரங்கள், காட்டு மரங்களின் மகரந்தங்களின் ஆய்வுகள் போன்ற செயல்கள் போதுமான அளவிற்கு சாட்சியங்களைக் கொடுத்திருக்கின்றன.

விதைகளை விதைக்கும் செயல்களை முதலில் பெண்கள் கண்டுகொண்ட பிறகு தொடர்ந்து செய்வது எளிதாகத் தோன்றியிருக்கலாம். ஆனால், அன்றிலிருந்து புலம்பெயர் விவசாயம் இந்த மட்டத்திற்கு வர மனித சமுதாயம் பத்துப்பதினாறு ஆயிரம் ஆண்டுகளை எடுத்துக்கொண்டது.

வேட்டை மற்றும் உணவுச் சேகரிப்பின் கட்டங்களில் இலட்சக் கணக்கான ஆண்டுகளைக் கழித்த பிறகு ஒரு பக்கம் புலம்பெயர் விவசாயத்தையும் மற்றொரு பக்கம் கால்நடை வளர்ப்பையும் மனித சமுதாயம் கண்டுகொண்டது. பிறகு பத்துப் பதினாறு ஆயிரம் ஆண்டுகளுக்குப் பிறகு இன்று நாம் காணும் ஒரே இடத்தில் நிலைத்து நின்று செய்யும் நிலையான விவசாயத்தை,

முதலில் நதிக்கரைகளில் உருவாக்கினார்கள். ஆனால் நிலையான விவசாயத்தைக் கண்டுகொண்டவுடன் எல்லாப் பழங்குடிகளும் புலம்பெயர் விவசாயத்தை விட்டுவிட்டு நிலையான விவசாயத்திற்கு மாறவில்லை. அதுபோலவே, அதற்கு முன்பு வேட்டைக்காரச் சமூகங்களும் கூட விவசாயத்தைக் கண்டுகொண்டவுடன் புலம்பெயர் விவசாயம் அல்லது கால்நடை வளர்ப்புகளைத் தொடங்கவில்லை. இந்த நான்கு வாழ்க்கை முறைகள் சேர்ந்தே ஒரே இடத்திலும், அக்கம் - பக்கத்து வெவ்வேறு இடங்களிலும் வெவ்வேறாக நிலைத்திருந்தன. நதிக்கரையில் நிலைநின்ற விவசாயம்; மழை அதிகமான காடுகளில் புலம்பெயர் விவசாயம்; வயல்களில் கால்நடை வளர்ப்பு; அதிக அடர்த்தியல்லாத காடுகளில் மற்றும் அதிக மழை பொழியாத குன்று, மலைப் பிரதேசங்களில் வேட்டை - இப்படியாக நடந்தன. ஆங்காங்கே மழை, பூகோள மேன்மையான சூழ்நிலை, காடுகளின் அடர்த்தி, தாவர மற்றும் விலங்குக் கூட்டம், மனித சமூகத்தின் வளர்ச்சி போன்றவற்றைச் சார்ந்து வெவ்வேறு பழங்குடிகள் பல்வேறு வகையான விவசாயம் - கால்நடை வளர்ப்புகளைச் சார்ந்திருந்தார்கள். அதுபோன்ற வாழ்க்கை முறைகளைச் சார்ந்த மக்கள் சமூகங்கள் ஒருவரை ஒருவர் சார்ந்திருந்தார்கள். வேட்டைக்காரச் சமுதாயம் காட்டு விலங்குகளின் மாமிசம், தோல், தேன், தந்தம் போன்ற மற்ற காட்டு உற்பத்திகளையும், காட்டுப் பட்டுகளையும் மற்றவருடன் பரிமாறிக்கொண்டால் கால்நடை வளர்ப்பவர்கள் மாமிசம், தோல், கம்பளிகளையும், நிலைத்த விவசாயிகள் பாசன விளைச்சல்களான நெல், கரும்பு போன்றவற்றையும், புலம்பெயர் விவசாயிகள் சத்துள்ள தானியங்கள், பருப்பு வகைகள், கிழங்குகளையும் பண்டமாற்றிக்கொண்டார்கள்.

இப்படிப்பட்ட சூழ்நிலையில் நிலைத்த விவசாயமே பிரதான விவசாய முறையாக இருக்கும். இன்றும்கூட உலகின் பல பாகங்களில் புலம்பெயர் விவசாயம் இருக்கிறது. சுமார் 20 கோடி மக்கள் (சிலர் இதை 25 கோடியிலிருந்து 50 கோடிவரை என்று ஊகிக்கிறார்கள்)?! 75 ஏக்கர் அளவு இடங்களில் புலம்பெயர் விவசாயம் செய்துகொண்டிருக்கிறார்கள். ஆப்பிரிக்கா, தென் அமெரிக்கா - முக்கியமாக அமேசான் நதிக்கரைக் காடுகளிலும் ஆசியக் கண்டங்களிலும் இப்படிப்பட்ட விவசாயம் இருக்கிறது. இந்தியாவிலும் இந்த விவசாயம் இருபத்தியொன்றாம் நூற்றாண்டிலும் கணிசமாக இருக்கின்றது. அவ்வாறானால் அந்தக் காலத்தில் எவ்வளவு இருந்திருக்கும்!

9

இராம வனவாசமா, சீதா வனவாசமா?

இதென்ன கேள்வி! ஸ்ரீஇராமன், சீதை இருவரும் ஒன்றாகத்தானே வனவாசம் போனார்கள்? இப்படிக் கேள்விகள் எழலாம். ஆனால், தற்போதைய இராமாயணத்தில் ஸ்ரீராமன் மட்டுமே வனவாசம் போகவேண்டும் என்ற வேண்டுதல் இருந்தது. சீதை போகவேண்டியதில்லை. சீதை வெறும் மனைவியாக தன் கற்பு வடிவத்தின் ஒரு பகுதியாக ஸ்ரீராமன், கௌசல்யை மேலும் சிலருடைய வற்புறுத்தலினாலும் சீதை இராமனுடன் இணைந்துகொண்டாள். அதனால் தற்போதைய இராமாயணத்தின்படி இது இராமனின் வனவாசம். ஆனால், உண்மை இராமாயணத்தில் வனவாசம் இராமனுடையதல்ல; சீதையுடையது. எப்படியென்று மேலும் படியுங்கள்.

உலகின் பல நாடுகளில் புலம்பெயர் விவசாயம் இன்றும் கூட அதிகம். இந்தியாவிலும் 28 கோடியளவு ஏக்கர் நிலத்தில் 20 இலட்சத்தை விடவும் அதிகமாக ஆதிவாசி மக்கள் புலம்பெயர் விவசாயத்தைச் சார்ந்திருக்கிறார்கள். இந்த விவசாய வழக்கம் இந்தியாவின் வடகிழக்கு மாநிலங்களான அஸ்ஸாம், மேகாலயா, அருணாசலப் பிரதேசம், மணிப்பூர், நாகாலாந்து மற்றும் ஜார்கண்ட், சத்தீஸ்கர், ஒடிசா, மத்திய பிரதேசம், ஆந்திரப் பிரதேச மாநிலங்களிலும், குறைந்த அளவில் மகாராஷ்ட்ரம், கர்னாடகம், கேரளாவிலும் நிலைத்திருக்கிறது. வடகிழக்கு மாநிலங்களில் இந்த விவசாயத்தை ‘ஜூம்’ என்றும், அதில் ஈடுபட்டிருப்பவர்களை ‘ஜூமியா’ என்றும் அழைத்தால் ஆந்திராவில் ‘போடு’ என்றும் மகாராஷ்ட்ரா, கர்னாடகாவில் ‘கும்ரி’ விவசாயமென்றும் அழைக்கிறார்கள். மணிப்பூரில் பாதிக்கும் அதிகமான மக்கள் புலம்பெயர் விவசாயத்தில் ஈடுபட்டிருந்தால் நாகாலாந்தில் மூன்றில் ஒருபகுதிக்கும் அதிகமான மக்கள் இந்த விவசாயத்தில் ஈடுபட்டிருக்கிறார்கள்.

இருபத்தியொன்றாம் நூற்றாண்டிலேயே புலம்பெயர் விவசாயம் இந்த அளவில் நடைமுறையில் இருக்கிறது என்றால் இன்றைக்கு இரண்டாயிரம் ஆண்டுகளுக்கு முன்பு இராமாயணக் காலத்தில் எப்படி இருந்திருக்கவேண்டும்? அதற்கும் ஐநூறு ஆண்டுகளுக்கு முன்பு சீதை, அகல்யையரைப் பற்றிய கட்டுக்கதைகள், பூசை செய்த வேதம், பார்ப்பனியர்களின் காலங்களில் இந்தியாவின் பெரும் பகுதியில் இந்த வழக்கம் பரவலாகப் பயனில் இருந்தது என்று ஆய்வுகள் தெரிவிக்கின்றன. இப்படி இராமாயணம் உருவாகிக்கொண்டிருந்த காலத்தில் புலம்பெயர் விவசாயமே இந்தியாவின் முதன்மை வேளாண்மை வழக்கமாக இருந்தது. கங்கா நதி வயல்களில் மட்டுமே நிலையான விவசாயம் இருந்தது.

புலம்பெயர் விவசாயத்தின் வாழ்க்கை முறை மற்றும் பண்பாடு

இந்தியாவில் இன்றும் நடைமுறையிலிருக்கும் இந்த வேளாண்மைமுறை ஆய்வுடன், கிடைத்திருக்கும் பழைய அடிப்படை ஆதாரங்களின் மீது இந்தப் பழங்குடிகளின் வாழ்க்கைமுறை மற்றும் பண்பாடு பற்றி பலர் ஆராய்ந்து, அதன்படி பழங்குடிகள் பரம்பரையாக இனம் இனமாக (Clan) புலம்பெயர்ந்தார்கள். அவர்களுடைய விவசாய முறை அதுபோல இருந்தது என்று அறிவித்திருக்கிறார்கள்.

அருணாசலப் பிரதேசத்தின் ஒரு முக்கியமான பழங்குடி இனம் ‘பங்க்னி’ அல்லது ‘நிசி’ என்பது. புலம்பெயர் விவசாயத்தோடு சம்பந்தப்பட்ட அவர்களுடைய நடைமுறைகளின் வழக்கம் எடுத்துக்காட்டாக இங்கே கொடுக்கப்பட்டிருக்கிறது. உள்ளடக்கத்தில் அவர்கள் வார்த்தையில் கொடுக்கப்பட்டிருக்கிறது.

1. விவசாயம் செய்ய ஒரு பொருத்தமான இடத்தை தங்கள் குலத்தின் தலைவர்கள், பூசாரிகள் மற்றும் மக்கள் எல்லோரும் சேர்ந்து தேர்வு செய்வார்கள். இதுதான் பழங்குடிகளின் முக்கியமான நடைமுறை வழக்கம். ஏனென்றால் தேர்ந்தெடுக்கும் இடத்தைப் பொருத்துத்தான் பயிர்கள் விளைவிக்கப்படும். (‘ராஜோ’ என்ற மாதத்தில் – டிசம்பர், ஜனவரிக்கு இடையே வரும் – “சௌ பௌ’ என்ற பறவைகள் பாடத் தொடங்குவதே அதன் அறிகுறி. அப்போது உடனே இடத்தைத் தேர்வு செய்கிறார்கள்.)

2. அந்த இடத்தில் இருக்கும் காட்டை அழித்துக் காயவிடுவார்கள். ('தக் பொ பிபு' என்ற பறவைகளின் கூச்சல் தொடங்கியவுடன் காட்டை ஒழுங்குபடுத்திக் காயவிடுவார்கள். இந்த செயலுக்கு 'ரக்தே' என்று பெயர்.)

3. அது போதுமான அளவிற்குக் காய்ந்த பிறகு அந்த மரம் செடிகளுக்கு தீ மூட்டுவார்கள். இந்த நெருப்பு மாதக் கணக்கில் எரியும். தடித்த மரங்களின் அடிப் பகுதிகள், கிளைகளை நெருப்பிற்குள் தள்ளி முழுவதும் சாம்பலாகும்படியாக பழங்குடி மக்கள் எல்லோரும் சேர்ந்து செய்வார்கள். ('ராதே' என்னும் மாதத்தில் 'பிபியார்' பறவைகள் பாடத் தொடங்குவது அழித்த காட்டிற்கு தீ மூட்டவேண்டும் என்பதற்கு அறிகுறி. அதற்குள் வெட்டிய மரங்கள் காய்ந்திருக்கும். அவற்றுக்குத் தீ மூட்டி எரிய விடுவார்கள் - இதற்கு 'அமாஹ ரே' என்று பெயர்.)

4. பிறகு அந்த இடத்தில் சாம்பலைப் பரப்பி சுத்தம் செய்து விவசாயம் செய்யத் தொடங்குவார்கள்.

5. முதல் முதலாக கூர்மையான குச்சிகளால் நிலத்தில் ஓட்டைகள் போடுவார்கள். சில நாட்களுக்குப் பிறகு மரக் கலப்பைகளை செய்து நிலத்தை உழுவார்கள்.

6. மழைக் காலத்தின் பருவநிலையின் கணக்கைப் பொருத்து எந்த விளைச்சலை விதைக்கவேண்டுமென்று முடிவுசெய்து அந்த விதைகளை விதைப்பார்கள்.

7. ஆயிரம் ஆண்டுகள் காலம் எல்லோரும் சேர்ந்து பொதுவான விவசாயம் செய்தார்கள். தற்போதைய ஆண்டுகளில் புலம்பெயர் விவசாயத்திலும் ஒவ்வொரு குடும்பத்திற்கும் நிலத்தைப் பங்கிட்டு விவசாயம் செய்யும் வழக்கம் வளர்ந்துள்ளது.

8. களை எடுப்பது, காட்டு விலங்குகளிலிருந்து பயிர்களைக் காப்பது போன்ற வேலைகள் இருக்கும்.

9. விளைச்சல், அறுவடை மற்றும் அறுவடை விழாக்கள் நடக்கும். அதன் கொண்டாட்டங்கள் விளைச்சலின் அளவைப் பொறுத்து இருக்கும். நல்ல விளைச்சல் வந்தால் வேட்டை விலங்குகள், வளர்ப்பு விலங்குகளைப் பலி கொடுத்து, நாட்டுச் சாராயத்தை தயாரித்துச் சில நாட்கள் விழா கொண்டாடுவார்கள். இப்படிப்பட்ட மகிழ்ச்சியான

தருணங்களில் நாட்டுப்புற நடனம், இசை, பாடல்கள் அதிகமான அளவில் இருக்கும்.

10. அந்தந்த இடங்களின் வளத்தைச் சார்ந்து இரண்டு - மூன்று ஆண்டுகள் அதே இடத்தில் விளைச்சல் எடுப்பார்கள். அங்கேயே தாங்கள் வெட்டிய காட்டு மரம் மற்ற பொருட்களிலிருந்து கட்டிய தற்காலிகக் குடிசைகளில் வசிப்பார்கள்.

11. அதே இடத்தில் விவசாயம் செய்தால் விளைச்சலின் அளவு குறையும். அதனால் மற்றொரு இடத்தைத் தேர்ந்தெடுப்பார்கள். அங்கே புலம்பெயர்ந்து போய் மறுபடியும் விவசாயம் செய்வார்கள்.

12. இப்படி இரண்டு - மூன்று ஆண்டுகளுக்கொருமுறை இடத்தை மாற்றி விவசாயம் செய்வார்கள்.

13. சுமார் பதினைந்து - இருபது ஆண்டுகளுக்குப் பிறகு, ஐந்திலிருந்து ஏழு இடங்களுக்கு மாறிய பிறகு முதல் இடத்திற்கே திரும்புவார்கள். இது ஒரு சுழற்சி. புலம்பெயர் சுழற்சி. இந்த சுழற்சியின் காலம், இன்று காடுகளின் குறைபாட்டால் மிகவும் குறைந்துவிட்டது. 5-7 ஆண்டுகளின் சுழற்சிக்குள் அடங்கிவிட்டது. அதனால் நில வளத்தின் மீதும் விளைச்சலின் அளவின் மீதும் விபரீதமான பாதிப்புகள் ஏற்படக்கூடிய நிலைமையை அடைந்திருக்கிறது என்று தற்போதைய புலம்பெயர் விவசாயத்தைப் பற்றி நடந்த ஆய்வுகள் தெரிவிக்கின்றன.

14. அவர்கள் முதலில் விவசாயம் செய்த இடத்தில் காட்டை வளர்த்தார்கள். அது 15-20 ஆண்டுகளின் வளர்ச்சி. அதனால் அவை அடிப்படை காட்டு வடிவத்திலிருப்பதில்லை. அவற்றை இரண்டாம் நிலைக் காடு (Secondary) என்பார்கள். இந்தக் காடு, அடிப்படைக் காட்டைவிடவும் அதிகமாக மானிடப் பயனுள்ளது என்கிறார்கள். அதில் கிழங்குகள் அதிகமாகக் கிடைக்கும். குடிசைகள் கட்டவும், முறம், கூடை போன்ற வீட்டுப் பயனுக்கும் விவசாயப் பயனுக்கும் தேவையான பொருட்களைச் செய்யவும் உதவும் மூங்கில் போன்ற செடிகள் வளரும்.

15. தாங்கள் முதலில் விளைவித்த இடங்களுக்கு வந்து விவசாயம் செய்த நிலத்தைத் தேடுவார்கள். முதல்

உண்மை இராமாயணத்தின் தேடல் | 69

இடத்திற்கு வரும்போது அங்கே மற்ற இடங்களில் இருக்கும் அடிப்படைக் காட்டை அழிக்கமாட்டார்கள். திரும்பவும் முதலில் விவசாயம் செய்த இடத்தையே தேர்ந்தெடுப்பார்கள். ஏனென்றால் அந்த இடத்தில் காட்டை வெட்டுவது எளிது. நிலமும் கூட விவசாயம் செய்ய வசதியாக தட்டையாக ஆக்கப்பட்டிருக்கும். கூடவே அடிப்படைக் காடுகளை காப்பாற்றிக்கொள்வது விவசாயம் செய்யத் தொடங்கினாலும் இன்னும் காட்டு ஜீவிகளாகவே இருக்கும் அந்தப் பழங்குடிகளின் தேவைகளுக்கு இன்றியமையாததாகும். அதில் அவர்கள் வேட்டையாடி மாமிச உணவு பெற்றுக்கொள்ளலாம். பழங்களைச் சேகரிக்கலாம். இப்படிப் பல பயன்கள் உண்டு.

16. பிறகு முதலில் செய்தது போலவே பலவகை நடைமுறைகளின்படி அந்தக் காட்டை அழித்து விவசாயம் செய்வார்கள்.

விவசாயம் செய்வதை முதலில் கண்டுகொண்ட சமூகங்கள் ஆயிரம் ஆண்டுகள் இதுபோலப் புலம்பெயர்ந்து அல்லது 'ஜூம்' விவசாயத்தைச் சார்ந்திருந்தார்கள். அதற்கு ஏற்றபடி தங்கள் வாழ்க்கை முறையையும் உருவாக்கிக்கொண்டார்கள். அவர்களுடைய வாழ்க்கைப் பண்பாடும் இதுபோன்ற வாழ்க்கையின் முறையை எதிரொலிக்கின்றது. மேலே கூறியதுபோல இந்த விவசாயத்திற்கு ஏற்றபடி அவர்களுடைய பண்டிகை, விழா, நாட்டியம், பாட்டுகள் இருந்தன. இப்போதும் இந்த விவசாயத்தைச் சார்ந்த மக்கள் சமுதாயத்தின் நாட்டுப்புற பண்பாடு வடிவங்கள் வேறுபட்டவை. அவற்றைப் பற்றிப் பல ஆய்வுகள் நடந்துள்ளன.

இந்த வரலாற்றின், பண்பாட்டின் அடித்தளமே வால்மீகியைப் போன்ற நாட்டுப்புறக் கவிஞனின் திறமையானது இந்தப் புதிய அனுபவத்தை நாட்டுப்புறக் காவியமாக வளர்க்கத் தூண்டியது.

சீதையின் வனவாசமே தவிர இராமனின் வனவாசமல்ல

இந்தியாவின் புலம்பெயர் விவசாய விவரங்களிலிருந்து நாம் மூலக் கதைக்குத் திரும்புவோம். இந்தப் புலம்பெயர் விவசாயத்திற்கும் இராமாயணத்திற்கும் என்ன உறவு? சீதை தற்போதைய இராமாயணத்தில் வனவாசத்திற்குப் போகிறாள். பதினான்கு ஆண்டுகள் வனவாசம். நம் நாட்டில் ஏழு சுபமானது

என்று கருதப்படுகிறது என்பது பொதுவாகத் தெரிந்ததுதான். சப்தரிஷிகள், ஏழு வண்ணங்கள், ஏழு சுரங்கள்... இதுபோல பட்டியல் தொடரும். அதுபோலவே, ஏழின் பெருக்கலும் கூட சுபமானதுதான். 14, 21 இப்படி. வனவாசத்தின் காலமும் கூட இந்த ஏழின் பெருக்கலான 14 ஆண்டுகள்.

சீதை என்பது ஆள் அல்ல நிலம், விவசாய பூமி என்பதை நாம் அப்போதே நிரூபித்திருக்கிறோம். இந்த நம் உண்மை சீதைகூட இராமாயணத்தைப்போலவே வனவாசத்திற்கு ஆளாகிறாள். முதலில் காட்டை வெட்டி, உழுது உருவான சீதை என்ற விவசாய நிலம், புலம்பெயர் விவசாயத்தின் பதினான்கு ஆண்டுகளின் சுழற்சிக்குள் சிக்குகிறாள். இப்படி உருவான சீதையை விவசாயம் செய்பவர்கள் விட்டுவிட்டு வேறு இடத்திற்குப் போகும்போது சீதை என்ற விவசாய நிலத்தின் மீது காடு வளரும். அந்தப் பழங்குடி மக்கள் திரும்ப வந்து விவசாயம் செய்யும்வரை சீதை வனவாசம் செய்ய வேண்டியிருக்கும். இப்படி உண்மை இராமாயணத்தில் சீதையுடையதுதான் வனவாசம், இராமனுடையதல்ல. அப்படி என்றால் சீதை அபகரிப்பு, அக்னி பிரவேசம் எப்படி?

10
சீதா அபகரணம், சீதையைத் தேடுதல், அக்னி பரீட்சைக் காண்டம்

புலம்பெயர் விவசாய வழக்கப்படி காட்டை அழித்து சுத்தப்படுத்தி விவசாயம் செய்து உருவாக்கிய நம் உண்மை சீதையில் சில ஆண்டுகள் விவசாயம் செய்த பின் இந்தத் தேர்ந்த விவசாயிகள் அங்கிருந்து வெளியேறவேண்டியதாயிற்று. அதே காட்டில் வெவ்வேறு இடங்களில் விவசாயம் செய்துகொண்டு தாங்கள் உருவாக்கிக்கொண்ட புலம்பெயர் சுழலிருந்து 14 ஆண்டுகள்வரை அந்த இடங்களுக்கு அவர்கள் வரவில்லை. அந்த 14 ஆண்டுகள் என்னவானது?

சுற்றிமுற்றி அடர்ந்த காடுகள். அதன் நட்ட நடுவில் நம் தனிமையான 'சீதை'. காட்டுக்கு நடுவே மேடு - பள்ளங்களை சிறிதளவுக்குச் சமன்படுத்திய விவசாய நிலம். வேர், விழுதுகளிலிருந்து மறுபடியும் காடு வளரத் தொடங்கியது. பல நூறு ஆண்டுகள், ஆயிரமாயிரம் ஆண்டுகள் காலம் வளர்ந்த மூலக் காடுகளைப்போல அடர்த்தியானதல்ல. ஆனால் வனம், காடு இவை இரண்டிற்கும் வேறுபாடு இருக்கிறதா! இந்தச் சொற்கள் ஒரே இணைப் பொருள் தரும் வகையில் பயன்படுத்தப்படுகிறது. ஆனாலும் சில வேறுபாடுகள் இருப்பதைப்போலத் தெரிகிறது. உபவனம், உத்தியானவனம் என்றால் மனிதன் நட்டு வளர்த்த, இன்றையப் 'பூங்கா'களுக்கு இணையான சொற்களாக வெகுகாலமாகப் பயன்படுத்தப்பட்டிருக்கிறது. வனிகா என்ற சொல்லின் பயனும் இருக்கிறது; ஒரு சமஸ்கிருத அகராதி சொல்வதைப்போல அசோகத்தைப்போல ஒரே வகையில் மரங்கள் வளர்ந்த இடம் என்ற பொருளில். இப்படி வனம் என்பது காடு என்ற சொல்லுக்கு மாற்றாகப் பயன்படுத்தப்பட்டிருந்தாலும் கூட அதைவிடச் சிறிது வேறுபட்டது. அரணியம் என்பது, மூல

அரணியம் என்பதையும், வனம் என்பது மனித சமுதாயம் இடையே புகுந்து உருவாக்கிய இரண்டாம் வகைக்காடு என்று அழைக்கப்படும் செடிகொடிகளின் கூட்டத்தைக் குறிக்குமா? உபவனம், உத்தியானவனம் என்பது முழுமையாக மனிதனின் உருவாக்கம்.

சீதையின் வனவாசமே சீதையின் அபகரணமும் கூட

'சீதை'யின் மீது மறுபடியும் மரஞ்செடிகள் வளர்ந்து பெரிய வனமானது. 'சீதை' வனவாசத்திற்குள் சிக்கினாள். இதுதான் 'உண்மை' இராமாயணத்தின் 'உண்மை' சீதையின் வனவாசம். இனி, இந்த சீதையின் அபகரணம் என்றால் என்ன? சீதை என்பது மனுஷியானால் அவளை அபகரித்துச் செல்வது என்பது பொதுவான இராமாயணத்தில் வலுக் கட்டாயமாக இழுத்துக்கொண்டு போவதுபோல நடக்கும். ஆனால் சீதை என்பது விவசாய நிலமாகும்போது அதை மனிதர்கள் ஆக்கிரமித்துக் கொள்ளமுடியும், அபகரிக்க முடியாது. அந்தச் சீதையை அதில் விளைச்சல் விதைத்த சமூகம் விட்டுவிட்டே புறப்பட்டது. அதில் மேலும் விளைச்சலை எடுக்க சாத்தியப்படாது என்றே விட்டுப் புறப்படுகிறது. அப்படியென்றால் சீதையின் அபகரணம் என்றால் என்ன?

ஆனால், சீதையின் அபகரணம் அப்போதே நடந்துவிட்டது. சீதையத் தேர்ந்த விவசாயிகள் விட்டுச் சென்றபோதே அதன் வனவாசம் தொடங்கியது. அதனுடன் சீதையின் அபகரணமும் நடந்தேறிவிட்டது. அப்படியென்றால், சீதையை அபகரித்தது யார்? சீதையை அபகரித்தது வனம். சீதையின் மீது வளர்ந்த 'வனம்'தான் சீதையை அபகரித்தது என்று அந்த தேர்ந்த சமுதாயம் ஒரு உருவகமாகக் கற்பித்துக் கொண்டார்கள். அப்படி என்றால் சீதையின் வனவாசமே சீதையின் அபகரிப்பும் கூட. சீதையை, விவசாய நிலத்தை, வனம் அபகரித்துள்ளதே!

அந்தத் தருணத்தில் பொதுவான இராமாயணத்தில் என்ன நடக்கிறது என்பதை நினைவுகூர்வோம். இராமன் சீதையை இலட்சுமணனின் பாதுகாப்பில் விட்டுவிட்டு மான் வேட்டைக்குச் செல்கிறான். (சீதையின் வற்புறுத்தலால் என்ற அங்கய காட்சி, அழகான பொருட்களின் மீது பெண்களுக்கு ஏற்படும் ஆசை, பேராசை அதனால் ஏற்படும் ஆபத்துகள் என்ற சித்தரிப்பு இராமாயணத்தில் இருக்கின்றது) மொத்தத்தில் ஸ்ரீராமன், சீதை என்ற விவசாய பூமியைத் துறந்து வேட்டைக்குப்

போகிறான். இப்படி விவசாயத்தைக் கைவிட்டாலும் கூட ஏற்படும் விளைவுகள் அதுதான், நிலம் காடாவது அல்லது வனத்திலிருந்து சீதையின் அபகரணம்.

அப்படியென்றால் பொதுவான இராமாயணத்தில் வரும் வில்லன் பாத்திரம், சீதையைக் காமுக நோட்டத்துடன் அபகரித்தான் என்று குறிப்பிடப்படும் இராவணன் உண்மை இராமாயணத்தில் யார்? இதுவரையிலான விவரங்களைக் கேட்ட பிறகு யாரும் எளிதாக ஊகித்துவிடக்கூடிய விடை இது. 'வனமா' 'இராவணன்' அல்லது 'இராவனன்'. இன்றும் சிறிலங்காவில் இராவணன் என்றால் காட்டைச் சமன்படுத்தி வணங்கும் வழக்கம் அங்குள்ள பழங்குடிகளில் இருக்கிறதென்று ஆய்வுகள் தெரிவிக்கின்றன. அதே 'வன'த்திலிருந்து அல்லது 'இராவன'த்திலிருந்து உண்மை சீதை என்ற நிலத்தின் அபகரணம்.

இப்படி சீதையை 'இராவன'ன் அபகரித்த பிறகு 'சீதை' 'வன'த்தின் கீழ் மறைந்துபோனாள். 14 ஆண்டுகள் கடந்த பிறகு மறுபடியும் தாங்கள் முதலில் விவசாயம் செய்த இடத்திற்கு அந்தத் தேர்ந்த விவசாயிகள் வந்து பார்க்கிறார்கள். எல்லா இடங்களிலும் காடு. அவர்கள் முதலில் விவசாயம் செய்த நிலம் எங்கே என்று தேடுகிறார்கள். அது கண்ணுக்குத் தெரியவில்லை. ஓ! நம் சீதை காட்டில் தொலைந்துபோனாள், காடு அபகரித்துவிட்டது என்று நினைத்தார்கள். அவர்கள் மறுபடியும் அந்த இடத்தில் விவசாயம் செய்ய அந்த சீதையே தேவை. புலம்பெயர் விவசாயத்தில் முதலில் விவசாயம் செய்த பூமியையே தேடி அங்கே விவசாயம் செய்யவேண்டிய அவசியத்தைப் பற்றி இதற்கு முன்பே நான் விளக்கியிருக்கிறேன். முக்கியமாக அங்கே காடு அடர்த்தியாக இருப்பதால் வெட்ட எளிது. நிலத்தை முன்பு விவசாயம் செய்யும்போதே மேடுபள்ளங்களை சமன் செய்திருந்ததால் மறுபடியும் அங்கே விவசாயம் செய்வதால், மூலக் காட்டை வெட்டும் சூழ்நிலை இருக்காது. அதனால் காடு அபகரித்த சீதையைத் தேடத் தொடங்குகிறார்கள். அதற்காக நான்கு திசைகளிலும் தேட நான்கு குழுக்களை உருவாக்குகிறார்கள். காட்டில் சீதைக்கான தேடல் தொடங்குகிறது. சில நாட்களுக்குப் பிறகு தெற்கு திசையில் தேடல் நடத்தும் குழுவிற்கு (அனுமான் இருந்த குழு) சீதை (முன்பு தாங்கள் விவசாயம் செய்த நிலத்தின்) அடையாளம் கிடைக்கிறது.

'இராவண' சம்ஹாரம்

மரஞ்செடிகளுக்கு நடுவில் வெளிப்படும் 'சீதை'யை அப்போது அந்த 'இராவண'னின் பிடியிலிருந்து விடுவித்துக் கொள்ளவேண்டும். அதற்காக ஆண், பெண் என்று பாராமல் பழங்குடிகள் எல்லோரும் காட்டை முற்றுகையிடுகிறார்கள். காட்டை அலசுகிறார்கள். அந்த நேரத்தில் எதிர்ப்படும் காட்டு விலங்குகளைக் கொல்கிறார்கள். உணவாகப் பயன்படுத்தக்கூடியவற்றை சுட்டுத் தின்கிறார்கள். இதுதான் இராவணப் படையைக் கொல்வது. அந்தத் தருணத்தில் இராவணக் குடும்பத்தின் முக்கிய உறுப்பினர்களின் விவரங்களைப் பார்த்தால் அவர்களும் வனத்திற்கு சம்பந்தப்பட்டவர்கள் என்றே தெரிகிறது.

இராவணனின் மனைவி மண்டோதரி. இராமாயணத்துடன் உருவான பல புராணங்களில் தவளை இரண்டு துறவிகளின் உயிரைக் காப்பாற்றியதற்காக அவர்களிடமிருந்து வரம் பெற்று பிறகு பெண்ணாகப் பிறக்கிறாள் என்ற கதையைப் பார்க்கலாம். மண்டோதரி பஞ்ச கன்னிகை அல்லது கற்புக்கரசிகளின் வடிவமான பஞ்சபூதங்களில் நீரின் பிரதிநிதி. வனம் மற்றும் நீரின் உறவைப் பற்றிச் சொல்லத் தேவையில்லை. மண்டோதரி நீராக அல்லது தவளையாக தண்ணீர் ஏரியுடன் உறவுகொண்டவள். அவள் இராவணனின் மனைவியாக குறிக்கப்படுகிறாள்.

இனி கும்பகர்ணன் – சட்டி வடிவத்துக் காதுகளைக் கொண்டவன் என்பது பொருள். இது அவன் இயற்பெயராக இருக்க முடியாது. அப்படிப்பட்ட காது மனிதனுக்கு இருக்கக்கூடாது என்றில்லை. அந்தக் காதைக் கவனித்து அவனுக்கு மற்றவர்கள் அந்தப் பெயரைச் சூட்டியிருக்கலாம். ஆனால் பொதுவான இராமாயணத்தில் அந்தப் பெயர் அவனுடைய இயற்பெயரென்று எதற்காகப் பயன்படுத்திருக்கிறது என்ற கேள்வி எழும். கும்பகர்ணன் என்ற பெயர் பெரிய காதுகளுடைய யானையைப் போன்ற விலங்கைக் குறிக்கும். கும்பகர்ணனின் தேகம் பெரிய அளவிலானது. அவனுடைய உணவின் அளவும் அதைத்தான் குறிக்கிறது.

மற்றொரு சகோதரி சூர்ப்பனகை. கூறிய நகங்களைக் கொண்ட அரக்கி என்பதே அவளுடைய வர்ணனை. கும்பகர்ணனின் பெயரைப்போலவே யாராவது, அவர்கள் அரக்கர்களே ஆனாலும்

கூட சூர்ப்பனகை என்ற பெயரை வைத்துக்கொள்ள முடியாது. ஆனால், இவர்கள் எல்லோருடைய தந்தை புகழ்பெற்ற வம்சத்தின் துறவி. அதனால் இந்தப் பெயர் இராமாயணத்தைப் படைத்தவர் கொடுத்த பெயராகவோ அல்லது அதற்கு முன்பே மற்றவர்கள் கொடுத்த பெயராகவோ இருக்கக்கூடும். அது கூர்மையான நகங்களை வளர்த்துக்கொண்ட மனுஷியாக இருக்கலாம் அல்லது கூர்மையான நகங்களுள்ள விலங்காகவும் இருக்கலாம்.

மற்றவன் விபீஷணன் – இந்தச் சொல்லின் பொருள் சிறப்பாக பீஷணன் என்றால் விபரீத பயங்கரமானவன் என்பது. இராமாயணப் பாத்திரச் சித்தரிப்பு அதற்குப் பொருந்தாவிட்டாலும் பீஷணனான பராக்கிரமசாலி என்று அதை விவரிக்கலாம். அதே தருணத்தில் விபரீத பயங்கரமான ஒரு காட்டு விலங்காகவும் இருக்கலாம்.

இந்த எல்லாப் பெயர்களும் மனிதர்களின் பெயராக இருக்கக்கூடும் என்னும்போதே விலங்குகளின் பெயராகக்கூட பொருள்கொள்ளலாம் என்பது தற்செயலாகக்கூட இருக்கலாம்.

எப்படியோ தேர்ந்த விவசாயிகள் 'இராவண'னை அதற்குள் இருக்கும் காட்டு விலங்குகளை எதிர்த்துக் கொன்றார்கள். பிறகு மரம் – செடிகளை காயவிட்டார்கள். புலம்பெயர் விவசாயத்தில் தொடங்கிக்கொண்டவர்கள் நன்றாகக் காய்ந்த மரம், செடிகளை பிறகு என்ன செய்யமுடியும் அந்த நிலத்திலேயே தீயிட்டு எரிப்பதைத் தவிர. இப்படி நம் சீதை என்ற விவசாய நிலத்தின் மீது நெருப்பு தகதகவென்று கொழுந்துவிட்டு எரிகிறது. பல நாட்கள், அந்தக் காட்டின் அடர்த்தியைப் பொறுத்து. இப்படி நம் உண்மையான சீதை அக்னி பரீட்சைக்கு உள்ளாகிறாள். பிறகு நெருப்பு எரிந்து தணிந்து சாம்பலாகி அப்படியே கரியாகிறது. கரியைப் பொறுக்கியெடுத்துக்கொண்டு சாம்பலை நிலத்தின் மீது சமனாகப் பரப்பி மறுபடியும் சீதையை விவசாயத்திற்கு உட்படுத்துகிறார்கள்.

வேட்டைக்காரப் பழங்குடிகள் விவசாயத்தைக் கண்டுபிடித்தது ஒரு அற்புதமான கதை. இது அப்படியொரு வேட்டைக்கார பழங்குடியின் கவிஞனாக இருந்த வால்மீகியின் திறமையால் படைக்கப்பட்டது. நாட்டுப்புற உருவகங்களின் அழகின் மெருகு அதற்கிருந்தது; பல கட்டங்களில் நாட்டுப்புறக் காவியமாக

வளர்ந்தது. இந்த இராமாயணம் பல பழங்குடி மக்களிடம் பரவியது; விவசாயம் பரவவும் காரணமானது.

இப்படி விவசாய பூமியான சீதையை மானுடப் பெண்ணாக உணர்ந்து, அதன் மீது கற்பு திணிக்கப்பட்டது. இதுமட்டுமல்லாமல், கள்ளன் - காமுகன் இராவணன், துறவிகளின் தவத்தைக் கெடுக்கும் அசுரர்களும் படைக்கப்பட்டுள்ளனர். இதன் நோக்கமென்ன என்பதைப் பற்றிச் சிந்துப்போம் என்ற இடத்தில் வால்மீகி இயற்றிய உண்மை இராமாயணக் கதையின் 'சீதாபகரணம்', 'இராவண சம்காரம்', 'அக்னி பரீட்சை' முடிவடைந்தது.

II
நிலையான விவசாயம், இரும்புப் பயன்பாடு, இராமாயணத்தின் பிறப்பு

உண்மை இராமாயணத் தேடலின் பாதையில் இதுவரை இராமனின் பாத்திரத்தின் அவசியமே தென்படவில்லை. அப்படி என்றால் பரவலாக இராமாயணம் முழுவதும் நிறைந்து வழியும் முக்கியக் கதாபாத்திரம் இராமனுக்கு உண்மை இராமாயணத்தில் எந்தப் பாத்திரமும் கிடையாதா? இந்தக் கேள்வி வாட்டுகிறது. இதைப் பற்றித் தேடியபோது கண்ட சங்கதிகளை உங்கள் முன் வைக்கிறேன்.

பழங்குடி மக்கள் காட்டில் வசித்துக்கொண்டே வேட்டை மற்றும் உணவுச் சேகரிப்புகளால் வயிற்றை நிறைத்துக்கொண்டவர்கள். விவசாயத்தைக் கண்டறிந்து வலசை விவசாய வழக்கத்தை உருவாக்கிக்கொண்ட சங்கதியைக் குறித்து நீங்கள் படித்திருக்கிறீர்கள். விவசாயம் முன்னேற நிலையான விவசாயத்தைக் கண்டறிந்தார்கள். முக்கியமாக நதி வயல்களில், குன்று மலை அடிவாரங்களில், தண்ணீர் எப்போதும் பாயும் இடங்களில் நிலையான விவசாய வழக்கம் தொடங்கியது. நம் நாட்டின் நிலையான விவசாயத்தில் முதலில் விளைவிக்கப்பட்ட விளைச்சல் நெல் என்றே சொல்லலாம்.

நீர்ப்பாசனம், ஏரின் பயன், உழுதல் நிலையான விவசாயத்தை ஒருநிலைக்குக் கொண்டுவந்தது. ரிக்வேதத்தில் உழுபவனின் பாட்டு என்ற புகழ்பெற்ற வரிகளில் இது நிரூபணமாகியுள்ளது. அதில் சீதையின் முதல் குறிப்பு இருப்பதைப் பற்றி அப்போதே சொல்லியிருக்கிறேன். இப்படி நிலையான விவசாயம் வழக்கத்திற்கு வந்தது. பசு வளர்ப்பு முக்கிய வாழ்வாதாரமாக இருக்க, ஆரியர்கள் விவசாயத்தை அதிகமாகச் சார்ந்திருக்கத் தொடங்கினார்கள். அதற்காக நீராதாரம் குறைவாக இருந்த பஞ்சாபின் சட்லெஜ் நதி, யமுனா நதிகளுக்கு இடையே ஆன

மழைப் பிரதேசங்களை விட்டு கங்கை நதி வயல்களின் பக்கம் புலம்பெயர்ந்தார்கள். ஆனால் கங்கை நதி, அதன் கிளைநதிகள் ஆண்டு முழுவதும் பொங்கிப் பாய்ந்துகொண்டிருந்தன. அந்தப் பகுதியின் காடுகள் மனிதர்கள் நுழைய முடியாமல் கடும் அடர்த்தியாக இருந்தன. அப்போது நெருப்பைப் பயன்படுத்திக் காடுகளை எரித்து கங்கா நதியின் வயல் பகுதிகளில் நிலைத்தார்கள்.

அதன் அறிகுறியை சதபத பிராமணத்தின் ஒரு குறிப்பில் தெளிவாகக் காணலாம்.

'இப்போது விதேகத்தின் அரசன மாதவன் வாயில் அக்னிக் கடவுள்களை நிறைத்து வைத்துக்கொண்டிருந்தான். அவனுடைய குல புரோகிதரான துறவி ராகுகன கோதமன் அரசனை நோக்கிக் கூவினாலும் அவன் செவிசாய்க்கவில்லை. அக்னி எங்கே அவன் வாயிலிருந்து நழுவி கீழே விழுந்துவிடுமோ என்பது அவன் அச்சமாக இருந்தது.

ரிக்வேதத்தின் மந்திரங்களை உச்சரித்துக்கொண்டே அக்னியை அழைத்தாலும் அரசன் பதிலளிக்கவில்லை.

ஆனால் புரோகிதர் 'ஓ வெண்ணையில் குளித்து எழுபவனே' என்று உச்சரித்தபோது வெண்ணையின் பெயரைக் கேட்டதும் அரசன் வாயிலிருந்து ஜ்வாலைகளை கக்கிக்கொண்டே வெளியே வந்து பூமி மீது விழுந்தான்.

அப்போது விதேக மாதவன் சரசுவதி நதிக் கரையிலிருந்தான். அக்னியால் அந்த பூமியை எரித்துக்கொண்டே கிழக்குப் பக்கம் புறப்பட்டான். மாதவன், கோதமன் இருவரும் அக்னியைப் பின்பற்றிக்கொண்டே கிழக்குப் பக்கமாக நடந்தார்கள். அக்னியோ வழியில் கிடைத்த எல்லா நதிகளையும் சுட்டெரித்து வெறுமையாக்கியது. (அந்த நதிகள் தண்ணீரில்லாமல் வறண்டு போயின. அதனால் அந்தப் பகுதியை விட்டுவிட்டு அக்னியின் உதவியை பெற்றுக்கொண்டு புலம்பெயர்ந்த குறிப்பு) இப்போது வடக்கு மலைகளில் இருந்து பாயும் 'சாதாநீரா' என்று அழைக்கப்படும் நதி வந்தது. அதை அக்னி எரிக்கவில்லை.

தொடக்கத்தில் இந்தப் பகுதி விவசாயத்திற்கு உட்படுத்தப்படவில்லை. சதுப்பு நிலமாக இருந்தது. அக்னிச் சுவையைக் கண்டிருக்கவில்லை. இப்போது அந்தப் பகுதி விவசாயத்திற்குட்பட்டிருக்கிறது. பிராமணர்கள் அக்னிக்கு அந்தப் பகுதிகளின் ருசியைக் காட்டி இருக்கிறார்கள். அந்த நதி

கடும் கோடையிலும் பொங்கிப் பாய்கிறது. குளிர்ச்சியாகவும் இருக்கிறது. ஏன் என்றால் அது அக்னியால் எரிக்கப்படவில்லை.

அப்போது விதேக மாதவன் அக்னியை நோக்கி – 'நான் எங்கே வசிக்க' என்று கேட்டான். 'இந்த நதியின் கிழக்கே உன் வீடாக இருக்கட்டும்' என்று அவன் சொன்னான். இப்போதும் கூட அந்த நதிதான் கோசல சமூகம் மற்றும் விதேகர இடையின் எல்லையாக இருக்கிறது. இப்படி அக்னியைப் பயன்படுத்தி காட்டை எரித்து அந்த நிலத்தில் ஆரிய சமுதாயங்கள் நிலைத்தன. அந்தப் பகுதியில் முன்பிருந்தே வசித்து வந்த பழங்குடி மக்களை ஒதுக்கிவைத்து தங்கள் அடிமைகளாக ஆக்கிக்கொண்டார்கள். மேலே குறிப்பிட்ட விதேகம்தான் பரவலான இராமாயணத்தின் சீதையின் தந்தை ஜனகனின் இராஜ்ஜியமுமாக இருந்தது. அதனால்தான் அவளுக்கு வைதேகி என்ற பெயர் என்பதை நினைவுகூர்வோம்.

புலம்பெயர் விவசாயத்திலும் நெருப்பைப் பயன்படுத்தி காட்டுப் பகுதிகளை அழித்து விவசாயம் தொடங்குவார்கள். நிலையான விவசாயத்திலும் நெருப்பால்தான் காட்டை எரிப்பார்கள். ஆனால் பிறகு இந்த இரண்டு விவசாய முறைகளிலும் அதிக வேறுபாடுகள் தோன்றுகின்றன. இப்படி கங்கை நதிக் கரைக்கு வந்து காட்டை அழித்த ஆரியர்கள் பிறகு தடித்த கலப்பைகளைப் பயன்படுத்தி காட்டு மரங்களின் அடிப்பகுதிகளையும், வேர்களையும் உழுது எடுத்தார்கள். இதற்காக நான்கு, ஆறு அல்லது அதற்கு அதிகமாகவும் எருதுகளையும் கலப்பைகளையும் பயன்படுத்தினார்கள். இப்படிக் காடுகளில் எதையும் மிச்சம் வைக்காமல் முழுமையாக தரைமட்டமாக்கினார்கள். அங்கே நதித் தண்ணீரைப் பயன்படுத்தி ஒரே இடத்தில் திரும்பத் திரும்ப விவசாயம் செய்தார்கள். வருடத்திற்கு இரண்டு விளைச்சல்களையும் கூட எடுக்கத் தொடங்கினார்கள்.

புதிதாக ஒரு பகுதிக்குச் சென்று வசிக்கும்போது ஒரு வம்சக் குல நாயகனின் தலைமையில் பயணம் செய்வது, நிலைத்து நிற்கப்போகும் இடத்தைத் தேர்ந்தெடுப்பது, காட்டை வெட்டுவது விவசாயம் செய்யத் தொடங்குவது இந்த எல்லா வேலைகளையும் ஒன்றாகவே செய்வார்கள். ஆனால், பிறகு அந்தப் பகுதியில் நிலையான விவசாயத்தைத் தொடங்கிய பிறகு அவர்கள் புலம்பெயர்வது நின்றுபோனது. புலம்பெயர்வின் தற்கால வசதிகளுக்கு மாறாக வீடுகளும் கிராமங்களும் உருவாகின. அரசர்கள், அரச வம்சங்கள் நிலைத்து நின்றன. அதுவரை விவசாயம், கால்நடை வளர்ப்பு முழுக் குலத்தின் பொதுவான

செயலாக இருந்தவை அரசனின் சொத்தாயின. விவசாய நிலங்கள் வயல்கள் குடும்பங்களுக்கு இடையே பகிரப்பட்டன. பொதுச் சொத்தாக இருந்த எல்லா நிலமும், அதில் அதிகப்படியான பகுதி அரசனின் அல்லது குடும்பங்களின் தனிப்பட்ட சொத்தானது. புலம்பெயர் விவசாயம், நிலையான விவசாயம் இரண்டு முறைகளுக்கும் நடுவே இப்படி பெரிய வேறுபாடு ஏற்பட்டது. புலம்பெயர் விவசாயம் சமூகச் செயல்களாகத் தொடர்ந்தால், நிலையான விவசாயம் குடும்பத்தைத் தழுவிய விவசாயமாகவும், அரசனின் ஆட்சியாகவும் வடிவெடுத்தது.

இரும்பு, விவசாயம், சொத்து

இப்படி கங்கை நதிக் கரையை ஆரியர்கள் வந்தடைந்தவேளை நெருப்போடு மற்றொரு சிறந்த கருவியும் அவர்களுடைய பயன்பாட்டிற்குக் கிடைத்தது. அப்போதுதான் பயன்பாட்டிற்கு வந்த இரும்பு காட்டை அழிக்கும் கோடாலிகளாகவும், அரிவாள்களாகவும், கலப்பையின் நுகத்தடியாகவும் மிகப் பெரிய அளவில் காட்டை உழ, விவசாயம் செய்ய உதவியாக இருந்தது. அதுவரை நவீன கற்கால கோடாரிகளை மட்டுமே பயன்படுத்தவேண்டி இருந்தது. அரிவாள், கோடாரிகள் இருக்கவில்லை. கலப்பைக்கு அத்திமரத்தின் முரட்டு மரத்துண்டுகளையோ அல்லது விலங்குகளின் எலும்புகளையோ நுகத்தடியாகப் பயன்படுத்தினார்கள். அம்புகளின் நுனிக்கும் எலும்புத் துண்டுகளைப் பயன்படுத்தினார்கள். இவையெல்லாம் எல்லா மக்களின் கைகளுக்கும் எளிதாகக் கிடைக்கக்கூடிய மூலப் பொருட்கள். யார் வேண்டுமானாலும் இவற்றைப் பயன்படுத்தி தாங்களே தங்களுக்குத் தேவையான கருவிகளையும், ஆயுதங்களையும் செய்துகொள்ளலாம்.

ஆனால் கல் ஆயுதம், மரப் பொருட்களைப்போல இரும்பு எல்லோருடைய கைகளுக்கும் கிடைப்பதாக இருக்கவில்லை. இப்போது இரும்பு ஒரு சாதாரணப் பொருளாக எளிதாகக் கிடைக்கிறது. ஆனால் அப்போது தொடர்பு சாதனங்கள் இல்லாத காலம் மற்றும் இரும்புத் தாதுகளை சுரங்கங்களிலிருந்து வெளியே எடுக்கும், இரும்பாக மாற்றும் தொழில் நுட்பமும் கடினமானதாக இருந்தது. அப்படிப்பட்ட சூழ்நிலையில் தூரப் பிரதேசத்து சுரங்கங்களிலிருந்து பெறவேண்டி இருந்தது. அதற்குப் பண்டமாற்றாக பல பொருட்களைக் கொடுத்து அதை அங்கே இருந்து கொண்டுவரவேண்டி இருந்தது. திறமையான

வேலையாட்களால் பலவகை சாதனங்கள் செய்யவேண்டி இருந்தது. அதனால் அவை அரசன் மற்றும் அவருக்கு நெருங்கியவர்களுக்கும், ஆட்சியின் பல அடுக்குகளில் இருப்பவர்களுக்கும் அதிகம் கிடைத்தன. பொருளாதாரம் விவரிப்பதுபோல சுரங்கங்கள் முழுமையாக அரசனின் ஏகபோக உரிமையாக இருந்தன. அரசனின் அதிகாரிகளே நேரடியாக சுரங்கத்தை மேற்பார்வை செய்தனர்.

இப்படி இரும்பின் பயன், அது கிடைப்பது / கிடைக்காதது அப்போதைய சமுதாயத்தில் முக்கிய வேறுபாடுகளை ஏற்படுத்தியது. யாருக்கு இரும்பு கிடைத்ததோ அவர்களுடைய அம்புகள் இரும்பு நுனியைப் பெற்றன. பல வடிவங்களில் இந்த கூரிய நுனிகளை உருவாக்க முடிந்தது. அதனால் அதிக இடங்களை ஆக்கிரமித்து அதிக மக்களைத் தங்கள் அடிமைகளாக ஆக்கிக்கொள்ள முடிந்தது. இந்த அடிமை மக்களைப் பயன்படுத்தி, இரும்புக் கோடாரி, கலப்பை நுகத்தடிகளைப் பயன்படுத்தி அதிகக் காடுகளை விவசாயத்திற்குப் உட்படுத்திக்கொள்ள முடிந்தது. அன்றைய சில நூல்களில் விவரித்ததுபோல சிலர் 500 கலப்பைகள் உள்ள குடும்பங்களானார்கள். நகரம், பட்டணங்களில் வசித்துக்கொண்டு தங்களுக்குச் சொந்தமான விவசாய நிலங்களில் அடிமைகளைக் கொண்டு விவசாயம் செய்துகொண்டார்கள்.

சுயம் அரசனும் தனது நேரடிக் கட்டுப்பாட்டில் விவசாய நிலத்தை விவசாயம் செய்ய வைத்தான். பல அடுக்குகளில் ஜமீன்தார்களும் காட்டில் வசித்த பழங்குடி மக்களைப் பயன்படுத்திக்கொண்டு காடுகளை வெட்டித் தங்கள் சொந்த விவசாய நிலமாக விரிவாக்கம் செய்வதில் ஈடுபட்டார்கள்.

இராமனின் பிறப்பைப் பற்றிச் சொல்லப் புறப்பட்டவர்கள் விவசாயம் மற்றும் இரும்பின் வரலாற்றைப் பற்றி விவரிக்கிறார்களே என்று நினைக்கலாம். ஆனால் இராமாயணப் படைப்பு தொடங்கி சுமார் ஆயிரம் ஆண்டுகள் காலம் வளர்ந்து முடிவடையும் தருணத்தில் நடந்த சமுதாய, அரசியல் எதிர்வினைகள் இவை. இந்த எதிர்வினைகளின் நேரடிப் பலனை இராமாயணக் காட்சியில் பார்க்கிறோம். இந்த எதிர்வினையால் கலப்பையின் சொந்தக்காரனான காரணத்திற்கு சீதைக்கும் சொந்தக்காரனான இராமனின் பிறப்பும் தொடங்கியது.

12

மூன்று இராமர்களும் ஒரே இராமாயணமும்

இராமாயண மகா காவியம் உருவாகி வளர்ந்தது, அசுவமேதம் போன்ற யாகங்களை நடத்தும்போது பகல் இரவாய் அங்கே பாடப்பட்ட கதைகளால்தான். அதைப் பாடியவர்கள் அல்லது சொல்பவர்களில் பார்ப்பனப் பாடகர்களும் இருந்தார்கள், சத்திரியப் பாடகர்களும் இருந்தார்கள் என்று முன்பே விவரிக்கப்பட்டிருக்கிறது. பார்ப்பனப் பாடகர்கள் யாகம், வேள்விகளைப் பற்றி, தங்கள் கல்வியைப் பாராட்டி, அரசர்கள் பரிசாகக் கொடுத்த பூமி தானம், தட்சிணைகளைப் பற்றிப் பாடினர். சத்திரியர்கள் தங்கள் வம்சத்து அரசர்களைப் பெரும் வீரர்களாக வர்ணித்துப் பாடினார்கள். இந்தக் கதைகளும் பாட்டுகளும் பிறகு காவியமாக, புராணங்களாகத் தொகுக்கப்பட்டன.

ஆனால் அசுவமேதம் போன்ற யாகங்கள் ஒரு ஆண்டு காலம் நடக்கும். யாகத்துக் குதிரை பல நாடுகளில் சஞ்சரித்துத் திரும்பி வரும்வரை பாடல்கள், கதைகள் நடந்துகொண்டே இருக்கவேண்டும். அதற்குத் தேவையான ஆயிரமாயிரம் கதைகளைத் தேடினார்கள். அதனால் அப்போது பரவலாக இருந்த பல பழங்குடி நாட்டுப்புறக் கதைகளும் அந்தப் பாட்டுக்காரர்களின் அம்பறாத்தூணியில் நுழைந்தன. ராஜவம்சங்களின், யாகம் செய்பவர்களின் பெருமையைப் புகழ்ந்து, பாடத் தகுந்ததுபோல மாற்றங்களை அடைந்தன. மகாபாரதம், பாகவதம், இதர 18 புராணங்களில் வரும் பல கதை, துணைக் கதைகள்... இவ்வாறு அந்தந்தக் காலங்களில் மக்களுக்கு இடையே பரவலாக அறியப்பட்ட கதைகளை உட்கொண்டவையே. நாட்டுப்புற அடிப்படையிலான பல கதைகளை இணைத்துக்கொண்டு வளர்ந்த காரணத்தால் சாமானிய

மனிதர்களின் துன்ப - துயரங்களைப் பிரதிபலிக்கின்றன. அவை மக்களின் விருப்பத்திற்குக் காரணமாகின்றன.

இந்தச் செயலில் நம் சீதா வனவாசம், அபகரணக் கதையும் சிக்கிக் கொண்டிருக்கிறது. புலம்பெயர் விவசாயத்தின் விவரங்களை உட்கொண்ட இந்தக் கதை ஆரியர்கள் தொடங்கிய நிலையான விவசாயக் கதையாகப் பரிணமித்திருக்கிறது. உண்மை இராமாயணத் தேடலில் இராமனின் பிறப்பைப் பற்றிப் பேசியுள்ளோம். நிலையான விவசாய வழக்கத்தில் புலம்பெயர் விவசாயத்திற்கு மாறாக கலப்பை மிக முக்கியத்துவம் அடைகிறது. இரண்டு ஜோடி, நான்கு ஜோடி, ஆறு ஜோடி எருதுகள் இழுக்கும் கலப்பைகள் இதற்கு எடுத்துக்காட்டு. அதே சமயத்தில் ஒருவன் சொந்தமாக 500 கலப்பைகள் வைத்து உழுவதுவும் கூட அன்றைய கலப்பையின் முக்கியத்துவத்திற்கு ஓர் எடுத்துக்காட்டு. இவ்வாறு மாறிய வேளைகளில் கலப்பையின் சொந்தக்காரனுடன் சீதை என்ற உழுத பூமியின் உறவை கற்பிப்பது இயல்புதானே?

இப்படிப் பழங்குடிச் சமுதாயத்தில் எல்லோருடைய செல்வமாக இருந்த சீதைக்கு நிலையான விவசாய பூமியின் சொந்தக்காரன் ஆனவனே எசமானனும் ஆனான். அந்த இராமனே ஓயாமல் பெய்த மழையின் தீவிரத்திற்கு வறண்ட பூமியாக இருந்த அகல்யையிடம் விசுவாமித்திரனால் அழைத்துச் செல்லப்பட்டவன். அதில் பசுமை ஒளிர, அதைப் பெண்ணாக்கிய பிறகு அவனை உழுத பூமியான சீதையிடம் சுயம்வரத்திற்கென்று விசுவாமித்திரரே அழைத்துச் செல்கிறார். அந்த ஆரிய வீரனின் வீரத்தைக் காட்டுவதற்கு வசதியாகவும், நிலையான விவசாய வழக்கத்திற்குத் தகுந்தாற்போலவும் வானரர்கள் என்று பெயர் சொல்லமுடியாத பழங்குடி மக்களைப் பயன்படுத்திக்கொண்டு காட்டை அழித்துச் சீதையை அபகரித்தவரை சம்காரம் செய்கிறான். சீதையின் மீது வளர்ந்த காட்டு மரங்களை எல்லாம் எரிக்கச் சொல்கிறான். இப்படி சீதையை அக்னிப் பரீட்சைக்கு உள்ளாக்குகிறான். தன்னுடைய விவசாயத்தைத் தொடர்கிறான். இப்படி உண்மை இராமாயணம் தன்னுடைய நாட்டுப்புற வடிவத்திலிருந்து புதிய வடிவம் பெறத் தொடங்குகிறது.

ஆனால் எந்த இராமன்? இது என்ன. சீதாபதி இராமானல்லாமல் வேறு எந்த இராமன் என்ற கேள்வியைக் கேட்டால் அதுவும் சகஜம்தான். ஆனால், நம் காவியம், புராணங்களில் மூன்று

இராமர்களின் குறிப்பு இருக்கிறது. யார் யார் இந்த மூன்று இராமர்கள்? ஒன்று சட்டென்று நினைவிற்கு வரும், நாம் சர்ச்சை செய்துகொண்டிருக்கும் இராமாயணத்தின் நாயகன் ஸ்ரீராமன். மற்றொருவன், பழங்காவியம் - புராணங்களின் கதைகள் வழியாகத் தெரிந்தவர்களுக்கு எளிதில் நினைவிற்கு வரும் பெயர் பரசுராமன். இனி மூன்றாமவன் யார்? இந்த உண்மை இராமாயணத்தின் தேடலைப் பற்றி உபன்யாசம் செய்யும்போதெல்லாம் மூன்றாம் இராமனின் பெயர் சொல்ல ரிஷவும் பிரயாசைப்பட்டிருக்கிறார்கள். அப்படியாக அந்த இராமனின் பெயர் மறைந்துபோனது. மக்களுக்கு மிகவும் பிடித்தமான தன்னுடைய தம்பி கிருஷ்ணனின் பிரகாசமான ஒளிக் கதிரில் மறைந்துபோன பலராமன்தான் அந்த மூன்றாம் இராமன்.

அந்த மூன்று இராமர்களில் இரு இராமர்கள் தசாவதாரத்து இரண்டு அவதாரங்களிலும் கூடப் புகழ்வாய்ந்தவர்கள்.

அந்த மூன்று இராமர்களிடமும் ஒரு பொதுவான கூறு இருக்கின்றது. இது நம் காவிய, புராணங்களின் பல கட்டுக் கதைகளைப் புரிந்துகொள்வதற்கு இது மிகவும் முக்கியமான கூறு. அதுமட்டுமல்ல, நாட்டின் வரலாற்றைக் கட்டமைப்பதற்கும் மிகவும் முக்கியமான சங்கதி. அந்த மூன்று இராமர்கள் கூடவே மூன்று மாறுபட்ட ஆயுதம் ஏந்தியவர்கள். அந்த ஆயுதங்களே அவர்களை அடையாளம் காட்டும் பெரிய அடையாளங்கள். அவையே அவர்களுடைய பெயரின் முக்கியப் பகுதியாக இருக்கின்றன. பரசுராமனின் ஆயுதமோ எல்லோருக்கும் தெரிந்த ஆயுதம் - கோடாரி. ஸ்ரீராமன் கோதண்ட இராமனும் கூட. வில் அவனுடைய ஒரே புகழ்வாய்ந்த ஆயுதம். இனி பலராமனைப்போலவே அவன் ஆயுதமும். அவன் பெயருடனேயே அது இணைந்திருக்கின்றது. பல என்பது ஹல (கன்னடத்தில் கலப்பை) என்று பொருள். அப்படிக் கலப்பையை ஏந்தியவன். ஹலராமன் – பலராமன்.

இந்த மூன்று பேரின் பெயரிலும் ஆயுதத்திற்கு அடுத்து இருக்கும் இராமன் என்பதின் பொருள் என்ன? இராமன் என்றால் சமஸ்கிருத அகராதியில் 'சுந்தரன்' 'மகிழ்ச்சி', 'கறுப்பு' என்ற பொருள்கள் கொடுக்கப்பட்டிருக்கிறது. மூவருக்கும் இந்தப் பொருள்களில் பிறப்புப் பெயர்கள் வைத்திருக்கும் சாத்தியக்கூறுகள் உண்டு. இராமன் என்ற பெயர் சூட்டிய பிறகு அவர்களின் ஆயுதம் காரணமாக இந்த

உண்மை இராமாயணத்தின் தேடல் | 85

இடைப்பெயர்கள் வந்திருக்கலாமோ? அல்லது அவர்கள் பெயரில் ஆயுதமே முக்கியமாகி இராமன் என்றால் அந்த ஆயுதத்தைக் கொண்டவன், ஆயுதமேந்தியவன் என்பது மட்டுமே பொருளாக இருக்கலாமோ? இல்லாவிட்டால் ஆயுதங்களுடன் எதற்காக இராமன் இணையவேண்டும்? இந்தக் கேள்வி எழுகிறது?

இந்த ஆயுதங்களைப் பரிசீலிக்கலாம். முதலாவது கோடரி. அது ஆயுதமல்ல, மிகப் பழமையான கருவி. கற்காலத்திலிருந்தே கற்கோடாரி பயன்பாட்டிலிருந்திருக்கிறது. சிறிய சிறிய செடி மற்றும் முற்புதர்களை வெட்டப் பயன்பட்டு காட்டில் நடமாட, வேட்டைக்கு சிறிது உதவி செய்தாலும்கூட கோடரி கூர்மையற்றது, இறுக்கமான பிடியில்லாதது. (கல் கோடரிகளுக்கு கொடி நார்களால் ஒரு குச்சியைக் கட்டி அதைப் பிடியாகப் பயன்படுத்தினார்கள்) அது மிதமானது. இரும்பு யுகத்தில் இரும்புக் கோடரிகள் கண்டுபிடித்து முதல் முதலாக கூர்மையாக, இறுக்கமான பிடிகள்கொண்டு அடர்ந்த காட்டு மரங்களை அழித்து அதை வெட்டவெளியாக்கியதைப் பார்க்கும்போது அன்றைய மனிதன் மூக்கின் மீது விரல்வைத்திருந்தால் அது இயல்பானதுதான். கூடவே வேட்டையில் மிகவும் பயனுள்ள ஆயுதமாகப் பயன்பட்டு அவர்கள் பசியைப்போக்க மிகவும் செயலூக்கம் உடைய கருவியாகவும், காட்டை அழித்துக் குடிசைகள் கட்டவும் உதவியாக இருந்தது. காட்டை எரிக்க, மேலும் பல வகைகளில் உதவியாக இருந்த தீயை தேவதை என்று வழிபடும் மனிதனுக்கு பரசுவும் அதைப் பிடித்த முதல் மனிதனும் கடவுளின் அவதாரம் என்று தோன்றியிருந்தால் வியப்பில்லை.

பரசுராமனே அரபிக் கடலின் கடற்கரை கொங்கணத்திலிருந்து கேரளா வரையிலான நாட்டை உருவாக்கியவன் என்ற நம்பிக்கையும் இந்தப் பின்னனியில் பொருளுள்ளதாகிறது. கடினமான மனித நடமாட்டமே சாத்தியப்படாது என்று எண்ணிய மேற்குத் தொடர்ச்சி மலையின் அடர்ந்த காடுகளில் நுழைந்து அதை மனித சமுதாயம் தன்னுடைய வீடாக அமைத்துக்கொள்ள இந்தக் கோடரி ராமன்தான் வழிவகுத்தான் என்பதே இந்த நம்பிக்கையின் பின் இருக்கும் உண்மையான சங்கதி.

மொத்தத்தில் பரசு என்ற பயனுள்ள உபகரணத்தைக் கண்டுகொண்ட மனிதன் பரசுராமன் என்று பத்து

அவதாரங்களின் வரிசையில் சேர்ந்து அழியாப் புகழ்பெற்றான். அவனைச் சுற்றி மேலும் பல நம்பிக்கைகள் உண்டாயின.

பலராமன் என்ற ஹலாயுதனின் கதை

பலராமன் கிருஷ்ணனின் அண்ணன் என்று சொல்லப் பட்டிருக்கிறான். கிருஷ்ணன் என்ற கோபாலனின் அவதாரம் பலவிதமான விழாக்களில், வீரத்தின் கதை அமைப்பில் எங்கேயோ மூலைக்குத் தள்ளப்பட்டிருக்கிறது. கிருஷ்ணனின் லீலைக் கடலில் ஒரு துளியாக மட்டுமே தெரிவது போல அமைக்கப்பட்டிருக்கிறான். கிருஷ்ணன் சாட்சாத் விஷ்ணுவின் அவதாரமானால் பலராமன் அவன் படுக்கையான ஆதிசேஷனின் அவதாரமாம்.

இந்த பலராமனுக்குப் பெயர் வந்ததே அவனுடைய ஆயுதத்தால். கலப்பைக்கு சமஸ்கிருதத்தில் ‘ஹல’ என்ற பெயர் இருப்பதை அப்போதே பார்த்திருக்கிறோம். பாரதத்தின் கிழக்குப் பிரதேசங்களில் வங்க – பங்க, விகார – பிகார் ஆனதுபோல, ஹல என்பது பல என்று உச்சரிக்கப்படுகிறது. இப்படி ஹலராமன் பலராமனாகி இருக்கிறான். (வ ≥ ப, ப ≥ ஹ கன்னடத்தில்) ஆனால் அவன் கலப்பைக்கு எந்தப் பயனுள்ள வேலையையும் கொடுக்கவில்லை. இந்தப் புராணங்களில் விவசாயத்தின் அடிப்படையான உணவு, உடை முக்கியமாகக் கொடுப்பவனின் கலப்பைக்கு ஆரிய புராணங்களில் கிடைத்த அதே மரியாதை. இந்தக் கலப்பை நிலத்தை உழ முக்கியக் கருவி என்ற ஒரு வரிக் குறிப்புகூட அங்கே இல்லை. அங்கே பலராமன் என்ற போராட்டத்தின் சிறிய சாதனை மட்டுமே. ஏன் என்றால் பலராமன் தனக்குப் பெயர் கொடுத்த இந்த ஹலாயுதத்தை விட்டுவிட்டு அதிகமாக கதாயுதத்தைப் பயன்படுத்துகிறான். இப்படி கலப்பையை ஒதுக்கியதன் நோக்கம் என்ன? கலப்பையுடன் அதை ஏந்திய பலராமனையும் கூட ஒதுக்கியது என்?

விவசாயம், அதற்கு நீர்ப்பாசனம் மிகவும் அவசியமென்பதை உலகம் அறியும். ஆனால் பாரதப் புராணம் இயற்றியவர்களுக்கு இந்த அறிவு மாயமாகி இருக்கிறது. பலராமனின் கோபம், வீரத்தைப் பற்றி ஒரு கதை இருக்கிறது. பிருந்தாவனத்து கோபிகாப் பெண்களுடன் ஜலக்கிரீடையில் ஈடுபடவேண்டுமென்று ஆசை வந்ததாம். அதற்காக யமுனா நதியைத் தன் வீட்டுக்குள்ளேயே வந்து ஓடவேண்டுமென்று

கட்டளையிட்டானாம். அதை யமுனை மதிக்காததால் பலராமனுக்கு விபரீதக் கோபம் வந்ததாம். அப்போது தன் கலப்பையை எடுத்துக்கொண்டு யமுனைக் கரையில் ஊன்றிவைத்து இழுத்தானாம். அப்போது முழு யமுனா நதியே அவன் பின்னால் பாய்ந்து வந்ததாம். அவன் கோபம் தணியாமல் கலப்பையை எங்கெங்கோ இழுத்தானாம். அங்கெல்லாம் யமுனை சிதறிச் சிதறிப் பாய்ந்தாளாம். இப்போதும் அதைப் பார்க்கலாமாம். எப்படி இருக்கிறது கதை. கலப்பையை பயன்படுத்தி விவசாயம் செய்யவில்லை. நதியிலிருந்து கால்வாய்களை அமைத்து நீர் பாய்ச்சினாலும் அது விவசாயத்திற்காக அல்ல, கேவலம் ஜலக்கிரீடைக்காக. கங்கை, யமுனை நதிகளிலிருந்து விவசாயத்திற்காகக் கால்வாய்களை அமைத்தது விவசாயம் தொடங்கிய ஆயிரமாண்டுகளிலிருந்தே தெரியவருகிறது. அதை மறுத்துத் தெளிவாகப் பொய்யென்று தெரியும் சாக்குப்போக்குகளை உருவாக்கிய காரணம் என்ன?

பலராமன் ஆதிசேஷன் அவதாரம் என்று சில சங்கதிகள் தெரிவிக்கின்றன. பாரதத்தில் பரவலாக இருந்த அநாரிய மக்களிடம் நாக சமுதாயம் ஒரு முக்கிய இனம். அந்த இனத்தை ஆரிய சமுதாயத்தின் சட்டத்திற்குள் கீழ் சமுதாயமாக இணைத்துக்கொள்ளவேண்டும் என்று இப்படியான அவதாரங்கள் உருவாகி இருக்கின்றன என்று கோசம்பி போன்ற புகழ்பெற்ற வரலாற்று ஆசிரியர்களின் விவரங்கள் இருக்கின்றன. கிருஷ்ணனின் லீலை, மனைவிகள், இராதையின் கதை எல்லாம் இப்படியான நோக்கத்தால் உருவாகி இருக்கின்றன என்று மேலும் பல வரலாற்றாளர்கள் எண்ணுகிறார்கள். ஆனால், இங்கே ஜாம்பபதி கல்யாணக் கதையை நினைவிற்குக் கொண்டுவரலாம். கரடியைத் தங்கள் குலச் சின்னமாகக் கொண்ட சமுதாயத்தை ஆரிய மக்கள் தம்வசப்படுத்த முயன்ற முயற்சிக்கு எடுத்துக்காட்டுள்ளது.

இப்படி விவசாயம் தெரிந்த நாக மக்களைத் தங்களுக்குக் கீழ்ப்பணிய வைக்கவேண்டும். அதே நேரத்தில் அவர்கள் வாழ்க்கைமுறையான விவசாயம், நீர்ப்பாசனம் போன்றவற்றை இழிவுபடுத்தவேண்டுமென்றும், அதற்கு சம்பந்தப்பட்ட கதைகளை மறைக்கவேண்டும் என்ற முயற்சி மிகத் தெளிவாகத் தெரிகிறது.

இப்படியான எடுத்துக்காட்டுகள் புராணங்களில் அதிகமாக இருக்கின்றன. ஒரு மக்கள் சமுதாயத்தில் பிரபலமான மக்கள்

நம்பிக்கைகளை, கட்டுக்கதைகளை தேர்ந்தெடுப்பது, அதை தங்கள் புராணப் பகுதியாக்கிக் கொள்வதன் வழியாக அந்தச் சமுதாயத்தைப் பணியச் செய்துகொள்வது, ஆனால் அதே நேரத்தில் அந்தக் கதைகளை மாற்றி தங்கள் வாழ்க்கை முறைகளை, மதிப்புகளை அவற்றின் மீது திணிப்பது, அதன் வழியாக அவர்களை கீழ் என உருவகிப்பது, தங்களுக்குக் கீழ்ப்படிய வைப்பது; இந்த வழிமுறைகளுக்கு வால்மீகியைப் போன்ற வேட்டைக்காரச் சமுதாயங்கள், ஆரியரல்லாத விவசாயச் சமுதாயங்கள் பலியானதன் விளைவே விவசாயக் கதைகளைக் கீழேபுதைத்து சாம்ராஜ்ஜிய விரிவுக்கு வசதியாகக் கதையை இராமாயணமாக்கி இருப்பது.

உண்மை இராமனின் தரிசனம்

இனி தசாவதாரத்தில் முக்கியமானவனான ஸ்ரீராமன், தொடக்கத்திலிருந்து முடிவுவரை வில் ஏந்தியவனாகவே புகழடைந்தவன். அதுதான் வானரர்களை பயமுறுத்தியது, அரக்கர்களைக் கொன்று அவர்கள் இடங்களை வசப்படுத்திக்கொள்ளக் காரணமானது. வில்லின் பயனுக்கு முன்பு மனிதனுக்கு போரில் மரத்தால் ஆன கதாயுதம்தான் முக்கிய ஆயுதம். இராமாயணம், மகாபாரதங்களில் அதன் பயனைப் பரவலாகக் காண்கிறோம். ஆனால் இந்த மகா காவியத்தில் கதை வில்லைப்போல முக்கியத்துவம் அடையவில்லை. போரில் வில்லின் பயனை அறிந்தவர்களே முக்கியத்துவத்தை அடைவதைக் காணலாம். அதுவும்கூட இயல்பானதே. கதாயுதம் என்றால் பகைவர்களுடன் நேருக்கு நேர் நின்று போராடும் கருவி. அதன் விளைவாக யார் வேண்டுமென்றாலும் வெல்லலாம். வேட்டைக் கருவியாக பயன்படுத்தும்போது கொடிய விலங்குகளைக் கையளவு தொலைவில் நின்றே அவற்றை எதிர்க்க வேண்டும். அப்போது விளைவுகள் எதுவாகவும் ஆகலாம். விலங்குகளைக் கொல்வதில் வெற்றியடைந்தாலும் கூட வேட்டைக்காரனுக்கும் நிறைந்த அளவு அடியும் விழலாம். ஆனால் வில் தொலைவிலிருந்தே போர் புரியும் கருவி. வேட்டையிலோ விலங்குகளின் கைக்குச் சிக்காமல் தொலைவிலிருந்தே அவற்றைக் கொல்லும் கருவி. அதனால் அது ஏகலைவனுக்கு மிகவும் அவசியமாகத் தெரிந்தது. மகாபாரதத்தின் ‘சபரி சங்கர விலாச பிரசங்கம்’ அல்லது ‘கிருதார்ஜுணீயம்’ பிரசங்கத்திலும் வேட்டையில்

வில் - அம்புகளின் பயன்பாடு தெரிகின்றது. போரிலும் மற்ற கருவிகளை விடவும் வில் - அம்பு அதிகப் பயனுள்ளது.

வேட்டைக்காரப் பழங்குடிகள் முதன் முதலாகப் பயன்படுத்திய வில், முன்கட்டுரையில் விவரித்த கூர்மையான மர வில்களைப் பயன்படுத்தி எளிமையாக வடிவமைத்த காட்டு வில். பிறகு அம்புகளுக்கு இரும்பு நுனிகள், நுனியின் பல வடிவங்கள் பயனுக்கு வந்தன. வில்லின் வடிவத்திலும் பல நல்ல வடிவங்கள் வந்தன. புராண, காவியங்களில் வெவ்வேறு வில்களின் பெயர்கள் இருக்கின்றன. அவற்றில் சிவ தனுசு, விஷ்ணு தனுசு என்பது இராமாயணத்திலேயே அறிமுகம் செய்யப்பட்டிருக்கின்றன. இப்படி பல மடங்கு விளைவுகளை ஏற்படுத்தும் வில் காட்டின் பழங்குடிகளுக்கு பயங்கரமானது. அந்தக் காரணங்களினால் வானரர்கள் என்று பெயர் சூட்டப்பட்ட மனிதர்களுக்கு வில் பிடித்த மனிதனும் கடவுளாகத் தெரிந்திருக்கலாம்.

இப்படி வில் ஏந்திய இராமன் தசாவதாரத்தில் முக்கியமானவனாகிறான். பரசுராமனை விற்போரில் தோற்கடிக்கிறான். இருவரும் தசாவதாரத்துப் பகுதியானாலும் அவனை விடவும் மிகப் புகழ் பெறுகிறான். ஏன் என்றால் வில் இப்போது வெறும் வேட்டைக் கருவி மட்டுமல்ல. அது மேன்பட்ட சைவ தனுசாகி இருக்கின்றது. வைணவ தனுசாகி இருக்கின்றது. அரசுகளையும், பேரரசுகளையும் தொடங்கும் படைக்களமாக இருக்கின்றது.

இந்தப் பின்னணியில் வேள்விகளில் தங்கள் வம்சத்தார்களின் புகழைப் பாடியவர்களுக்குக் கலப்பை இராமனை விடவும் வில்லேந்திய இராமன் அதிக முக்கியமாகத் தெரிந்திருந்தால் என்ன வியப்பு?

13
ஹலராமனின் மீது கோதண்டராமனின் சவாரி

பழங்குடித் தெய்வங்கள் மீது ஆரியக் கடவுள்களின் சவாரி

வேள்வி யாகங்களில் தங்கள் குலத்தாரின் பெருமையைப் பாடிக் கொண்டிருந்தவர்களுக்கு கலப்பை இராமனைவிடவும் பேரரசு நிறுவிய வில் ஏந்திய இராமனே அதிக முக்கியமாகத் தெரிந்ததில் வியப்பென்ன! இப்படிப்பட்ட முடிவே இரும்புக் கலப்பை, நிலையான விவசாயம், நிரந்தரமாக வசிக்கும் இடம், ஊர்களை நிறுவியதைப்போல அதிக உணவு உற்பத்தியின் வழியாக அரசு – பேரரசுகள் நிலைத்து நிற்கக்கூட அடிப்படையானது.

இராஜ்ஜிய, சாம்ராஜ்ஜியங்கள் ஒருபக்கம் வில் அம்புகளைப் பயன்படுத்தி அதிகப் பகுதிகளை, அதிக மக்கள் கூட்டத்தை வசப்படுத்திக்கொண்டது போலவே மற்றொரு பக்கம் இந்தப் பழங்குடி மக்களின் நாட்டுப்புறக் கதைகளையும், நம்பிக்கைகளையும், புராணங்களையும், காவியங்களையும் கூட வசப்படுத்திக்கொண்டது. மேலும் அந்த மக்கள் சமுதாயத்தைத் தங்களின் கீழ்ப் பணியவைக்கும் கருவியாக்கிக்கொண்டது. பரவலான இராமாயணத்து விவரத்தின் முதல் வகையான, எளிமையாக கிரகிக்கக்கூடிய, வில் அம்புகளின் பயன், பழங்குடி மக்களின் அடிமைத்தனத்தின் இரண்டு மாதிரிகளைத் திறந்து காட்டுகிறது. உண்மை இராமாயணத்தின் தேடல் மிகவும் நுட்பமானது, சிக்கலான இரண்டாம் மாதிரியை உங்கள் முன்வைத்துக்கொண்டே வந்திருக்கின்றது. அந்த வகை கூட டி.டி.கோசம்பி, தேவிபிரசாத் சட்டோபாத்யாயா, என்.என். சட்டோபாத்யாயா, சம்பாஜோசி போன்ற பல வரலாற்றாளர்கள், பண்பாட்டு ஆய்வாளர்கள் திறந்துவைத்த வழியில் நடந்து முதல் முறையாக இங்கே வெளிப்படுத்தப்பட்டிருக்கிறது.

“எங்கே இருக்கிறாய் அப்பா வா மாருதி, எங்கு பார்த்தாலும் அங்கே உன் கீர்த்தி” என்று செடிகொடிகளின் அடிகளில், குன்று, காடு, மேடுகளில் மூர்த்தியாக மக்களால் வழிபடும், இராமனைவிடவும் அதிக மக்களுக்கு விருப்பமான நாட்டுப்புற சங்கீதக்காரன், பழங்குடி வீரன் மேலும் ‘புத்திசாலி அனுமந்த’னின் மீது இராமனின் கதையைத் திணித்து, இராமனின் சேவகனாக முழு ஆரண்ய ஜீவிகளையும் மேலும் அவர்கள் வசிக்கும் விசாலமான பிரதேசத்தையும் ஆரிய சமுதாயத்தின் ஆதீனமாக்கிய சூழ்ச்சியைச் சிறிது விடுவித்தால் போதும், எளிதாகத் தெரிந்துகொள்ளலாம். அதுபோலவே சீதை, அகல்யை, கலப்பை இராமன், கோதண்டராமனின் கதைகளும் இருக்கின்றன.

எல்லம்மா, மாரியம்மா, சுஞ்சப்பா, ஜூஞ்சப்பா, மல்லப்பா, திம்மப்பா போன்ற எண்ணற்ற கதைகள்

நம் நாட்டில் இதுபோன்ற எண்ணற்ற எடுத்துக்காட்டுகள் கிடைக்கின்றன. எல்லம்மா – ரேணுகை, மாரியம்மா – பிராம்மணி, சாமுண்டி – மகிஷாசுரன், சுஞ்சப்பா – ஈசுவரன், ஜூஞ்சப்பா – கிருஷ்ணன், மைலாரன் – லிங்கம், திம்மப்பா – வெங்கடேசன், செலுவராயன் – நாராயணன், முருகன் – சண்முகன், கணபதி – சிவனுடைய மகன் விக்னேசுவரன் ஆயினர். சௌடம்மா – இலட்சுமி, நூற்றுக்கணக்கான அம்மாக்கள் பார்வதியாயினர், ஒடிஸ்ஸாவின் சபரண் மக்களின் முதல் தேவதையான ‘அம்மா’, புரியின் சுபத்திரை மற்றும் ஜகன்நாதன் முதல் தேவதையாயினர், மலையப்பனான மல்லப்பன் மல்லிகார்ஜுனனானான், பீரப்பா பீரேசுவரனானான், தட்சரகன் வீரபத்திரனானான். இப்படி நாட்டின் மூலை முடுக்குகளிலிருந்தும் இதுபோன்ற எடுத்துக்காட்டுகள் கிடைக்கும்.

அதில் தெளிவாக மேலோட்டமாகவே தெரிந்துவிடும், தேவதாசிகளின் தேவதை எல்லம்மாவின் மீது கற்புக்கு எடுத்துக்காட்டான ரேணுகையின் கதை திணிக்கப்படாத புராணங்கள் சில. ஆனால் சுயம் கோடாரி இராமனின் அம்மா ரேணுகையே மகனிடமிருந்தே சிரச்சேதம் செய்துகொண்டு கற்பின் பெருமையைப் விளக்குவதற்கு பலியானதும், பிறகு எல்லாம்மாவுடன் இணைக்கப்பட்டது. காளம்மா, ஹுலிகேம்மா, சகரதம்மா, சந்திரகுத்தியம்மா, சஞ்சலகூறு

மாபுரத்தாய் இவர்கள் எல்லாம் எல்லம்மாவானது ஆழமாக ஊடுருவிப் பார்க்காமல் உண்மையை வெளிவிடாத பல அடுக்குகளின் பண்பாட்டுத் திணிப்பின் எடுத்துக்காட்டுகளே.

உண்மை இராமாயணத்தின் தேடல் வேளையில் இந்த எல்லாக் கடவுள்களின் கதைகளையும் எடுத்துச் சொல்லும் காரணம் இராமாயணத்தின் வழியாக நடந்த பல அடுக்குப் பண்பாட்டுத் திணிப்பு நம் நாட்டிற்குப் புதிதல்ல. இதுபோன்ற பண்பாட்டுச் சவாரிகள் பல நடந்திருக்கின்றன. இப்போதும் நடக்கின்றன. அதன் அறிவு இராமாயணத்தின் வளர்ச்சி மாற்றங்களைப் புரிந்துகொள்ள உதவியாக இருக்கும். அடுக்குகள் அதிகமாக பண்பாட்டு அரசியல் மிக சூட்சுமமாக, எளிதாக மக்களுக்குத் தெரியாதபடி சிக்கலாகி, மறைந்துபோகும். இராமாயணத்தைப் போல ஒரு கவர்ச்சியான மகா காவியம் உருவெடுக்கும்போது அதிக மக்களுக்கு அதில் விருப்பமுண்டாகும். அதனுடன் கடவுள், அறம், அடுத்த பிறவி, வீடுபேறு எல்லாம் கலந்து மேலும் சாமர்த்தியமாக மக்களை மயங்கவைக்கும். அந்தக் காரணங்களுக்காகவே இராமாயணம் மக்களிடம் பரவிய கதை, பண்பாட்டு அரசியலின் மிக விரிவான, மிக முக்கியமான மாதிரியாக உள்ளது. அதனால் அதிக ஆழமான ஆய்வையும், சிந்தனையையும் வலியுறுத்துகிறது.

14
வால்மீகி இயற்றிய உண்மை இராமாயணம்

உண்மை இராமாயணத்தின் இதுவரையிலான தேடல் சுருக்கத்தை இப்படிக் கொடுக்கலாம்.

கங்கை நதி வெளியின் தெற்கு, கிழக்கு திசைகளின் ஓரங்களில் அதிகமாக அடர்த்தியான காடுகள் இருந்தன. அந்தக் காடுகளில் வசித்து வந்த வேட்டைக்காரப் பழங்குடிகளில் ஒன்று உணவுத் தேவைக்கு அடிப்படையான விவசாயத்தைப் புதிதாகக் கண்டுகொண்டது.

முன்முதற் கவிஞன், அந்த ஆதிவாசி வேட்டைக்கார பழங்குடியின் நாட்டுப்புறக் கவிஞன். அன்று கவிஞன், பாடகன், பழங்குடி மக்களின் பூசாரி, மருத்துவன், பழங்குடித் தலைவன் அல்லது தலைவர்கள் கூட்டத்தில் ஒருவன் இவை எல்லாம் ஒருவனாகவே இருந்த காலம். இப்படியான பன்முகத் திறமை அவர்களுக்கு உண்டு.

தினசரி உணவுக்கு திண்டாடிக்கொண்டிருந்த இந்தப் பழங்குடி மக்களின் வாழ்க்கைக்கு விவசாயம் புதிய வடிவத்தையே கொடுத்தது. அவர்களுடைய வாழ்க்கை முறைகள் மாற்றமடைந்தன.

அந்தப் புதிய அனுபவம் வால்மீகியின் திறமையால் நாட்டுப்புறக் காவியமாக உருவமெடுத்தது. விவசாயத்தின் பல அடுக்குகள் அழகான படிமங்களாக வளர்ந்தன.

பழங்குடி மக்கள் மகிழ்ச்சியுடன் இந்தக் காவியங்களைத் தங்கள் பண்டிகை, திருவிழாக்களில் பாடி ஆடினார்கள்.

இந்தக் கதை வெறும் காவியம் மட்டுமல்ல, அடுத்த தலைமுறைக்கு விவசாயத்தைக் கற்பிக்கும் பாடமும் ஆனது. அதனால் அந்தக் காவியம் ஒரு பழங்குடி மக்களுக்கு

மட்டுமே அல்லாமல் விவசாயத்தை அணைத்துக்கொண்ட பழங்குடிகளிடமெல்லாம் பரவிப் புகழடைந்தது.

தொடக்க காலத்தில் புலம்பெயர் விவசாய வழக்கத்தை ஏற்படுத்திக்கொண்ட முறை இது.

பழங்குடிகள் அனைவரும் மொத்தமாகக் காட்டை அழித்து நிலத்தை முடிந்த அளவிற்கு சமன்படுத்தி விவசாயத்திற்காக வயலைச் செப்பனிட்டார்கள்.

மரக் கிளைகளைக் கட்டி ஆரம்பத்தில் கலப்பை செய்து உழவு செய்தார்கள். அந்தக் கலப்பை அவர்களுடைய புதிய வாழ்க்கையின் அடிப்படை.

கலப்பையை உருவாக்கியவனே ஹலராமன் அல்லது கலப்பை இராமன். இப்படிக் கலப்பையால் உழுத நிலமே சீதை. இந்த வயலுக்கு வெளியே எல்லாம் காடுகள். அந்த வயல்களுக்கு வரம்புகள் என்ற இலட்சுமண ரேகைகள். காடு இந்த ரேகைகளைத் தாண்டி வராமல் எச்சரிக்கை வகித்தால் விளைச்சல் நல்லபடியாக இருக்கும். அதனால் இலட்சுமண ரேகை விவசாயத்தின் ஒரு முக்கிய அங்கமாக இருந்தது.

இப்படி எப்போதும் சீதை, கலப்பை இராமனுக்குப் பின்னால்தான் இருந்தது, மேலும் சீதைக்குக் காவலாக இலட்சுமணன் இராமனின் பின்னால் இருந்தான்.

இது கலப்பை அல்லது ஹலராமனின் குடும்பம்.

ஒரு வயலில் சில காலங்கள் விவசாயம் செய்த பிறகு வேறு இடத்திற்குச் சென்று விவசாயம் செய்வது அவர்களின் புலம்பெயர் விவசாயத்து வழக்கம்.

இந்த வயலை விட்டு வேறு இடத்திற்குப் போகும்போது சீதையின் மீது வனம் வளரும். 'இராவணன்' அதை அபகரித்தான் என்பது வால்மீகியின் உவமை. பதினான்கு வருடக் காலங்களில் மூன்று நான்கு இடங்களில் விவசாயம் செய்தார்கள். பிறகு மறுபடியும் அதே இடத்திற்கு வரும் வேளை அங்கே அசோக விருட்சங்களின் வனம் சீதையைச் சூழ்ந்திருக்கும்.

வனத்திற்குக் கீழே இருக்கும் இந்த வயலை அடையாளம் காண்பதே சிரமமாக இருக்கும். திரும்பவும் விவசாயம் செய்ய அந்த சீதையைத் தேடத் தொடங்கினார்கள். அந்தப் பழங்குடி

உண்மை இராமாயணத்தின் தேடல் | 95

மக்களின் ஒரு கூட்டம் தெற்கு திசையில் அசோக வனத்திற்குக் கீழே சீதையை அடையாளம் கண்டது.

பிறகு இரா'வன'த்தின் மீதும், அதற்குள் வசிக்கும் விலங்குகள் மீதும் 'போர்' தொடுத்தார்கள். அந்தப் போருக்குப் பிறகு சீதையின் மீது வளர்ந்திருந்த வனத்தில் இருந்த அசோக, மற்ற விருட்சங்களுக்கு தீ வைத்தார்கள். சீதையின் அக்னிப் பரீட்சை என்பது வால்மீகியின் உருவகம்.

பிறகு சீதையின் மீது மறுபடியும் விவசாயம்.

இதன் கிளைக்கதைகளாக அந்தப் பழங்குடி விவசாயிகள் மறுபடியும் மானைத் தொடர்ந்து வேட்டையால் கவரப்பட்டு விவசாயத்தை மறந்தபோதும் வயல் மீது மரஞ்செடிகள் வளர்ந்து சீதையை வனம் அபகரிக்கும்.

அதே போல மற்றொரு கிளைக்கதை, பூமியின் மீது பசுமையாக வளர்ந்த புல்லை அதிக பசுக்கள் (கோ-தம) மேய்ந்துவிட்டால் பூமியில் இருக்கும் புல்லுக்கு வேர்களின் பாதுகாப்பு இல்லாமல் போய்விடும். அப்போது இந்திரன் என்ற அடைமழை விபரீதமாகப் பெய்யும்போது நிலத்தின் மீதான மண் அடித்துக்கொண்டுபோகும். கற்பாறைகள் மேலெழுந்து விவசாயம் வறண்டுபோகும். அகல்யை ஆகும். இதுவும்கூட கலப்பை இராமன் – விசுவாமித்திரன் என்ற சிறந்த வழிகாட்டிகளின் அடிப்படையில் விவசாயம் செய்தால் மறுபடியும் செழிக்கும்.

இது வால்மீகியின் மூல இராமாயணம்.

எளிமையான, அழகான உருவகங்களுடன் கூடிய வால்மீகி இயற்றிய இராமாயணம் ஒரு 'விவசாயணம்'.

இதில் வானரர்கள், அரக்கர்கள், மனிதர்கள் ஆகியோரை ஆயிரக் கணக்கில் கொல்லும் போர்களும் கிடையாது; மனிதரில் சிறந்தவர்களும், குறைந்தவர்களும் கிடையாது.

எல்லோரும் சமமாக வாழ்ந்துகொண்டிருந்த, முழுப் பழங்குடிகளும் ஒன்றாக விவசாயம் செய்துகொண்டிருந்த காலம்.

உத்தர காண்டம்

இராமாயணத்தின் உண்மை வடிவம்

அறிமுகம்

I

அரசர்களின் அவைப் பண்டிதர்களால் வால்மீகியின் உண்மை இராமாயணத்தின் மாற்றம்

விவசாய விரிவாக்கங்களின் அடிப்படையின் மீது இராஜ்ஜிய – சாம்ராஜ்ஜியங்கள் வளர்ந்தன. அப்போது அரசர்களின் தேவைகள் வேறு ஆனது. தங்கள் ஆட்சியின் மேலும் தங்கள் இராஜ்ஜிய விரிவாக்கத்தின் தேவைகளுக்குத் தக்கபடியும் சமுதாயத்தை மறு உருவாக்குவது, அதை சாதாரண மனிதர்கள் தாங்களாகவே முன்வந்து ஏற்கும்படி செய்வது அவர்களுடைய உடனடித் தேவையாக இருந்தது. இராஜ்ஜியத்தின் செல்வங்கள் பெருக இராஜ்ஜிய ஆதரவை விரும்பி வரும் அறிஞர்கள், இலக்கியவாதிகள் அதிகம் என்று ஆயிரமாயிரம் ஆண்டுகளின் வரலாறு தெரிவிக்கின்றது. இப்படி இராஜ்ஜிய ஆதரவை விரும்பி வந்தவர்களில் அன்றைய இராஜ்ஜிய ஆட்சியின் மதிப்புகளை உருவாக்கும் காவியத்தை இயற்றுபவர்களுக்கு அதிக அங்கீகாரமும், அரச மரியாதையும் கிடைப்பதில் வியப்பென்ன இருக்கிறது! கூடவே இவை வாழ்க்கையின் விழுமியங்களாக அறநூல்களான இராமாயணம் இயற்றிய காலத்திலேயே உருவாக்கப்பட்டன. இராஜஸ்தானத்தில் நிறைந்திருந்த இதுபோன்ற அரசவைப் பண்டிதர்கள், அவைக் கவிஞர்கள், மற்ற அறிஞர்களிடமிருந்தும் கூட இதுபோன்ற இலக்கியத்திற்குப் பாராட்டுக் கிடைத்தது.

இதுபோன்ற இராஜ்ஜிய ஆட்சியின் மற்றும் புரோகிதத் தன்மையின் மதிப்புகளைப் பரப்புவதற்கு, மக்களுக்கு மிகவும் விருப்பமான கதைகளைத் தேர்ந்தெடுப்பதுவும்

கூட அன்று எல்லோராலும் ஏற்றுக்கொள்ளக்கூடிய சங்கதி என்பதை புகழ்வாய்ந்த காவியம், நாடகங்கள் எடுத்துக் காட்டுகின்றன. இராமாயண, மகாபாரதங்களை சமணம் பிற மதங்களின் சித்தாந்தங்களையும், வெவ்வேறு காலகட்டங்களின் சிந்தனைகளையும் பரப்பப் பயன்படுத்திக்கொண்டிருப்பதை இதிகாசம் முழுக்கப் பார்க்கின்றோம்.

கங்கை நதிக் கரையில் ஆரியர்கள் நிலைத்திருந்தபோதும், விவசாய விரிவாக்கம் நடந்தபோதும் பிறகு ஆரியர்களின் மூன்று வர்ணங்களில் – வைசியர்கள் விவசாயம், கால்நடை வளர்ப்பு, வியாபாரங்களில் ஈடுபடவும், உயர் அடையாளம் கொடுக்கப்பட்ட இரண்டு வர்ணங்களின் வாழ்க்கைக்குத் தேவையானதை ஈடுசெய்யும் பொறுப்பும் கொடுக்கப்பட்டது. ஆனால் மற்ற பழங்குடி சமுதாயப் பிரதேசங்கள் மீது தாக்குதல் செய்து அதை வசப்படுத்திக்கொள்வது மட்டுமல்லாமல் அவர்களை அடிமையாக்கிக்கொண்டபின், அவர்களை சூத்திரர்கள் என்று அடையாளப்படுத்திய பிறகு விவசாயம் அதிகமாக சூத்திரர்களின் வேலையானது. பிராமணர்கள், சத்திரியர்கள், வைசியர்கள் நில உரிமையாளர்களாக சூத்திர வர்ண அடிமைகள் வழியாக விவசாயத்தைச் செய்யவைப்பவர்களானார்கள். அந்தக் காலத்தில் விவசாயம் – பிராமணர்கள், மற்ற உயர் வர்ணக்காரர்கள் ஈடுபடக்கூடாத தொழிலாக உருவாக்கப்பட்டது. பிராமண நூல்களில் மேலும் மனுஸ்மிருதியில் *(3-63)* இதற்கான தெளிவான எடுத்துக்காட்டுகளைப் பார்க்கலாம். பிராமணர்கள் ஆய்வுகள், கற்பித்தல் போன்ற வேலைகளிலும், சத்திரியர்கள் போர் மற்றும் ஆட்சி செய்வதிலும் ஈடுபடவேண்டும் என்ற கட்டளைகள் இல்லாமல் இந்த உலகே அசத்தியம். பிரம்மன் மட்டுமே சத்தியம் என்ற உபநிஷத்தின் சிந்தனைகளும் கூட தினசரி வாழ்க்கையின் வேலைகளை மற்றவருக்கு வகுத்துக் கொடுத்து தாங்கள் ஓய்வாக இருந்ததற்கான அடையாளம். இராமாயணமும் சேர்ந்து பழைய இலக்கியங்களில் எடுத்துரைக்கப்பட்டதுபோல துறவி, முனிவர்களின் தினசரிக் காரியங்களில் எங்கேயும் விவசாயம் போன்ற உடல் உழைப்பு வேலைகளில் ஈடுபட்டது தெரியவருவதில்லை. இப்படி விவசாயம் கீழ்வர்க்கத்தின் வேலை என்று ஆனபிறகு உண்மை இராமாயணத்தின், ஹலராமனின் கதையைப் பெருமைப்படுத்திப் பாடுவது ஊக்கமூட்டுவதாகத் தெரியவில்லை.

இப்படி அன்று மக்களின் விருப்பமான சீதா வனவாசம், சீதாபகரணம், அக்னி பரீட்சைகளின் படிமங்கள் மற்றும் ஹலராமனின் கதையை, இராஜ்ஜிய ஆட்சியின் தத்துவங்களைப் பரப்ப அன்றைய இராஜாஸ்தான இரத்தினங்கள் என்று அழைக்கப்பட்டவர்கள் யாரோ பயன்படுத்திக்கொண்டுள்ளார்கள். மூத்தவன் பட்டாபிஷேகம் – இளையவனின் அடிமைத்தனம், கற்பு மற்றும் தந்தை சொல் பரிபாலனம் என்ற மூன்று முக்கிய விஷயங்களை சாமானிய மக்களிடம் பரப்ப பொருந்தும்படியாக மாற்றங்கள் செய்தார்கள். பழங்குடி மக்கள் மனிதர்கள் அல்ல அவர்கள் வானரர்கள் அல்லது அரக்கர்கள் என்று உருவகித்து, அந்தக் கற்பனையை சாம்ராஜ்ஜிய விரிவாக்க சாதனமாகப் பயன்படுத்திக்கொள்வது அவர்களுடைய முக்கிய நோக்கமாக இருந்தது. அதை முறையாகச் சாதித்திருக்கிறார்கள்.

அரசர்களின் அரசாங்கச் சொத்தான பிறகு இராமாயணத்து முக்கியப் பகுதியை ஒரு மனிதன் இயற்றியுள்ளான் என்பது அதன் காவியத் தன்மை, பாணி, மொழிகளிலிருந்து தெரியவருகிறது. அது குறிப்பான நோக்கத்தை சாதிப்பதற்காகவே எழுதப்பட்டுள்ளது. மகாபாரதத்துடன் பொருத்திப் பார்த்தால் இது பரவலான இராமாயணத்து வேறுபாடு. ஆனால், பிறகு கூட வெவ்வேறு கட்டங்களில் புரோகிதத் தன்மையுள்ள அறிஞர்கள் இந்தக் காவியத்திற்கு இணைப்புகளைச் சேர்த்துக்கொண்டே போனார்கள். அந்தச் செயல் கி.பி. 4 ஆம் நூற்றாண்டில் நடந்தது. இப்போது பரவலாக இருக்கும் இராமாயணம் வால்மீகி இயற்றிய உண்மை இராமாயணத்தின் அடிப்படையின் மீது இப்படி வடிவமெடுத்துள்ளது.

2
பேரரசுகளின் காலம் –
பாதுகாத்து, வளர்க்கும் பிரச்சினைகள்

இராமாயணம் இயற்றப்பட்ட கி.மு. 400-லிருந்து கி.பி 400 வரையிலான காலம் சிற்றரசுகள் பேரரசுகளாகிக் கொண்டிருந்த காலம். இப்படி விரிவான பேரரசுகளுக்குத் தகுந்தபடி அதிக அதிகாரத்திற்குள்ளான இடங்கள், ஏராளமாக அரசாங்க வருமானம், சொத்துகள், அதிகாரத்திற்காக சண்டை, உள் சூழ்ச்சிகளும் கூடியவை. கொடூரம், கொலைகள் வரை சென்றவை.

கி. மு. 400 லிருந்து கி.பி 400 வரையிலான காலகட்டம் பாரத வரலாற்றின் ஒரு முக்கியக் கட்டம். அந்தக் காலத்து சில வளர்ச்சிகளைப் பார்ப்போம்:

1	மகதத்தில் நந்தா வம்ச ஆட்சி	கி.மு. 325
2	அலெக்சாண்டர் தாக்குதல்	கி.மு. 327-325
3	சந்திரகுப்த மௌரியனின் ஆட்சித் தொடக்கம்	கி.மு. 322
4	பிந்துசாரனின் ஆட்சி	கி.மு. 298
5	அசோகன் ஆட்சி	கி.மு. 270
6	கடைசி மௌரியனைத் துரத்தியது (சாங்க வம்சத்து புஷ்யமித்ரனிலிருந்து)	கி.மு. 185
7	சோழ, பாண்டியர் அரசுகளின் தொடக்கம்	கி.மு. 250
8	சாதவாகன வம்ச ஆட்சித் தொடக்கம்	கி.மு. 100
9	சக வம்சம், பல்லவர் ஆட்சி	கி.மு. 50
10	சக ஆண்டுத் தொடக்கம்	கி.பி. 78

| 11 | குஷானர்களின் ஆட்சித் தொடக்கம் | கி.பி. 160 |
| 12 | சாதவாகனர்களின் ஆட்சி முடிவு | கி.பி. 200 |

அந்தக் காலத்தில் முதலில் கங்கை நதி வயலில் பல அரசுகள் அரை நூற்றாண்டிற்கு முன்பே தொடங்கி ஆட்சி நடத்தின.

பாரதத்தின் முதல் பேரரசென்று பெயர்பெற்ற மகதப் பேரரசு பிறந்தது. மௌரிய பேரரசு உருவாகி அழிந்ததுவும் இந்தக் காலகட்டத்தில்தான். மகதப் பேரரசின் முதல் அரசன் மகா பத்மநந்தன் அதிகாரத்திற்கு வந்த வழியைப் பற்றி பலவிதமான கதைகள் இருக்கின்றன. முன்பு இருந்த அரசனின் பட்டத்து ராணியின் உதவியால், அவனைக் கொன்று முடி சூடிக்கொண்டவன் என்பதுவும் ஒன்று. அவன் பிள்ளைகள் நவநந்தர்கள் என்று புகழடைந்தார்கள். ஒவ்வொருவரும் சில ஆண்டுகள் மட்டுமே ஆட்சி புரிந்தார்கள். இவர்கள் சந்திரகுப்த வம்சத்தைக் கைது செய்து பாதாள அறையில் அடைத்து பட்டினி போட்டு அழிக்க முயன்றாலும் அவன் உறவினர்கள் எல்லாம் எப்படியோ சந்திரகுப்தன் ஒருவனைப் பிழைக்க வைத்தார்கள். அவன் சாணக்கியனின் உதவியால் நந்தர்களை அழித்து முடி சூட்டிக்கொண்டவன் என்ற கதை புகழ்வாய்ந்தது. அடுத்து மௌரிய அரசர்கள் சிம்மாசனம் அடைந்த வழி மிகவும் இரத்தக் கறை படிந்தது. தேவனாம் பிரியன் என்று பிறகு புகழடைந்த புத்தனின் பெரும் தொண்டனான அசோகனின் கதை பயங்கரமானது. புத்த நூல்களில் ஒரு கதை அவன் 99 சகோதரர்களை வெட்டி எறிந்து முடிசூட்டிக்கொண்டான் என்பது. அதிக சாத்தியமான மற்றொரு கதை அப்பாவின் கட்டளைப்படி தட்சசீலத்திற்குப் போயிருந்த மூத்த அண்ணன் சுசீமா தலைநகர் பாடலிபுத்திரத்திற்கு வருவதற்கு முன்பே முடிசூட்டிக்கொண்டான் அசோகன். பிறகு அண்ணனை தலைநகருக்குள் நுழையும் முன்பே கொன்றான். அவன் புத்த மதத்தைப் பின்பற்றுவதற்கு முன் மிகவும் கொடுரமானவன் என்றும் பல கதைகள் உண்டு. மௌரிய சாம்ராஜ்ஜியத்தின் அழிவுக்குப் பிறகு நாட்டில் பல சகர்கள், பகலவர்கள், குஷானர்கள் (கனிஷ்கன் என்ற அரசனால் புகழ்பெற்ற வம்சம்) போன்ற வெளிநாட்டு சமுதாயங்கள் நுழைந்து ஆட்சி செய்த காலகட்டம். ஷுங்க வம்சத்து புஷ்யமித்ரன் மகதத்தைக் கைப்பற்றிய காலம். சகோதரர்கள், தாயாதிகள் இடையே அதிகாரத்தைக் கைப்பற்ற சண்டை, கொலைகள் போன்றவை உச்சமடைந்த காலமும் அதுதான். தென் பாரதத்தில் சோழர்கள்,

பாண்டியர்கள் ஆட்சி, சாதவாகனர்கள் ஆட்சி தொடங்கிய காலம் அது. சாம்ராஜ்ஜியங்களின் வாரிசு என்பது ஒரு முக்கிய பிரச்சினையாக இருந்த காலமும் கூட.

இப்படிப் பல புதிய இராஜ்ஜிய, சாம்ராஜ்ஜியங்கள் தொடங்கிய காலத்தில்தான் இராமாயணம், மகாபாரதங்கள் இயற்றப்பட்டன. மேலும் புகழ் பெற்றன என்பதுவும் கூட வெறும் எதார்த்தமான சம்பவமல்ல.

ஆரம்ப காலத்து அந்த இராஜ்ஜியங்களை விரிவாக்கம் செய்வதென்பது ஒரு மையத்தில் ஆட்சியைத் தொடங்கியவர்கள் சுற்றிலும் வசிக்கும் பழங்குடி மக்களின் பிரதேசங்களை ஆக்கிரமித்துக்கொள்வது என்பதுதான் பொருள். அப்படியான ஆக்கிரமிப்புகளை நியாயப்படுத்திக்கொள்வது அன்றைய அரசர்களின் அவசியங்களில் ஒன்றாக இருந்தது.

சூரிய வம்சம், சந்திர வம்சம்

இந்த சாம்ராஜ்ஜியங்களை யார் ஆட்சி செய்வது என்பதை முடிவு செய்வது எப்படி? ஒரு இராஜ்ஜியத்தில் இருக்கும் பெரிய மக்கள்தொகை மற்றும் வெவ்வேறு மக்கள் சமுதாயங்களுக்கு இடையே ஆட்சி புரிபவர்கள் யார் என்பது ரிக்வேதத்தின் கடைசி காலகட்டத்திலிருந்து தொடங்கி யஜுர்வேதம், உபநிஷத்துகள், தர்ம சூத்திரங்களின் காலத்தில் உறுதியாகி வர்ண முறை ஒரு கட்டம்வரை முடிவு செய்திருந்தது. பிராமணர்களின் உதவியுடன் ஆட்சி செய்பவர்கள் சத்திரியர்கள் என்பது இராமாயணக் காலத்தில் நிச்சயமாகியிருந்தது. அதன் வழியாக சமுதாயத்தில் அநேக மக்களை ஆட்சி செய்யும் உரிமையிலிருந்து தூக்கி வெளியே எறிந்திருந்தார்கள். ஆனால், சத்திரிய வர்ணத்து வம்சங்களுக்கு இடையே ஆட்சி செய்யும் உரிமையுள்ளவர்கள் யார்? இந்தக் கேள்விக்கு - மனுக்கள் போன்ற மனித குலத்து மூல புருஷர்களிடமிருந்து தொடங்கிய சூரிய வம்சம், சந்திர வம்சம் ஆட்சி செய்ய அருகதை கொண்டவர்கள் என்பதை நிலைநிறுத்த இராமாயண - மகாபாரதங்களில் முயற்சிகள் நடந்திருக்கின்றன. சூரியனின் மகனான வைவஸ்வத மனுதான் இராமனின் வம்சத்து மூல புருஷன். அதனால் அவர்களுடைய இட்சுவாகு வம்சம்தான் சூரிய வம்சம். சூரியன் என்ற தெய்வத்தின் வழியாகவே அந்த வம்சத்தை ஆட்சி செய்ய தாங்கள் மட்டுமே அருகதை உள்ளவர்கள் என்பதை உருவாக்க வாய்ப்பை ஏற்படுத்திக்கொடுக்கிறது என்று நிலைநிறுத்தப்பட்டிருக்கிறது.

ஆரியர்கள் பிரபலமான இராஜ்ஜியங்களை உருவாக்கிய கங்கை நதி வயல் பிரதேசங்களில் நடைமுறைக்குக் கொண்டுவந்த இந்த முறையை நாட்டின் மற்ற இடங்களுக்குப் பரப்புவதற்கு இராமாயணம் வெவ்வேறு மொழிகளில் மறுபிறப்பு அடைந்தது. மேலும் புகழ்பெற உதவியானது. அப்படிப்பட்ட காலகட்டத்தில் இராமாயணத்து பாலகாண்டம், உத்தர காண்டங்களில் ஷம்பூக வதை, பார்ப்பனர்களின் மேன்மையைச் சித்தரிக்கும் பல பகுதிகள், துணைப்பகுதிகள் சேர்க்கப்பட்டன. அந்த சமயத்தில்தான் இராமன் கடவுள் என்று உருவகிக்கும் பகுதிகளும் சேர்ந்தன. இதனால் பாரதத்தின் வெவ்வேறு பகுதிகளில் அரசு, பேரரசுகள நிறுவப்பட்ட காலங்களில் ஆங்காங்கே ஆட்சி செய்யும் வம்சங்கள், அவர்களுடைய நெருங்கிய உறவினர்கள் தாங்கள் சத்திரியர்கள் என்று கூறிக்கொண்டார்கள். அதே பழங்குடிகளின், மற்ற சாதாரண மக்களிடமிருந்து வேறுபட்டுத் தங்கள் மேன்மையை உருவகித்துக்கொண்டார்கள். அந்த வம்சங்களுக்கு சத்திரியர்கள் என்று தோற்றம் கொடுக்க பார்ப்பனர்களின் உதவி, அவர்களுடைய வேள்விகள் கூடுதலாக உதவி செய்தன. இவைகளுக்கு மயங்க இராமாயண, மகாபாரதங்களின் புகழ் மேலும் உதவியாக இருந்தது. அந்த அரச வம்சங்களை சூரிய வம்சத்தார்கள் என்றும் அல்லது சந்திர வம்சத்தார்கள் என்றும் சிறப்பிக்க புராணங்கள் உருவாக்கப்பட்டன. அஷ்டாதச புராணங்களில் அதுபோல உருவகிக்கப்பட்ட வெவ்வேறு பகுதிகளில் ஆட்சி புரிந்த அரச வம்சங்களின் பெரிய பட்டியலே இருக்கின்றது.

சூத்திரர்கள் என்று அடையாளப்படுத்தப்பட்ட பழங்குடிச் சமுதாயங்களால் ஏற்பட்ட இந்த ஆட்சி செய்யும் வம்சங்களை சத்திரியர்கள் என்று அடையாளப்படுத்த அவர்கள் அசுவமேத யாகம் செய்வது ஒரு முக்கியக் கருவியானது. இராமாயண, மகாபாரதங்களில் விவரிக்கப்பட்ட அசுவமேத யாகங்கள் மக்களிடம் இந்த மேன்மையை ஏற்றுக்கொள்ளச் செய்ய உதவி செய்தது.

சூத்திர அரசுகளை சத்திரியர்களாக செய்த ஹிரணிய கற்ப யாகம்

பிறகு அசுவமேதமும் கூட அதிகச் செலவுடையது என்று தெரிந்தபோது மற்றொரு யாகம் உருவாக்கப்பட்டது. ஹிரணிய கர்ப்ப யாகம் என்று புகழ்பெற்ற இந்த யாகம் மிகவும் விசித்திரமானது. அரசனின் அளவிற்கு ஒரு தங்கப் பாத்திரத்தை செய்து அதில் அரசனை தாயின் கர்ப்பத்தில் குழந்தையாக இருப்பதைப்போல உட்காரவைத்து மூடி மந்திர கோஷங்கள்

செய்வது; மேலும் விரதங்களைக் கடைபிடிக்கச் செய்வது; பூசைகளை நடத்துவது; பிறகு அந்தப் பாத்திரத்திலிருந்து அரசன் எழுந்து வந்து இப்போது அரசன் சத்திரியனானான் என்றும், சூரிய வம்ச அல்லது சந்திர வம்ச வழி வந்தவன் என்றும் கோஷிப்பது. இப்படி அரசன் புதிய பிறப்பை அடைகிறான். தான் சூத்திரத் தாய் வயிற்றிலிருந்து பிறந்த களங்கம் விலகி சத்திரியனாகிறான். அந்தத் பெரிய தங்கப் பாத்திரத்துடன் புரோகிதர்களுக்கு தானம் தட்சிணைகளும் கிடைக்கும். இதுதான் ஹிரனிய அல்லது தங்க கர்ப்பம். எப்படி இருக்கின்றது இந்தப் புதிய யாகம்! எந்த வேதங்களிலும் காணப்படாத யாகம்! கர்நாடகத்தின் சில அரசர்களும் இதுபோன்ற ஹிரனிய கர்ப்ப யாகம் செய்திருக்கின்றோம் என்று தங்கள் சாசனங்களில் கூறியிருக்கிறார்கள்.

லாவோஸ், தாய்லாந்து, ஜாவா, சுமாத்ராகூட இராமாயணத்தில் இதுபோன்ற பாத்திரங்களை வகித்திருக்கின்றது. அங்கேயும் புதிய அரசுகள் தொடங்கிய வேளைகளில் இராமாயணத்தை அந்தந்த மொழிகளில் இயற்றியிருக்கிறார்கள். அதைப் புகழடையச் செய்ய அந்தந்த அரசர்கள் மிகப் பெரிய முயற்சிகளைச் செய்துள்ளார்கள். அந்தந்த நாட்டு அரசாட்சியை மக்கள் ஏற்றுக்கொள்ளும்படி செய்வதில் இராமாயணத்தின் பங்கு பாரதத்தை விடவும் மேலாக ஓங்கித் தெரிகின்றது. அந்த நாட்டின் வரலாறு முழுவதும் இராமாயணம் இந்தப் பங்கை வகித்திருக்கின்றது. அது இராமாயணத்தின் பௌத்த வடிவமாக இருக்கட்டும் அல்லது வைதீக வடிவமாக இருக்கட்டும் அது அந்தப் பங்கை வகித்திருக்கின்றது என்பது கவனிக்கப்படவேண்டியது. தற்போதைய தாய்லாந்து அரசர்கள் தங்களை இராம - 1, 2,3 என்று அழைத்துக்கொள்வது மற்றும் அவர்களுடைய அரச வம்சத்து புத்த தேவாலயங்களில் இராமாயண காட்சிகளைச் சித்தரித்திருப்பதே இதற்குத் தெளிவான எடுத்துக்காட்டு.

இராமாயணப் புகழைப் பற்றி அதிகமான ஆய்வுகள் வெளிவந்துள்ளன. ஆனால், அரசுகளின் நிறுவனம் மற்றும் அரச வம்சங்கள் இராமாயணத்தைப் புகழடையச் செய்ய ஆற்றிய பங்கு அலட்சியப்படுத்தப்பட்டிருக்கிறது. இல்லாத சத்திரிய வம்சங்களை உருவாக்கி, பார்ப்பன சமுதாயங்களை உண்டாக்க, பழங்குடி வாழ்க்கையின் சமநிலையை நாசப்படுத்தி மேல் - கீழ் என்ற வர்ண முறையை அந்தந்த இடங்களில் நிலைநிறுத்த இராமாயணம் வகித்த பங்கைப் பற்றி அதிக ஆய்வுகளை மேற்கொள்ள வேண்டும்.

3
பேரரசர்களின் தாளத்திற்குத் தகுந்தபடி உருவான இராமாயணம்

இராமாயணத்தில் சித்தரிக்கப்பட்ட வாழ்க்கையின் மையமான அயோத்தியைத் தலைநகராகக் கொண்ட கோசல நாடென்று அழைக்கப்பட்ட பேரரசு, சீதையின் தாய்வீடான அவளுக்கு வைதேகி என்ற பெயர் வரக் காரணமான விதேக நாடு, அத்துடன் மேலும் சில கேகேய நாடு போன்ற பேரரசுகளின் குறிப்புகள் இருக்கின்றன.

பேரரசர்களின் வாழ்க்கையைச் சித்தரிக்கும் இராமாயணம்

இராமாயணத்தில் வர்ணிக்கப்பட்டுள்ள ரகுவம்ச வரலாறு, கால்நடைகளை வளர்த்துக் கொண்டிருந்த ரகுவின் காலத்திலிருந்து, தொடர்ந்து பேரரசுகளால் நிறுவப்பட்ட சித்திரமாகும். ஆனாலும் அன்றைய சாம்ராஜ்ஜியத்தில் கால்நடைச் செல்வங்களுக்குத்தான் முக்கியத்துவம் இருந்தது, பூமிக்கல்ல. அரசர்களிடமிருந்து பார்ப்பனர்கள் விரும்புவதும், பெறுவதும் ஆயிரக்கணக்கான, இலட்சக்கணக்கான பசுக்களை. சீதைக்கு ஜனகராஜன் கொடுப்பது தாசிகள், நகைகளுடன் இலட்சக்கணக்கான பசுக்களைத்தான். பசுக்களுக்கு அடுத்து முக்கியமானவை குதிரைகள். இவை வடமேற்குச் சிற்றரசர்களிடமிருந்து பேரசனுக்கு காணிக்கையாகக் கொடுக்கப்பட்டவை. பிறகு யானைகள். இவை சாம்ராஜ்ஜியத்தின் தெற்குப் பகுதியிலிருந்து வருபவை. பிறகு தங்கம், வெள்ளி நகைகள் அல்லது நாணயங்கள்.

அயோத்தி ஒரு பேரரசின் மையம். தசரதனின் அரண்மனையில் அப்போதே அரசர்களின், அவர் குடும்பங்களின் வாழ்க்கை வழிமுறைகள் உருவாகி தினசரியின் வழக்கமானது.

அந்தப்புர வாழ்க்கை இப்படித்தான் இருக்கவேண்டுமென்று சொல்லப்பட்டிருக்கிறது. அவர்களின் அரண்மனைகள் விமானம் என்றழைக்கப்பட்டன. பல மாடிக் கட்டடங்களாக இருந்தன. ஒவ்வொருவருக்கும் ஒவ்வொரு அரண்மனை. தசரதனின் அரண்மனை பல சபை அரங்குகளுடன் கூடி இருந்தது. அதற்குள் வனங்கள், ராஜபாதைகள் இருந்தன. இராமனின் அரண்மனையும் கூட இப்படித்தான் சபை அரங்குகள் மற்றும் பிரகாரங்களுடன் இருக்கும். தசரதனின் அந்தப்புரமும் கூட ஒவ்வொரு ராணிக்கும் தனித்தனி வீடுகள் கொண்டவை. இப்படி அரசனின் செல்வங்களின் அளவை இராமாயணம் சித்தரிக்கிறது.

எல்லாம் சொத்துக்காக செல்வத்திற்காக

பேரரசின் கணக்கை நதி வயல்களிலிருந்து கிழக்கிலும் மேலும் தெற்கிலும் விரிவாக்கம் செய்துகொள்ள விரும்பிய காலம். அந்த சாம்ராஜ்ஜியம் பெரிய சொத்து. இராமாயணத்தின் சாரம் என்று பெருமையுடன் புருஷோத்தமனின் நடத்தை, இராம ராஜ்ஜியம், அநீதிக்கு எதிரான போராட்டம், நல்லவை, கெட்டவைக்கு இடையிலான போர் என்று ஏதேதோ சொல்லியுள்ளார்கள். தினமும் இராமாயணத்தை அடிப்படையாகக் கொண்ட ஹரிகதைகள், உபன்யாசம், யக்ஷகானம் – தெருக்கூத்துகளில் இன்றும் சொல்லப்படுகிறது. ஆனால், இராமாயணத்தின் முதன்மைக் கேள்வியே இந்த சாம்ராஜ்ஜியம் என்ற பெரிய சொத்தை எப்படி அடுத்த தலைமுறைக்கு எடுத்துச் செல்லவேண்டும்? யார் அதற்கு உரிமையாளர், அதை வழி நடத்துவது எப்படி? என்பதே.

எந்தச் சொத்தும் அப்பாவிடமிருந்து பிள்ளைகளுக்குப் பகிரப்படுகிறது. சரியாகவோ, சுமாராகவோ சம அளவில் அல்லது அப்பா முடிவெடுப்பதுபோல என்பது காலங்காலமாக வந்த வழக்கம். மனுஸ்ம்ருதி, யக்னவல்க ஸ்ம்ருதி போன்ற ஸ்ம்ருதிகள், சாஸ்திர நூல்களில் அவற்றைப் பற்றிய விதிகள் குறிக்கப்பட்டுள்ளது. இன்று அந்த வேலையை நீதிமன்றம் செய்கிறது. சாம்ராஜ்ஜியங்கள் நிறுவப்படாத காலத்தில், அந்த ஸ்ம்ருதிகள் எதுவும் எழுதப்படாத காலத்தில் சமுதாய வாழ்க்கை முக்கியமாக இருந்தது. மானுடம் உருவான காலத்திலிருந்து அதுவரை சொத்தெல்லாம் முழுச் சமுதாயத்திற்கு உரியது என்ற வழக்கமிருந்தது. இராஜ்ஜிய, சாம்ராஜ்ஜியங்கள் நிறுவிய பிறகு முதல்முறையாக அது அரசனுக்கும், அரச வம்சத்திற்கும் உரியது

என்பதை மக்களிடம் ஒத்துக்கொள்ள வைக்கவேண்டி இருந்தது. அதை வெறும் கட்டளை என்று திணிக்கப் புறப்பட்டால் அந்தச் சமுதாயத்தினர் இந்த திடீர் மாற்றத்தை, தங்கள் எல்லோருடைய சொத்தாக அனுபவித்ததைச் சிலருடைய சொத்து என்றால் ஏற்றுக்கொள்வார்களா என்ற சந்தேகம் இருந்ததைப்போலத் தெரிகிறது. அதனால் அப்போதே சாதாரண மக்களுக்கு இடையே நாட்டுப்புறப் பாடல்கள் வழியாகப் பரவலாக புகழடைந்த கதைகளின் வழியாக அதை உணரவைப்பதே தகுந்தது என்று தோன்றுகிறது. இராமாயணத்தின் மையக் கேள்வி மட்டுமல்ல, மகாபாரத்தின் முக்கியமான கேள்வியும் சொத்துப் பகிரவைப் பற்றியதுதான் என்பதைக் கவனித்தால் இந்தக் கூறு தெளிவாகத் தெரியும். பலவகையான பொதுமக்களின் வாழ்க்கைக் கூறுகள் இந்தக் காவியங்களில் இருந்ததால்தான் புகழடைந்தது என்பது உண்மை. ஆனாலும் இந்தக் காவிய கூறுகள், பல கதை, கிளைக்கதைகளின் போர்வையில் பாரதத்தின் இரண்டு மிகப் புகழடைந்த மகா காவியங்களின் மையப் பொருள் சொத்து வாரிசுக்கானது என்பதைத் தெளிவுபடுத்துவதே.

இந்த இரண்டு காவியங்களும் ஏறக்குறைய ஒரே காலகட்டத்தில் இயற்றப்பட்டவை. பழங்குடித் தலைவர்கள் அரசர்களாகி, பிறகு பல பழங்குடி மக்கள் ஒரே பகுதியில் வசிக்கும் நிலைமை ஏற்பட்டு, அப்பகுதியின் நாட்டுப்புறப் பாடலாக மாறுபட்ட நேரத்தில், பிறகு அந்த நாட்டுப்புறப் பாடல்களின் மீது இராஜ்ஜிய, சாம்ராஜ்ஜியங்கள் நிலைக்கு வந்த நேரத்தில் இந்தக் காவியங்கள் இயற்றப்பட்டன. பழங்குடிகளின் கூட்டு வாழ்க்கைக் கலாச்சாரம் அழிந்து, அரசர்களின் ஆட்சி திணிக்கப்பட்டபோது, வர்ணமுறையின் வழியாகத் தங்கள் ஆட்சியையும், பொதுமக்களின் அடிபணிதலையும் நிலைநிறுவ உபநிஷத்துகள் ஆத்மா, பிரம்மன், மறுபிறப்பு, பாவ- புண்ணியம் கர்மங்கள் போன்ற வலையைப் பின்னிய காலமது. அரசர்களுக்குக் கட்டும் வரி, மேலும் வர்ணாசிரம முறை போன்றவற்றினால் இன்னல்களுக்குள்ளான மக்கள் இடையூறுகளை எதிர்கொள்ள புத்த, சமண மதங்கள் அதே காலகட்டத்தில் தோன்றின. மக்களிடம் புகழடைந்தன. ஆசைதான் துயரத்திற்குக் காரணம் என்ற புதிய சிந்தனை உருவானது. இதுபோன்ற வேளைகளில்தான், எல்லோருக்கும் சொந்தமான செல்வம் சிலருடைய சொத்தாக, சொத்தையும் – செல்வத்தையும் பெருக்கிக்கொள்ள தாக்குதல்,

உண்மை இராமாயணத்தின் தேடல் | 109

அடிமைப்படுத்தல், போன்றவற்றால் பொதுமக்கள் அனுபவித்த சங்கடங்கள்... இவை புத்தனின் சிந்தனைக்குக் காரணமானது. 'சங்கம் சரணம் கச்சாமி' என்ற 'எல்லோரும், ஒரே சமூகம்' மற்றும் 'ஒரே குழு' என்ற எண்ணம் புகழடையத் தொடங்கியது. இந்த சவால்களை எதிர்த்து உபநிஷத்தின் சிந்தனை வலையை மக்களிடம் பரவச் செய்யவேண்டி இருந்தது, மேலும் சொத்தின் இருப்போடு எழுந்த பகிர்தல், வாரிசின் புதிய கேள்விகளுக்கு சாதாரண மக்களை ஒத்துக் கொள்ளவைக்கும் சூத்திரமாக பின்னப்படவேண்டி இருந்தது.

இதுபோன்ற வேளைகளில்தான் இந்த மகா காவியங்கள் தோன்றின என்பது இந்தக் காவிய இயற்றலின் நோக்கத்தை தெளிவுபடுத்துகிறது. இப்போது இந்தக் காவியங்கள் தங்கள் நோக்கத்தை எப்படிச் சாதிக்கின்றன என்பதைப் பார்ப்போம்.

இராமாயணப் பேரரசில் வாரிசு விதிகள்

அயோத்தியை மையமாகக் கொண்ட பேரரசு, இராமாயணத்தின் முக்கியக் கதை தொடங்கும் நேரம் இட்சுவாகு வம்சத்திற்கு உரியதாயிருந்தது. அந்த வம்சத்தில் அரசனின் முதல் மகன்தான் அரசுக்கு வாரிசு என்பதுவும் கூட நிறுவப்பட்டிருந்தது. அந்த வம்சத்தின் இராஜ குரு வசிஷ்டர் அப்போதைய அரசன் தசரதன், இராமனின் தம்பிகளான பரதன், இலட்சுமணன், அம்மா கௌசல்யா, பொதுமக்கள் அனைவரும் இதை அடிக்கடி சொல்கிறார்கள். இந்த விதிமுறையை பிறகு எல்லாக் காலங்களுக்கும், எல்லா வம்சங்களுக்கும் அனைத்து அரசு, பேரரசுகளுக்கும் மறுக்க முடியாத விதிமுறையாக நிலைநாட்டுவதே இராமாயணத்தின் நோக்கமாக இருக்கிறது. இதை அரசர்களாலும் எந்தக் காரணத்திற்காகவும் மாற்ற முடியாது என்பதை உறுதிப்படுத்திக் கொள்ளவேண்டும் என்பதே இந்தக் காவியத்தின் நோக்கம். சாதாரண மக்களுடைய சொத்தானால் அது அன்று நியமித்தபடி – பெண் பிள்ளைகளைத் தவிர்த்து எல்லா ஆண் பிள்ளைகளுக்கும் பகிர்ந்து கொடுக்க வேண்டும். ஆனால் அரசு மற்றும் பேரரசுகளானால் அது மூத்த மகனுக்கு மட்டுமே கிடைக்க வேண்டும். இதன் மர்மம் என்ன?

அரசு, பேரரசுகள் மற்ற எல்லாச் சொத்துகளையும்போல எல்லா ஆண் பிள்ளைகளுக்கும் பங்குபோட்டால், அரசு ஒவ்வொரு தலைமுறைக்கும் உடைந்து, உடைந்து சிதறிப்போய் துண்டு வயல்களைப் போலாகும். சில கிராமங்களைக்

கொண்ட வெறும் பாளையங்களாகி விடும். அப்படிச் சிறு துண்டான அரசு தனது ஆதிக்கத்தைத் திணிக்கும், பலவகையான வரிகளை வசூலிக்கும் வலுவை இழந்துவிடும். அதனால் அது முழுமையாக இருக்கவேண்டுமென்றால் பிரிந்து விடக்கூடாது.

பேரரசுகள் உருவாவதற்கு முன்பு பழங்குடிகளில் ஆண், பெண் வேறுபாடில்லாமல் எல்லா மக்களும் ஓரிடத்தில் ஒன்று கூடி தங்கள் தலைவனைத் தாங்களே தேர்ந்தெடுத்துக்கொள்ளும் வழக்கம் இருந்தது. இன்றும் பல பழங்குடிகளில் இந்த வழக்கத்தையே கடைபிடிக்கிறார்கள். இந்தத் தலைவன் இடத்திற்கு சம்பந்தப்பட்ட எந்த வழக்கு வந்தாலும் மறுபடியும் எல்லோரும் சேர்ந்து அதை தீர்வு செய்துகொள்வது வழக்கம். இதற்கு எடுத்துக்காட்டாக மாஸ்தி வெங்கடேச அய்யரின் மிகப் பிரபலமான ‘காக்கன கோட்டை’ நாடகத்தில் தலைவன் (அவனை புத்திசாலி, கடவுள் குன்று என்ற பெயர்) காசனுக்கும், முன்பிருந்த தலைவனான மாமனுக்கும் பிளவு ஏற்பட்டபோது அந்தக் குடியிருப்பின் எல்லா மக்களும் ஒன்று சேர்ந்து தீர்வு கண்ட வகையைப் பார்க்கலாம். உலகத்தின் எல்லா இடங்களிலும் பழங்குடிச் சமூகத்தில் இந்த வழக்கத்தைக் காணலாம். புத்தனின் காலத்திலும் அரசு, பேரரசுகளின் வெளிவட்டாரத்தில் இருந்த தனியரசுகளில் இதே வழக்கம் இருந்தது. இதைப் பலமுறை – குடியரசான பாரதத்திற்கு ஐரோப்பாவிலிருந்து எதுவும் வரவில்லை. பழங்காலத்திலிருந்தே இங்கேயே இருந்தது – என்று வாதாடுபவர்கள் நியாயப் படுத்திக்கொள்ளப் பயன்படுத்திக்கொள்கிறார்கள். ஆரியச் சமூகத்திலும் இந்த வழக்கத்தின் படிமங்கள் இருப்பதை ரிக்வேதத்தில் பார்க்கிறோம். அங்கே அதற்கு சபா, குழு என்ற பெயர்கள் கொடுக்கப்பட்டிருக்கின்றன. அதே வேதங்களில், காலப்போக்கில் அந்த வழக்கத்தைக் கைவிட்ட அறிகுறிகளும் இருக்கின்றன.

பழங்குடிச் சமூகத்தில் தலைவனை மக்கள் எல்லாம் சேர்ந்து தேர்ந்தெடுக்கும் வழக்கம் உலகம் முழுவதும் இருந்ததுபோலவே பேரரசுகள் உருவான பிறகும் மூத்த மகனுக்கு அரசு வாரிசு என்ற வழக்கமும் கூட உலகத்தில் பரவலானது என்பது ஆசியா, ஐரோப்பாவின் மற்ற நாடுகளில் குடியரசு உருவான பிறகான வரலாறு தெரிவிக்கிறது.

அந்தக் கட்டளையை மக்கள் மனதில் நிலைநிறுத்த இராமாயணம் என்ன செய்கிறது என்பதைப் பார்ப்போம்.

இராமாயணத்தில் பேரரசு பிரிந்து போவதைத் தடுக்க முதலில் போட்ட விதிமுறை என்றால் 'தந்தை சொல் காப்பது'. அரசனான தகப்பனின் கட்டளை எவ்வளவுதான் அநீதியுள்ளதாக இருந்தாலும், தலைமுறை தலைமுறையாக வந்த வழக்கத்திற்கு எதிரானதாக இருந்தாலும் அதைக் கடைபிடிக்க வேண்டும். தந்தையுடன் எந்தத் தகராறும் ஏற்பட வாய்ப்பளிக்கக்கூடாது. இது சாம்ராஜ்ஜிய அதிகாரத்திற்காக அப்பா பிள்ளைக்கு இடையே வேறுபாட்டைத் தவிர்க்கும் முதல் படி.

இது மூத்த மகனுக்கு இராஜ்ஜிய அதிகாரம் என்ற விதிமுறையைப்போல முக்கியமானதல்ல. சொத்தைப் பங்குபோடுவதற்கு சம்பந்தமில்லை என்று மேலோட்டமாகத் தெரிந்தாலும் வரலாறு முழுக்க இராஜ்ஜியாதிகாரம் மட்டுமல்ல சாதாரண மக்களின் சொத்துகளின் விஷயத்திலும் கூட அப்பா பிள்ளைகளின் நடுவே எத்தனை சண்டைகள் நடந்திருக்கின்றன. சச்சரவைத் தவிர்க்க அப்பா இன்னும் அரசனாக இருக்கும் போதே எனக்கு முடிசூட்டு அல்லது அதிகாரம் கொடு என்று கேட்கக்கூடாது. அரச வம்சத்தில் அல்லது சாதாரண மக்களிடம் - அப்பா, பிள்ளைகள் யாருக்காவது எந்தக் கட்டளை இட்டாலும் கடைபிடிக்கவேண்டும். யாருக்கு எந்தப் பொறுப்பைக் கொடுத்தாலும் ஏற்றுக் கொள்ளவேண்டும். பரசுராமனுக்கு தந்தை ஜமதக்னி முனிவர் அம்மாவின் தலையை வெட்டக் கட்டளை இட்டாலும் ஏன், எதற்கு என்று கேட்காமல் நடைமுறைப்படுத்தவேண்டும். அது அநீதி என்று தோன்றினாலும் கேள்வி கேட்கும் உரிமை கிடையாது. அப்பாவுக்குப் பணிந்து, இது 'தந்தை சொல் காப்பது' என்ற கொள்கைக்குப் பின்னால் இருக்கும் சொத்து சம்பந்தப்பட்ட விதிமுறை. இனி மூத்த மகனுக்கு அதிகாரம் என்ற விஷயத்தைப் பரிசீலிப்போம்.

4
தந்தை சொல் தட்டாமை ... முதன்மை முக்கியத்துவம் போன்றவை

சாம்ராஜ்ஜியம் என்ற மாபெரும் சொத்து, அதன் பெரும் வலு முழுமையாக இருக்க வேண்டுமென்றால் மிக முக்கியமான தள்ளிவிடமுடியாத விதிமுறையை பாரதச் சமுதாயத்தில் புழக்கத்தில் விட இராமாயணம் எழுதப்பட்டது என்பதை முந்தைய இயலில் எடுத்துரைத்திருக்கிறோம். இந்த விதிமுறைகள் மக்களின் மனதில் பதியவைப்பதைப்போல திரும்பத் திரும்பப் பல வகைகளில் சித்தரிக்கப் பட்டிருக்கின்றன.

தந்தை சொல் தட்டாமை வழக்கத்தின் முதல் முழக்கமும் பரீட்சையும் வருவது ஸ்ரீஇராமனின் முடிசூட்டு விழாவின் போதுதான். ஸ்ரீஇராமன், சீதை முடிசூட்டு விழா நடக்குமென்று முந்தைய நாள் முழுதும் விரதம் இருந்தார்கள், கோசலைக்குத் தெரிவித்து மகிழ்ச்சியைப் பகிர்ந்துகொண்டார்கள். அரச வாரிசை இழக்கவேண்டும், வனவாசம் போகவேண்டும் என்ற பாதகமான செய்தியை ஸ்ரீஇராமனுக்குத் தெரிவிக்கும் முன்பே கைகேயி – தந்தை அவளுக்குக் கொடுத்த வாக்கை நடத்திக்கொடுக்க உறுதியளிக்கவேண்டும் என்றவுடன் ஒரு நொடியும் யோசிக்காமல் அவன் சொல்கிறான்:

பக்தயேயம் விஷம் தீக்ஷ்ன மஜ்ஜேயமபி சார்ணவே
நியுக்தோ குருணா பித்ரா ந்ருபேன ச ஹிதென ச
தத்பூஹி வசனம் தேவி ராஜ்யோ யதாபிகாங்க்ஷிதம்
கரிஷ்டே பதிஜானே ச த்வினார்பிபாஷதே

(அரசன் ஆணையிட்டால் கொடிய விஷத்தை வேண்டுமென்றாலும் குடிப்பேன். கடலில் மூழ்கவும்

தயாராவேன். அவன் என் குரு, தந்தை, அரசன் மேலும் நலம் விரும்பி, அவனது விருப்பமே எனக்கு உன்னதமான கட்டளை, அதுபோலவே நடப்பேன். இந்த இராமன் இரண்டு நாக்குடையவனல்ல.)

இனி கைகேயி பரதனுக்கு பட்டாபிஷேகம் நடத்தவேண்டும், இராமன் பதினான்கு ஆண்டுகள் காட்டுக்குச் செல்லவேண்டும் என்ற விஷயத்தைத் தெரிவித்த பிறகும் ஒரு நொடியும் கலங்கவில்லை. 'அம்மா, நான் நாட்டை விட்டுவிட்டுக் காட்டுக்குப் புறப்படுகிறேன். இதனால் உனக்கு மகிழ்ச்சியும் தந்தையின் கட்டளையை தட்டாதது போலவும் ஆகும். பரதனை வரவழைத்து அவனுக்கு முடிசூட்டு விழா நடக்கட்டும்,' என்கிறான்.

மாம்ருஷிபிஸ்துல்யம் கேவலம் தர்மமாஸ்திதம்

- துறவிகளைப்போல தர்மத்தை மட்டுமே நாடி வாழ்கிறவன்.

இது இந்தக் காவியம் சொல்லும் தந்தை சொல் தட்டாமை. இராமன் இலட்சிய புருஷனாக எப்படி இதைக் கடைபிடித்தானோ அது உலகுக்கே இலட்சியம். மற்ற அரச புத்திரர்கள் மட்டுமல்ல எல்லாப் பிள்ளைகளும் கடைபிடிக்க வேண்டிய இலட்சிய நடை. தனது தாய் கௌசல்யையும் தம்பி இலட்சுமணனும் தந்தை சொல்லை நிராகரிக்கவேண்டுமென்று வற்புறுத்திய போதும், அவன் வாயிலிருந்து இதே வார்த்தைகளைச் சொல்ல வைக்கப்பட்டிருக்கிறது.

'தந்தை சொல்லை மீறமாட்டேன். அது அறமல்ல. தந்தையின் கட்டளையைக் கடைபிடிப்பது புதிதாகப் பிறந்த அறமல்ல. இது பழம்பெரும் பரம்பரை. அதனால் தந்தையின் சொல்லை நடத்திக் கொடுப்பதுதான் அறம். சத்தியம் நிலைத்திருப்பது அறத்தில்தான். தந்தை சொல்லைக் கடைபிடிப்பது அறத்தைச் சார்ந்த வேலை. தந்தையின் வாக்கைக் காப்பாற்ற கடைமைப்படாத மகனிருக்கலாமா?'

தந்தை சொல் தட்டாமை என்பது இராமன் முதன்முதலாகக் கடைபிடிப்பதொன்றுமில்லை. புராதனப் பரம்பரை என்று சாதிக்கப்பட்டிருக்கிறது. இதற்கு முந்தைய சில எடுத்துக்காட்டுகளில் தந்தையின் கட்டளைக்குத் தகுந்தபடி சாதாரணமாக அறம் என்பதற்கு எதிராக நடந்துகொண்ட எடுத்துக்காட்டுகள் கொடுக்கப்பட்டிருக்கின்றன. அதில் ஒன்று

– கண்டு என்ற பெருந்துறவி தந்தையின் கட்டளைப்படி பசுவைக் கொன்றது. மற்றொன்று பலருக்குத் தெரிந்திருக்கும் பரசுராமன் அம்மாவின் தலையை வெட்டியது. இராமாயணத்தில் தந்தை சொல் தட்டாமை என்ற வழக்கம் கற்போடு இணைந்துகொண்டிருப்பதைப்போல பரசுராமனின் கதையும் கூட கற்பு என்ற மதிப்பைச் சுற்றிப் பின்னியிருக்கிறது என்பது சிறப்பு. இதைப் பற்றி பிறகு மறுபடியும் விவரிக்கிறேன்.

பரதன் காடடிற்குச் சென்று ஸ்ரீ இராமனை திரும்பவும் அரச அதிகாரத்தை ஏற்றுக்கொள்ளவேண்டும் என்று வற்புறுத்தியபோது மறுபடியும் இந்த வழக்கத்தை கடைபிடிப்பதைப் பற்றி ஸ்ரீ இராமன் வாதம் செய்கிறான்.

'பரதன் வீரா, நாம் எல்லாம் தந்தைக்குக் கீழ்படிந்தவர்கள். பரதன் அரசனாகட்டும் இராமன் வனவாசம் செய்யட்டும் என்று அவனே நமக்கு செயலைப் பங்குபோட்டுக் கொடுத்திருக்கும்போது அதைப்போலவே நாம் நடந்துகொள்ளவேண்டும்...

பரதா, மனிதனுக்கு தன்னிச்சை என்பதில்லை. அவன் தெய்வத்திற்கு அதீனம். அவன் அறத்தைச் சார்ந்தே வாழவேண்டும்.'

இப்படி தந்தை சொல் தட்டாமை வெறும் சமூக நடைமுறை அல்ல. குடும்பத்திற்குள்ளான விஷயம் மட்டுமல்ல. அது பழம் பரம்பரை, அறத்திற்குச் சம்பந்தப்பட்ட விஷயம். இப்படி மீறமுடியாத, மீறக்கூடாத அறத்தின் கட்டளையாக உள்ளது.

மூத்தவன் வாரிசு

மூத்தவனின் முக்கியத்துவ விஷயம் இராமாயணத்தின் மைய விஷயம். இலட்சுமணன், பரதனின் எடுத்துக்காட்டுகளால் சொல்லப்பட்டிருக்கிறது. இட்சுவாகு வம்சத்தின் குலக் குருக்களான வசிஷ்டர் இந்த வம்சத்தின் பரம்பரை இது என்று திரும்பத் திரும்பச் சொல்கிறார். தசரதனும் அதைச் சொல்கிறான். இலட்சுமணனும் இதுதான் அறம் என்கிறான். அரசனாவது இராமனின் உரிமை, இதைப் பறிக்க முயற்சிக்கிறார்கள். அதனால் தந்தை சொல்லை மீறக்கூடாது என்று இந்த அறமற்றதை ஒத்துக்கொள்ளக்கூடாது. தசரதனின் வார்த்தையை நிராகரித்து இராமனுக்கே முடி சூட்டவேண்டும் என்று பலமுறை வற்புறுத்துகிறான். இந்த

வழக்கத்தை இலட்சியமென்று பரப்புவதற்காகவே பரதன் தான் முடிசூட்டிக்கொள்வதை நிராகரிக்கிறான். தன் தாய் கைகேயியை மனதிற்குத் தோன்றியதைப் போல தூஷிக்கிறான். இராமனின் வனவாசம், பரதன் முடிசூட்டுவதை ஏற்கவேண்டுமென்று வற்புறுத்தும் அமைச்சர்களிடம் பரதன் சொல்கிறான்:

'ஜேஷ்டஸ்ய ராஜதா நித்யமுசிதா ஹி குலஸ்ய நஹ'

'நம் வம்சத்தில் அரச பதவி மூத்த மகனுக்குச் சேர்ந்தது. இப்போதும் மூத்த மகனான ஸ்ரீ இராமன்தான் அரசனாக வேண்டும். இராமனின் அரசை என்னைப்போன்றவர்கள் அபகரிக்கலாகாது. அவனுக்கு பதிலாக நானே வனவாசம் செல்கிறேன்.'

மூத்த மகனுக்கு இராஜ்ஜியம் என்பது நிராகரிக்க முடியாதது என்று நிரூபிக்கவே பரதனின் வாயிலிருந்து அவன் அரச பொறுப்பை ஏற்பது அபகரிப்பது என்று சொல்ல வைக்கப்பட்டிருக்கிறது. பரதன் இராமனை பட்டாபிஷேகத்திற்கு சம்மதிக்கவைத்து அழைத்துவர காட்டிற்குப் போகிறான். இராமன் ஒத்துக்கொள்ளாதபோது அவன் பாதுகைகளை வேண்டி எடுத்து வருகிறான். சாதாரணமாக எடுத்து வருவதில்லை, தலை மீது சுமந்து வருகிறான். சிம்மாசனத்தின் மீது அவற்றை பிரதிஷ்டாபனம் செய்கிறான். தினந்தோறும் அவற்றைப் பூசிக்கிறான். அது மட்டுமல்ல, இராமனுக்குச் சேர்ந்த அயோத்தி நகரத்திற்குள் நுழைவதே இல்லை. அதன் அருகில் இருக்கும் நந்தி கிராமத்தில் இருந்துகொண்டு இராமனின் பிரதிநிதியாக அரசாட்சி செய்கிறான். நிலத்தின் மீது படுத்துக் கொள்கிறான்.

இராமனின் முடிசூட்டு தியாகம், வனவாசம், தந்தை சொல் தட்டாமை என்ற விஷயங்களை அறமாக்கினால் பரதனின் தியாகம், நடத்தை மூத்தமகனுக்குப் பட்டாபிஷேகம் என்ற கங்கை நதி வயலின் அரச வம்சங்களின் வழக்கத்தை எல்லா அரச வம்சப் பரம்பரைகளும் செய்யச் செய்யும் நோக்கம் உள்ளது. இராமாயணத்தில் இந்த சகோதரர்கள், அவர்களின் மனைவிகள் எல்லோரும் ஒருவரை ஒருவர் மீறும் தியாக வீரர்கள்.

ஆனால், மூத்தவனுக்கு முக்கியத்துவம் என்பது வெறும் முடிசூட்டிக்கொள்ளுதல், அரசிற்கு வாரிசு இவற்றிற்காக மட்டும் உண்டான விஷயமல்ல. அது வாழ்க்கையின் எல்லாப் பகுதிகளுக்கும் பரவக்கூடியது. இலட்சுமணன் வனவாசத்திற்குச் செல்லும் முன் அவன் அம்மா சுமித்ரா சொல்கிறாள்:

'இராமம் தசரதம் வித்தி மாம் வித்தி ஜனகாத்மஜம்'

இராமனை தசரதன் என்றும், ஜானகியை நான் என்றும் (அம்மா என்று) எண்ணுக.

மூத்த அண்ணன் தகப்பன் வடிவம் என்ற நம்பிக்கை இன்றும் கூட பாரதத்தில் பிரபலமாக இருப்பது எல்லோருக்கும் தெரிந்த விஷயம். ஆனால் அது மட்டுமல்ல, தம்பிகள் அண்ணனுக்கு சேவகர்களைப்போல சேவை செய்ய வேண்டும். இதை இலட்சுமணன் வார்த்தைகளாலும் சொல்கிறான். வனவாசத்தில் திரும்பத் திரும்ப தன் நடத்தையால் நிரூபிக்கிறான். இது அண்ணன் - தம்பி இடையேயான உறவின் மாதிரி என்று உருவகிக்கப்பட்டிருக்கிறது. பரதனும் இந்த வார்த்தையை அடிக்கடி சொல்கிறான் - 'நான் இராமனின் சேவகன்' என்று.

இந்தத் தருணத்தில் நாம் எல்லோரும் நினைத்துக்கொள்ள வேண்டிய ஒரு வார்த்தை என்னவென்றால், இந்த அண்ணன், தம்பி பிறப்பைப் பற்றி. இந்த மூவரும் தசரதனின் உடல் உறவால் பிறந்தவர்களல்ல. வேள்வியால் கிடைத்த பாயசத்தை அருந்திப் பிறந்தவர்கள். இது சாத்தியமா என்ற வாதத்திற்கு நாம் இங்கே போவதில்லை. ஆனால், ஒரே நேரத்தில் பாயசம் குடித்து, ஒரே நேரத்தில் கர்ப்பம் தரித்து, ஒரே சமயத்தில் பெற்றவர்கள். இராமனுக்கு இவர்கள் எல்லாம் சில நிமிடங்கள் அல்லது சில நாட்கள் இடைவெளியில் பிறந்தவர்கள். அதனால், மூத்த அண்ணனின் பெருந்தன்மை எந்த அனுபவத்தாலும் வந்ததல்ல. சில நிமிடங்கள் முன்னதாகப் பிறந்ததால் வந்தது. மற்றபடி ஏதாவது இருந்தால் அவரவர் பண்பு, திறமை என்று சொல்லலாம். இந்தப் பண்பு - திறமை பெரியவனுக்கு மட்டுமே இருக்கவேண்டியதில்லை என்பது எல்லோருடைய அனுபவம். இப்படி இருக்க, சில நிமிடங்கள் முன் பிறந்ததுவும் கூட மூத்தவனுக்கு எல்லா அதிகாரத்தையும் கொடுக்கிறது. மற்றவர்கள் அவனுடைய சேவகர்களாக, பணிந்து போபவர்களாக இருக்கவேண்டும். அவர்களிடம் இருக்கக்கூடிய திறமைகளும் வீணாகக் கூடும். இது இராமாயணம் வடிவமைத்த குடும்ப வழக்கம்.

பாளையக்கார குடும்ப மதிப்புகள்

இப்படி அரச குடும்பத்தில் பேரரசு என்ற சொத்தின் வாரிசுக்கு ஒரு தார்மீக வடிவம் கொடுத்து தவிர்க்க முடியாத வழக்கம்

உருவாகுகிறது. பொதுமக்களின் சொத்துப் பங்கீட்டிற்கும் இதுவே மாதிரியாகிறது. அண்ணனின் வார்த்தைக்கு எதிர் பேச்சுப் பேசாமல் பணிந்து நடக்க வேண்டுமென்ற தார்மீக, அற வழிகள் உருவாகிக் கூட்டுக் குடும்ப வாழ்க்கை முறைக்குக் காரணமாகிறது. பணக்காரக் குடும்பங்களின் சொத்து ஒன்றாக மொத்தமாக இருந்து சமுதாயத்தில் அப்படிப்பட்ட குடும்பங்களின் தலைமைக்கு ஆதாரமாகிறது. குடும்பத்தில் தகப்பன் இருக்கும்வரை தகப்பனுக்கும், பிறகு மூத்த அண்ணனின் தலைமைக்கும் காரணமாகிறது. இப்படி பாளையக்கார குடும்ப மதிப்புகள், வாரிசு வழக்கங்கள் தார்மீக வடிவம் எடுக்கிறது. இதைப் பரப்புவதற்கு நாட்டுப்புற காவியக் கதைகளை தேர்ந்தெடுத்து அவற்றின் வழியாக பரவச் செய்கிறார்கள்.

இந்த எல்லா நிகழ்வுகளிலும் பெண்களின் பங்கு என்ன? மொத்தத்தில் பெண்களின் பாத்திரமென்ன? இந்தக் கேள்விகளே எழாதபடியாக இராமாயணம் அவர்களின் பாத்திரங்களை இயக்கி இருக்கிறது. அவர்கள் எங்கே இருக்க வேண்டுமோ அங்கே இருக்க வேண்டும்.

5

கற்பு: துளிப் பங்கு இல்லாவிட்டாலும் பெண்ணுக்கு முட்டுக்கட்டையான சொத்து

கற்பு, கற்பு, கற்பு... இராமாயணம் முழுவதும் கற்புக் கதைகளை வலுக்கட்டாயமாக நிறைத்திருக்கிறார்கள். அன்றிலிருந்து இன்றுவரை சீதை கற்புக்கரசியாகவே உருவகிக்கப் பட்டிருக்கிறாள். இராமாயணம் என்பது அதன் முதல் பாகத்திலேயே கூறியதுபோல 'சீதாய சரிதம் மகத்'தும் கூட. ஒரு பக்கம் இராமனின் நடத்தை, மற்றொரு பக்கம் சீதையைப் போல உன்னத மனித நடத்தைகளின் எடுத்துக்காட்டு என்பதைப்போல மக்கள்முன் வைக்கப்பட்டிருக்கிறது. ஆனால் சீதையின் பாத்திரத்தைச் சித்தரித்திருப்பதன் வழியாக மட்டுமல்லாமல், பல கதை, கிளைக்கதைகளின் வழியாகக் கற்பின் மாதிரிகளை உருவாக்குவது மட்டுமல்லாமல், அதற்கு எதிரான எடுத்துக்காட்டுகளின் வழியாகவும் கற்பின் பெருமையை மக்களுக்கு எடுத்துரைக்கும் வேலையைச் செய்திருக்கிறது. சீதையுடன் அனுசூயா என்ற மகா கற்புக்கரசியின் கதையும் இராமாயணத்தில் வருகிறது. இராமாயணத்தில் இராவணனின் மனைவி மண்டோதரியும் கூட மகா கற்புக்கரசிகளில் ஒருத்தி என்று பாடல்களில் பெருமைப் படுத்தப்பட்டிருக்கிறாள்.

இனி அதற்கு எதிரான மாதிரிகளாக, அவர்கள் கற்பின் களங்கத்திற்கு தண்டனை அனுபவிப்பவர்களாக அகல்யை, சூர்பனகையர்கள் சித்தரிக்கப் பட்டிருக்கிறார்கள். கைகேயியை இந்த வரிசையில் அமர்த்தி வைக்கலாம். இனி கற்பு என்ற ஆரிய நடத்தைக்கு மாறாக மானுரடரல்லாத என்ற வானரர்களில் அண்ணன் தம்பிகளான வாலி, சுக்ரீவன், அவர் மனைவிமார்களின் நடத்தை சித்தரிக்கப் பட்டிருக்கிறது.

கணவனின் நிழலான சீதை

சீதையின் திருமணம் நடந்த முறையிலேயே தந்தைக்கு பெண் பிள்ளைகளின் திருமணம் ஒரு பிரச்சினையாக இருந்த அறிகுறிகள் கிடைக்கின்றன. தந்தை ஜனகர், மகள் வயதிற்கு வந்திருந்தாலும் திருமணம் நடக்கவில்லை என்று கவலைப்பட்டுக்கொண்டே வீரப் போட்டியை ஏற்பாடு செய்கிறார். பிறகு ஒருமுறை சீதையின் வாயிலிருந்தே அவளுடைய தகப்பன் யார் என்று தெளிவில்லாமல் இருப்பதால் திருமணம் தாமதமானதென்ற பேச்சும் வருகிறது. அந்தத் தருணத்தில் அப்போதே பெண் பிள்ளைகளுக்கு தங்கள் வாழ்க்கைத் துணையை தேர்வு செய்துகொள்ளும் வாய்ப்பு வஞ்சிக்கப்பட்டிருக்கிறது. கேவலம் குடும்பப் பெருமை, செல்வம், உடலழகு மட்டுமே தேர்வுக்கு அளவுகோலாக இருந்திருக்கின்றன. பழங்குடிகளின் வாழ்க்கையில் பையன் - பெண் இடையேயான சந்திப்பு, நட்பு, காதலின் சுவைகளை அனுபவிக்கும் சாத்தியக்கூறுகள் இல்லாமல் போயிருக்கின்றன. அரச குடும்பங்களில் அரண்மனையின் அந்தப்புரத்து நான்கு சுவர்களுக்கு நடுவே சிறைப்பட்ட வாழ்க்கை விதிக்கப்பட்டது. பிறகு அக்னிப் பரீட்சையின் போது ஸ்ரீ இராமனே சொல்வதுபோல - துயரம், அபாயம், போர், தவம், சுயம்வரம், வேள்வி, திருமணம் போன்ற வேளைகளில் மட்டுமே பெண்களைக் காணமுடியும். இது அரச வம்சத்து கன்னியர்களின் விஷயத்தில் மிக அவசியம். ஏன் என்றால், ஒரு பேரரசு என்றால் ஒரே அரச வம்சம். மற்றவர்கள் எல்லாம் சாதாரண மக்கள், சேவகர்கள், அடிமைகள். ஒரு அரச குடும்பத்துக் கன்னி இப்படிப்பட்ட மக்களின் தொடர்புக்கு வந்து அவர்களிடம் காதல் - காமம் போன்ற உறவுகள் ஏற்பட்டால்! அரசின் வாரிசாக இந்த சாதாரண கீழ் சாதி மக்களின் சந்ததிகள் அதிகாரத்திற்கு வருவதை ஊகிக்கக் கூட முடியாது. அப்படிப்பட்ட விரும்பும் ஆணைத் தேடித் திருமணம் செய்துவைக்கும் வழக்கம் இருந்தது. அரசர்களுக்கோ மிகவும் சிரமமான சூழ்நிலை. ஏனெனில், அரசனாக பழைய பழங்குடி குலங்களுக்குள் திருமணம் நடப்பது அவர் அரச வம்சத்திற்கு இழிவு. அதனால் சுயம்வரம், வீரப் போட்டி போன்ற வழக்கங்கள் வந்தன.

இராமன் சிவ தனுசைத் தூக்கி அது முறிந்த பிறகு திருமணமானது. ஜனகர் சீதையின் கன்னியா தானத்தின் போது சொல்கிறார்:

இயம் சீதா மம சுதா சகதர்மசரி தவ
பிரதீச்ச சைனாம் தே பாணிம் கிருக்நீஷ்ட பானிநா
பதிவிரதா மகாபாகா சாயேவ அனுகத சதா

(இவள் சீதை, என் மகள்; உன்னுடனான தர்ம பத்தினி, துணையாக இருப்பாள்; இந்த நல்லவளின் கையைப் பிடி; உனக்கு நம்பிக்கையானவளாக, குடும்பப் பெண்ணாக, கற்புக்கரசியாக இருப்பாள். இந்த மகா பெண் எப்போதும் உன்னை நிழல்போலத் தொடர்வாள்.)

சக தர்மசரணி, கற்புக்கரசி, சாயேவ அனுகதா (நிழலைப்போல பின் தொடர்வாள்) என்ற வார்த்தைகளைக் கவனியுங்கள். இப்படி அதுவரை பெண் மீது அதிகாரம் கொண்டிருந்த தந்தை கணவனுக்கு அந்த அதிகாரத்தை மாற்றுகிறான். மேலும் இந்த உறுதியை அளிக்கிறான். இது மறுக்க முடியாத விதிமுறை வடிவங்களையே பெற்றிருக்கிறது. அந்த நேரத்தில் அப்போதே மனைவிமார்கள், அதன் வழியாகப் பெண்கள் அடிமை நிலைக்குத் தள்ளப்பட்டிருக்கிறார்கள் என்பது யஜுர்வேதம், அதர்வண வேதங்களின் தொகுப்புகள், சதபத பிரமாணம் போன்ற நூல்களின் காலத்தில் தெளிவாக இருக்கிறது. வேதங்கள், பிராமணங்கள் மேல்வர்ண மக்களுக்கு மட்டுமே அறிமுகமாக இருந்ததால் அந்தக் காலத்தில் உருவாகிய இந்த சமூக அமைப்பை பாரதம் முழுவதும் பரப்புவது, அதுதான் ஆரிய தர்மம், அதுதான் கட்டளை என்று நிறுவுவது இராமாயணத்தின் முக்கியமான நோக்கமாக இருந்தது.

கற்பு என்றால் என்னவெல்லாம் அதில் உள்ளடங்கி இருக்கிறது என்பது இராமாயணத்தின் பல பிரசங்கங்களில் சுயம் இராமனின் வாயிலிருந்தும் மேலும் பல பேர்களின் வாயிலிருந்தும் வந்திருக்கின்றது. சீதை சொல்கிறாள்: கணவனின் கர்மங்களில் பங்கு பெறுபவள் மனைவி மட்டுமே. அகம் புறம் இரண்டிலும் கணவனே பெண்களுக்கு கதி, மதி; தந்தை தாய்களல்ல, மகனல்ல. பெண்களுக்கு கணவனின் பாதத்தின் நிழல் மட்டுமே சகல வைபவத்தைவிடவும் உன்னதமானது.'

இப்படிக் கணவனே பரம தெய்வம் என்ற எண்ணம், அவனுடைய சகல சேவை மனைவியின் கடமை என்பதை சீதை தன் சொந்த எடுத்துக்காட்டுடன் நிரூபிக்கிறாள். மேலும் முக்கியமானது உடல் உறவுகளில் கணவனுக்கு மட்டுமே நிஷ்டை. இதை சீதை உடல், வாக்கு, மனதால் கடைபிடித்தாலும் அதை எந்த சந்தேகத்திற்கும் இடமளிக்காமல் உலகத்தில் பரப்ப சீதையைக் கடுமையான, சகிக்கமுடியாத வார்த்தைகளின் தீயில் தள்ளப்பட்டிருக்கிறாள். இதைவிட நெருப்பில் வீழ்வதே மேல் என்று சீதை எண்ணுகிறாள்.

அக்னிப் பரீட்சையா, தற்கொலை முயற்சியா?

இராவணனின் கொலை, போரின் முடிவில் இலங்கையிலிருந்து சீதையை அழைத்து வர விபீஷணனுக்கு கட்டளையிடுகிறான். பிறகு அவளைக் கண்டதும் அவன் சொல்லும் வார்த்தைகள் சாதாரண மனிதனுக்குக் கூட அழகில்லை. இனி மரியாதை புருஷோத்தமன் என்றும் உலகுக்கு மாதிரி என்றும் உருவகப்பட்ட இராமனுக்கு!

'இராவணாங்க பரிப்ரஷ்டாம் திருஷ்ட்யாத் துஷ்டேன சக்ஷுஷா'

(இராவணனின் தொடையிலிருந்து வழுக்கி விழுந்தவள்; துஷ்டனின் கண்கள் உன்னைப் பார்த்தன.)

'அதனால் நான் உனக்காக எதையும் செய்யவில்லை, கண் நோய் இருப்பவர்களுக்கு விளக்கு எப்படி சிரமம் கொடுக்குமோ அப்படி உன்னைப் பார்த்த எனக்கும். பத்துத் திசைகளும் உனக்குத் திறந்திருக்கின்றன. உனக்கு விருப்பமான இடத்திற்குச் செல், என் அனுமதி இருக்கிறது. எனக்கு உன் தேவை இல்லை.'

'நீ யாருடனாவது போ. விருப்பம் போல இலட்சுமணனோ, பரதனோ, சுக்ரீவனோ, விபீஷனனோ யாருடனாவது குடும்பம் நடத்திக்கொண்டிரு.'

இந்த வார்த்தைகள் சீதையை நெருப்பின் பக்கம் தள்ளின. சாதரணமாக ஹரிகதை அறிஞர்கள் விவரிப்பதுபோல அக்னிக்குள் பிரவேசித்து பரீட்சையின் வழியாக சீதையின் பரிசுத்தத்தை நிரூபிக்கவேண்டுமென்பது ஸ்ரீ இராமன் இட்ட கட்டளையல்ல; அது தற்கொலை செய்துகொள்ளச் சீதை எடுத்த முடிவு.

அந்த வார்த்தைகளில் அன்று மனைவியின் இடம் எப்படிப்பட்டதென்பது தெளிவாகச் சொல்லப்பட்டிருக்கிறது. மற்ற ஆண்களைப் பார்ப்பது, அவர்களின் பார்வைக்கு உள்ளாவதும்கூட சரியல்ல. அவர்களைத் தொடுவது மாபெரும் குற்றம். காம நோக்குடன் அபகரித்த இராவணனின் தொடுதலாகட்டும், இராமனின் தொண்டன் அனுமந்தனின் ஸ்பரிசமும் கூடாது. இலங்கைக்குப் பறந்த அனுமான் சீதையை தோள் மீது உட்காரவைத்துக்கொண்டு தூக்கிச் செல்கிறேன் என்றபோது சீதை அளிக்கும் காரணங்களில்; 'நீ அந்நிய ஆண், உன் தொடுதல் கற்புக்கரசியான எனக்குத் தகாது' என்பதுவும் முக்கியமானது.

தன் கணவனின் வேடமணிந்து வந்த இந்திரனைச் சேர்ந்த அகல்யை கல்லானாள் / சாம்பலானாள் என்ற கதையும் இராமாயணத்தின் கிளைக்கதைதான்.

இப்படி கற்பைப் பெரும் மதிப்பென்று சொல்வதில் இராமாயணம் பெரும் பங்கை வகித்திருக்கிறது என்பது உண்மையானாலும் அது மட்டும் போதாதென்று எத்தனை புராணங்கள் இயற்றப்பட்டிருக்கின்றன என்பதற்குக் கணக்கே இல்லை. எங்கே திரும்பினாலும் அங்கெல்லாம் இந்தக் கதைகள் தென்படுகின்றன.

பஞ்ச மகா கற்புக்கரசிகளின் கதைகள் இந்த வரிசையைச் சேர்ந்தவை. மேலும் எத்தனையோ பல உள்ளன. புகழ்பெற்ற பரசுராமன் என்ற மகனே அம்மா ரேணுகையின் தலையை வெட்டிய புகழ்வாய்ந்த நிகழ்வும் இருக்கின்றது. அந்நிய ஆணைப் பார்த்ததாலேயே கற்பை இழந்தாள் என்ற குற்றத்திற்கு இந்தத் தண்டனை.

இப்படி கற்பு இவ்வளவு முக்கியமாகக் காரணம் என்ன?, இந்தக் கேள்வி எதிர்ப்படுகிறது. சொத்து என்பது சமுதாயத்தில் நிலை பெற்றபோது பெரிய பிரச்சினை தலைதூக்கியது. அதைச் சம்பாதித்தவர்கள் இறந்த பிறகு யாருக்கு அது சேரவேண்டும்? மிக எளிமையான பதில் – அது அவர் பிள்ளைகளுக்குச் சேரவேண்டும். இவர் பிள்ளைகள்தான் என்று உறுதிப்படுத்திக்கொள்வது எப்படி? அதற்கு இருப்பது இரண்டே சாத்தியக்கூறுகள்; ஒன்று, திருமணத்திற்கு முன்பு பெண் கன்னியாக இருக்க வேண்டும். இரண்டு, திருமணத்திற்குப் பின் கணவனுக்கு மட்டுமே கடமைப்பட்டவளாக இருக்க வேண்டும்.

வேறு யாருடனும் உடல் உறவு அடையமுடியாத நிலைமையைக் கொண்டு வரவேண்டும். அதனால் கற்புக்கரசி என்ற மதிப்பின் கூடவே கற்பு, கன்னித்தன்மை முக்கியத்துவம் அடைகிறது. அதை உறுதிப்படுத்திக்கொள்வதற்காகவே பெண் மீது எல்லாக் கட்டுப்பாடுகளும் திணிக்கப்பட்டிருக்கின்றன. அவள் சுதந்திரம் பறிக்கப்பட்டிருக்கிறது.

இப்படி பெண்ணுக்கு சொத்தில் துளியும் பங்கில்லை என்றாலும் அது பெண்ணுக்கு முட்டுக்கட்டையாக அவளைக் குடும்ப / அந்தப்புரக் கைதியாகச் செய்திருக்கிறது.

6
கைகேயி வில்லியா? பீஷ்மனுக்கு அரச பட்டத்தை ஏமாற்றிய சத்யவதி ஏன் இல்லை?

"நாடு என்ற எண்ணம் இந்த நிலைக்கு வரவேண்டும் என்றால் மக்கள் வாழ்க்கை மிகவும் பண்பாட்டுடன் இருந்திருக்க வேண்டும். இராமாயணத்தின் மக்கள் வாழ்க்கையிலும் இந்தப் பண்பாடு தெளிவாகிறது. இந்த (இராமாயணக்) காவியத்தில் தெரியும் குடும்ப வாழ்க்கையே ஆரிய நாட்டின் எல்லாக் கால குடும்ப வாழ்க்கைக்கு அடிப்படை என்று சொல்லலாம்...

... அவனுடைய அரசாட்சிக்கு ஒரு தம்பி சாமரத்தைப் பிடிக்கிறான், மற்றொரு தம்பி குடை பிடிக்கிறான். இராமச்சந்திரனின் குடும்பத்தின் முக்கிய சூத்திரம் ஒருவருக்கொருவர் அனுசரித்துக்கொண்டு நடப்பது; ஒருவரிடம் ஒருவர் அன்பை வளர்த்துக்கொள்வது; அந்த வாழ்க்கையில் ஆங்காங்கே கடினமான பேச்சுகள் இருக்கும், கடின எண்ணங்கள் இருக்கும், கொடூரமான நடை இருக்கும். ஆனால் இவை யாவும் வெகு நேரம் நின்றதில்லை; எல்லா நேரத்து அன்புச் சூரியனுக்கும் சிறிது நேரம் பிடித்த கிரகணத்தைப்போல ஏதோ காரணத்தால் வந்து விரைவிலேயே மறையக்கூடியது."

- மாஸ்தி வெங்கடேச அய்யங்கார். 'ஆதி கவி வால்மீகி' யில்.

'ஒரு பண்பாடே இங்கே வெளிப்படுகிறது. அந்தத் தலைநகரில் (அயோத்தியில்) ஒரு ஆரிய வம்சாவளி வீட்டில் தெரியும் குடும்ப வாழ்க்கையின் உறவுகள், நடத்தைகள் சிறப்பானது என்று எண்ணக்கூடிய வாழ்க்கையின் ஒரு பிரகாரம் அங்கே முழுமையாகக் கிடைக்கிறது...'

தாய், தந்தையர், பிள்ளைகள், மனைவிமார்கள், கணவன்மார்கள், சகோதரர்கள், நண்பர்கள், நல்ல அமைதியான ஆனால் தெரிந்த

ஒரு சூழலில் தங்கள் உறவுகளிலும் தத்தம் பொறுப்புகளிலும் நடந்துகொள்ளும் காட்சி உறுதியாகத் தெரிகிறது."

- வி.சீதாராமய்யா 'வால்மீகி இராமாயணம்' நூலில்.

இப்படி ஆயிரமாயிரம் இலக்கியவாதிகள், அறிஞர்கள் இராமாயணக் குடும்ப வாழ்க்கையின் இலட்சியம், இராமனே தன்னேரில்லாதவன் இலட்சிய மகன், கணவன், சகோதரன், அரசன். சீதை இலட்சிய மனைவி, பெண். இலட்சுமணன், பரதன், சத்ருக்கனர்கள் இலட்சிய சகோதரர்கள். அனுமான் இலட்சிய பக்தன், சேவகன் போன்றவை இராமாயணம் முழுவதும் இலட்சியமாக நிறைந்து வழிகிறது என்று வர்ணித்திருக்கிறார்கள். இன்றும் வர்ணிக்கிறார்கள். பரம்பரை பார்ப்பன மடங்கள், சுவாமிகள் மட்டுமல்ல; இராமகிருஷ்ண ஆசிரமம், அரவிந்தர் ஆசிரமம் போன்ற நவீன காலத்தில் உருவான அமைப்புகளும் இதேபோன்ற வார்த்தைகளை சற்று மாறுதல்களுடன் பேசுகின்றன. அதனால், இந்தச் சிந்தனைகள் திறனாய்வுகளுக்கு உள்ளாகாமல் இன்றைய பல இளைஞர், இளைஞிகளாலும் ஏற்றுக்கொள்ளப்படுகின்றது. இனிச் சமயவாதிகள் அரசியல் நோக்குடன் மரியாதைப் புருஷோத்தமன் என்றும், பாரதப் பண்பாட்டின் மறு உருவமென்றும் வர்ணித்து இதை ஏற்றுக்கொள்ளாதவர்கள் இந்தியர்களே அல்ல என்றும் கூவி மக்கள் மீது திணிக்கிறார்கள்.

இந்தக் கட்டுரைத் தொடர் இராமாயணத்தைப் பற்றி இதுவரையிலான கட்டுரைகளில் இந்த நிலையற்றதன்மையின் சில அம்சங்களையும், உண்மையான நோக்கத்தையும் வெளிக் கொண்டு வந்திருக்கிறது. ஆனால் மேலே குறிப்பிட்ட இலக்கியவாதிகளின் பேச்சுகளைக் கவனிக்கவும். அதில் இராமாயணத்து நோக்கம் தெளிவாகச் சொல்லப்பட்டிருக்கிறது; ஆரிய வம்சாவளியின் குடும்ப வழக்கத்தை ஆரிய நாட்டின் "எல்லா"க் காலங்களுக்கும் 'மாதிரி' என்று நிலைநிறுத்துவது. மேலும் அதை பல மனங்களுக்கும் பிடிக்கச் செய்வதற்காகவே ஆரியக் குடும்பத்தை வானர, அரக்கர்கள் என்று உருவகித்த மானுடர்களுடன் ஒப்பிட்டு பார்க்கப்பட்டிருக்கிறது. அடுத்த சில கட்டுரைகளில் இந்த விஷயம் விரிவாக்கப்பட்டிருக்கிறது.

பெண்ணுக்கு சொத்து வஞ்சிக்கப்பட்டதின் விளைவு

குடும்ப அடிப்படைத் தூண் தம்பதிகள், ஆண் - பெண் இடையேயான உறவு. ஆனால் இராமாயணத்தில் இந்த ஆண் -

பெண்ணின் உறவு பெண்ணின் கீழ்படிதலின் மீது நின்றிருக்கிறது. எல்லாப் பெண்களுக்கும் சொத்து வஞ்சிக்கப்பட்டிருக்கிறது. கணவனையே முழுமுதற் தெய்வம் என்று எல்லாப் பெண்களும் ஏற்றுக்கொள்வதற்கு சொத்து வஞ்சனை செய்வதே அடிப்படையாக இருக்கிறது. அந்தக் காரணத்திற்காகவே தாய்மார்கள் தங்கள் ஆண் பிள்ளைகளின் வழியாக தங்களுக்கு ஏற்பட்ட சொத்து வஞ்சனையை நிரப்பிக்கொள்ளும் கட்டாயத்திற்குத் தள்ளப்படுகிறார்கள்.

அதற்கு கைகேயியின் வேண்டுதலே தெளிவான எடுத்துக்காட்டு. தன் மகனுக்கு செல்வம் கிடைக்காவிட்டால் அப்படிப்பட்ட தாய்க்கு என்னவாகலாம் என்பதற்கு மந்தாரை கைகேயிக்கு சொன்ன வார்த்தைகளில் மட்டுமல்ல, இராமனுக்கு முடிசூட்டுவது தவறிவிட்டது என்பது தெரிந்தபோது கௌசல்யை பேசும் பேச்சுகளிலும் கூடத் தெரிய வருகிறது. மந்தாரை சொல்கிறாள்: 'சக்களத்தி சர்வாதிகாரியாவாள், நீ அவளுக்கு தாசியாகவேண்டும்.' கௌசல்யை சொல்கிறாள்: 'கணவனால் சுகம், மகிழ்ச்சியை அடையாத நான் மகனிடமிருந்து அந்த சுகம் கிடைக்கும் என்று நினைத்தேன். நான் பெயருக்கு மட்டும் பட்டத்து ராணி. இப்போது சக்களத்திகளும் சேர்ந்து சிறிய மக்களும் என்னைக் கண்டுகொள்ளமாட்டார்கள். நீ இங்கே இருக்கும் போதே புறக்கணிப்பிற்கு ஆளான நான் நீ கண் மறைந்ததும் வாழ்வதுவும் கூட சந்தேகம்தான். எனக்கு இதுவரை அன்பு காட்டிய தாசியர்கள் கைகேயியின் பயத்தால் விலகினார்கள்.'

தன் மகனுக்கு முடிசூட்ட வேண்டும். இல்லாவிட்டால் என்னை தாசியர்கள் இழிவாகப் பார்ப்பார்கள் என்ற சங்கடமே கைகேயிக்கு மட்டுமல்ல கௌசல்யையின் மனத்தின் ஆழத்திலும் இருந்த பயம். இப்படிப்பட்ட பீதிக்கு காரணமான சூழ்நிலையைப் பற்றி இராமாயண இலட்சியத்தைப் பற்றிப் பேச்சு மழை பொழியும் யாரும் குரல் எழுப்பவில்லை. தொடக்கத்திலிருந்தே கைகேயி, மந்தாரை வில்லி என்றே சித்தரிக்கப்பட்டிருக்கிறார்கள். ஆனால் கைகேயிக்கும் இதே ஆசைதான் என்பது இவர்களுக்குப் புரியாத காரணம் என்ன?

மற்றொரு சிந்தனை: கைகேயியின் மகனுக்கு முடிசூட்ட வேண்டுமென்பது கைகேயி சொன்னதா அல்லது தந்தை கேகய அரசனின் வார்த்தையா? இராமாயணத்திலேயே இரண்டு வடிவங்கள் இருக்கின்றன. கைகேயி தனக்குக் கொடுத்த

வரங்களைக் கடைபிடிக்க வேண்டுமென்று சொன்னாள் என்று முதலாவதாகச் சொல்லப்பட்டிருக்கிறது. ஆனால் வனவாசத்தில் இருக்கும்போது ஒருமுறை இராமன் சொல்கிறான்: 'கைகேயியை திருமணம் செய்துகொள்ள வேண்டுமென்று தசரதன் விரும்பிய போது, அவளுடைய தந்தை கைகேயியின் மகனே அடுத்த அரசனாக வேண்டுமென்று விரும்பினான் என்றும், அந்த வார்த்தைக்கு தசரதன் கட்டுப்பட வேண்டி இருந்தது என்றும்.' இவற்றில் எது உண்மையாக இருந்தாலும் கூட, இது அரசனின் மூன்று மனைவிகள், மேலும் 350 க்கும் அதிகமாக அரசனைக் கைப்பிடித்த பெண்கள் ஒவ்வொருவருக்கும் தன் மகனுக்கு இராஜாங்கம் கிடைக்கட்டும் என்ற ஆசையை ஏற்படுத்தியது, அப்போது வழக்கத்திலிருந்த பெண்களுக்கும், மூத்தவனல்லாத மற்ற பிள்ளைகளுக்கும் சொத்தை மறுக்கும் மற்றும் அடிமைப்படுத்தும் நிலைமையைத் திணிப்பது சொத்துப் பகிர்தலின் வழக்கம்.

அரச பட்டம் தங்கள் மகனுக்கு வேண்டும் என்ற சத்யவதி, சகுந்தலையர்கள்

இந்த ஆசை கைகேயி, கௌசல்யைகளுக்கு மட்டுமே உரித்தானதல்ல. மகாபாரதம் மட்டுமல்லாமல் மற்ற புராணங்களிலும் இப்படிப்பட்ட ஆசை பல ராணிகளிடமிருந்து அல்லது அவர்களின் தந்தையரிடமிருந்து அவர்கள் திருமணம் செய்துகொள்ளும் முன்பே நிபந்தனையாக வெளிப்பட்டிருக்கின்றது. மகாபாரதத்தில் தன்னுடைய மகளின் மகனுக்கே அரசாட்சி வேண்டுமென்று சத்தியவதியின் தகப்பன் தாசராஜா சந்தனுவிடம் வாக்களிக்கச் சொல்கிறான்.

> அஸ்யாம் ஜாயேத யஹ புத்ர ச ராஜா பிருதிவீபதே
> த்வதூர்த்வமபிஷேக்தவ்யோ நான்யஹ கஷ்ச்சன பார்தீவா

'ஏ உலக நாயகனே இவளிடமிருந்து பிறக்கும் மகனுக்கு மட்டுமே அரசனாக முடிசூட்ட வேண்டும் மற்ற எவருக்குமல்ல.'

அதனால் சந்தனுவின் முதல் மகன் பீஷ்மன், அரசாட்சி செய்ய மிகவும் தகுதியானவனாக இருந்தாலும் கூட முடிசூட வஞ்சிக்கப்பட்டான். தான் திருமணம் செய்துகொள்ளாமல் பிரமச்சாரியாகவே இருப்பதாக உறுதிமொழி ஏற்கவேண்டியதானது. பிதாமகனான சந்தனு –

சத்தியவதியின் பிள்ளைகளுக்கு, பிள்ளைகள் இல்லாமல் போன நிலைமையையும் பிறகு அவர்கள் பிள்ளைகள் போர் புரிந்து இறந்ததையும் பார்க்கவேண்டும். ஆனால் இந்தக் காவியங்கள் தோன்றிய நாளிலிருந்து இன்றுவரை, யாரும் சத்தியவதியின் மீது பேராசைப் பழியைப் போட்டதாகத் தெரியவில்லை. அதுபோலவே சகுந்தலையும் கூட துஷ்யந்தனுக்கு நிபந்தனை விதித்தாள் என்று மகாபாரதம் சொல்கிறது.

மயி ஜாயேத யஹ புத்ர ச பவேத் தத்வநன்தரஹ
யுவராஜோ மகாராஜா சத்யமேதத் பிரமீமி தே

'எனக்குப் பிறக்கப் போகும் மகனுக்கு யுவராஜனென்றும், பிறகு மகாராஜானென்றும் முடிசூட்டு விழா நடத்த வேண்டும் என்று நான் உண்மையையே சொல்கிறேன்.'

இப்படிப்பட்ட நிபந்தனைகளின் பல எடுத்துக்காட்டுகள் கிடைக்கின்றன. இவர்கள் எல்லாம் அப்படி விரும்புவது இயல்பானதென்று அன்றைய சமூகம் எண்ணியது. அன்று மட்டுமல்ல பிறகும் இவற்றைப் பற்றி உரை எழுதியவர்கள், ஹரிகதை, புராணம் செய்தவர்கள் கூட யாரும் அவர்களை வில்லிகள் என்று உருவகிக்காததால் இராமாயணத்தில் மட்டும் கைகேயி, மந்தாரை இவர்களை வில்லிகள் என்று சித்தரிக்கப்பட்டிருப்பது ஏன்? கைகேயி தன் மகனிடமிருந்தும், சக்களத்தி பிள்ளைகளிடமிருந்தும், சக்களத்திகளிடமிருந்தும், குரு வசிஷ்டரிடமிருந்தும், சாரதி சுமந்தனிடமிருந்தும், பொதுமக்களிடமிருந்தும் எப்படிப்பட்ட பேச்சுகளைக் கேட்க வேண்டி இருந்தது! பெண்களுக்கு தங்கள் பிள்ளைகள் மற்றும் தங்கள் நல்வாழ்க்கையை விரும்பும் உரிமை இல்லை என்று சொல்வது மட்டுமல்ல, பெண்கள்தான் வீட்டைப் பிளவு படுத்துபவர்கள் என்றும், அவர்கள் வார்த்தைக்கு எந்த மதிப்பும் கொடுக்கக்கூடாது என்றும் தோற்றுவித்தது இந்தக் காட்சியின் நோக்கமாகும்.

இராமாயணத்தின் இலட்சியக் குடும்பத்தில் பெண்களின் கருத்துகளுக்குச் சரியான மதிப்புக் கிடைத்த எடுத்துக்காட்டு இருக்கின்றதா? அவர்களின் கருத்தைக் கேட்ட, அவர்கள் எண்ணங்களை வெளிப்படுத்த வாய்ப்புக் கொடுத்த, அவர்களுடன் முக்கியமான விஷயங்களைப் பற்றி கலந்தாலோசிக்கும் எடுத்துக்காட்டுகள் இருக்கின்றனவா? கைகேயி தன் பேச்சைத் தன் கணவனுக்குத் தெரிவிக்க

கோபமாக தரை மீது விழுந்து புரளவேண்டி இருந்தது. அரசியர்கள் தங்கள் குறையை வெளிப்படுத்த கோபம் என்ற பண்பு அவசியமாகும், பெண்களின் நிலைமையைப் பற்றிப் பல சங்கதிகளைச் சொல்கிறது. முடிசூட்டு நிகழ்வின் முடிவை எடுக்கும்போது தசரதனின் எந்த மனைவிக்காவது ஏதாவது பங்கிருக்கிறதா? அவர்கள் கருத்திற்கு ஏதாவது மதிப்பிருக்கிறதா? மகிழ்ச்சியடைவது அல்லது இன்னலுறுவதைத் தவிர. இதுதான் ஆரிய இனத்து இலட்சியக் குடும்ப அமைப்பு என்று எடுத்துரைக்கப்பட்டுள்ளது.

மகாபாரதத்தில் திரௌபதி, குந்தி போன்ற வலுவான பெண்களின் பாத்திரங்கள் இருக்கின்றன. திருமண வழக்கங்களும் பல. ருக்மிணி, சுபத்திரை, உலூபி, சித்ராங்கதை, இடும்பி இப்படி இவர்கள் தங்கள் துணையைத் தாங்களே தேர்ந்தெடுத்துக்கொண்ட எடுத்துக்காட்டுகளும், அதிலிருந்து வேறுபட்ட வஞ்சிக்கப்பட்ட அம்பையின் எடுத்துக்காட்டும் இருக்கின்றன. ஆனாலும் கூட மகாபாரதப் பெண்களும், திருமண வழக்கமும் பாரதப் பெண்களின் இலட்சியமென்று முழங்கப்பட்டிருக்கிறது. சீதை மட்டும் மாதிரிப் பெண். மற்றொரு புறம்பான பேச்சு சூர்ப்பனகையை காமுகி, கெட்டவள் என்றெல்லாம் காட்சிப்படுத்துவது மட்டுமல்லாமல் அவளுடைய மூக்கு, முலைகளை அறுத்த கொடுரத்தைக் கூட நியாயப்படுத்தும் வகை. ஆனால் அதே மகாபாரதத்தில் அரக்கி என்று வர்ணிக்கப்பட்ட இடும்பி பீமனைச் சேர விரும்பியபோது அம்மா குந்தி அண்ணன் தருமன் இருவரும் அவளுடைய மன விருப்பத்தை நிறைவேற்றவேண்டுமென்று விருப்பப்படாத பீமனை வற்புறுத்துகிறார்கள். அவர்கள் பலவகை வனங்களில் அலைந்து திரிகிறார்கள். அப்படி என்றால் அந்தக் காலத்தில் இப்படி விரும்புவது சமுதாயத்தில் எந்த வகையிலும் தவறு என்று எண்ணியதில்லை என்பது தெளிவாகிறது.

இராமாயணத்தின் வழியாகக் கற்பையும், பெண்களின் கீழ்ப்படிதலையும் இலட்சியம் என்று உருவகிக்க என்னவெல்லாம் தில்லுமுல்லு செய்யப்பட்டிருக்கிறது. பாருங்கள்!

7

பெண் என்றால் அபலை, பெண் என்றால் உடல் மட்டுமா?

“சுந்தரி... லட்சுமியைப் போல இருக்கிறாய், உன் பிட்டங்கள் மணல் திண்ணையைப்போல உயர்ந்திருக்கிறது. அடிவயிறு விசாலமாக இருக்கிறது. இடுப்பு பிடியளவு இருக்கிறது. தொடைகள் முதிர்ந்த யானையின் தும்பிக்கையைப் போல இருக்கிறது. முலைகள் உருண்டையாக உயர்ந்து பெரிதாக ஒன்றையொன்று உரசுகிறது.”

“விசாலமான கண்களை உடைய சீதையை, தாமரைப் பூவைப்போல இருக்கும் அவள் முகத்தின் அழகான உதடுகளிலிருந்து அமிர்தத்தை எப்போது குடிப்பேனோ! பனங்காயைப்போல பழுத்து ஒன்றையொன்று உரசும் முலைகளை எப்போது பிடிப்பேனோ!”

மேலே உள்ள இரு பத்திகளும் சீதையை வர்ணித்திருப்பவை. முதலாவது இராவணனின் வர்ணனை. அவன் துறவியின் வேடத்தில் இருந்தபோது சீதையின் ஆசிரமத்திற்கு வெளியே நின்றுகொண்டு சொன்ன வார்த்தைகள். இரண்டாவது, இராமன் அந்த விசாலமான கடல் நீரின் ஆழத்தைக் கண்டு அதைத் தாண்டுவது எப்படி என்று சிந்திக்கும்போது சொன்ன வார்த்தைகள்.

இரண்டும் காமப் பார்வையோடு சீதையின் உடலை வர்ணிப்பவை. இருவருக்கும் சீதையின் உடல்தான் முக்கியமாக இருந்தது என்பது தெளிவாகிறது. இருவரும் சீதையின் உடலை விரும்பினார்கள் என்று நினைப்போம். ஆனால் இராமாயணத்து விசுவாமித்திரர், இலட்சுமணன், அனுமனைப்போல பல ஆளுமைகளும் கூட சீதையுடன் உரையாடும்போது ‘குசோன்னதே’ (உன்னதமான முலைகளை உடையவளே) ‘சுமத்யே’ (நல்ல இடையுள்ளவளே), ‘சுஷ்ரூனே’ (நல்ல

பிட்டமுள்ளவளே) என்று அங்கங்களை அடிப்படையாகக் கொண்ட அழைப்பே தெரிகிறது. இராவணனின் தொடை மீது அமர்ந்த சீதையைக் கண்ட ஜடாயுவுக்கு 'நல்ல பிட்டங்களுள்ள' சீதைதான் காணக் கிடைத்தாள். அசோக வனத்தில் நலிந்த தேகத்துடன் இருந்த சீதையும் கூட 'உருண்டையான பெரிதான ஒன்றையொன்று உரசும் முலைகள் நடுங்க சீதை பயந்து கொண்டிருந்தாளாம்...' இப்படி பெண் என்றால் உடல் மட்டுமே தெரியும் இந்த இயல்புக்கு ஆதி காவியம் என்று பெயர் பெற்ற இராமாயணம்தான் அடிப்படையா? பிறகு பாரதத்தின் எல்லா மொழிகளின் காவியம், நாடகங்கள் இதைப் போலவே ஆனதென்று தெளிவாகத் தெரிகிறது. அன்றிலிருந்தே பெண் வர்ணனை காவியத்தின் மிக முக்கியமான அங்கம் என்பதைப் போல, அதை சொல்லத் தெரியாதவன் கவிஞனே அல்ல என்பதைப்போல இருந்தது.

இராமாயணத்தில் இராமனின் கல்வி, அவனுடைய வில் வித்தை, சிறப்பான ஆயுதங்களை அடைவது போன்றவற்றைப் பற்றிப் போதுமான அளவுக்கு முக்கியத்துவம் கொடுக்கப்பட்டிருக்கிறது. ஆனால் அவன் நிழலைப் போலப் பின் தொடரும் இலட்சுமணனின் ஆயுதப் பயிற்சிக்கு அப்படி எந்த முக்கியத்துவமும் கிடைக்கவில்லையே. சீதையையும் சேர்த்து எந்தப் பெண்ணின் கல்வியைப் பற்றிய கேள்வியும் அங்கே எழவில்லை. கற்பின் அறத்தைப் பற்றி தனது தாய்வீட்டில் சொல்லிக் கொடுக்கப்பட்டிருக்கிறது என்பது மட்டுமே நமக்கு சீதையிடமிருந்து தெரியும் செய்தி. இது பெண்களுக்கு வரையறுக்கப்பட்ட கல்விப் பயிற்சியின் செய்தியானால் அவர்களுக்கு ஆயுதப் பயிற்சி அளிப்பதைப் பற்றி யோசனை கூடச் செய்யமுடியாது. இராமாயணத்தின் போதே சமுதாயத்தில் பெண்கள், சொத்து வஞ்சனை, கல்வி வஞ்சனை, மேலும் ஆயுத வஞ்சனைக்கு உள்ளாகியுள்ளார்கள். அந்தப்புரத்து அலங்காரமாகி விட்டார்கள். ஒவ்வொரு அரசனின் அந்தப்புரத்திலும் நூற்றுக்கணக்கானவர்கள் அரசனின் கையைப்பிடித்த பெண்கள், பல ராணிகள். கிழட்டு ஆண்கள் தங்கள் சொத்தின் பலத்தால் அழகான இளம் பெண்களை திருமணம் செய்துகொள்வது அயோத்தியின் வாழ்க்கை மட்டுமல்ல இலங்கையின் வாழ்க்கையும் கூட. இப்படி பெண் இயலாமைக்கு ஆளாகி இருக்கிறாள், ஆதரவற்றவளாக இருக்கிறாள். செல்வந்தர்களின் காம விளையாட்டிற்கு

பொம்மையாக இருந்திருக்கிறாள். இதுதான் பாரதப் பெண்களின் இலட்சியம் என்று உருவகிக்கப்பட்டிருக்கிறது. இதுதான் இலட்சியக் குடும்பத்தின் அடிப்படையா? ஸ்ரீராமன் மற்றும் அவன் சகோதரர்கள் ஏகபத்தினி உடையவர்கள் என்பதைப்போல உருவகிக்கப்பட்டிருக்கிறது. ஆனால் அதேவேளை தசரதனுக்கும், இராவணனுக்கும் பல மனைவிகள் உள்ளதைப் பற்றிய கண்டனம் எதுவும் தெரிவதில்லை. கற்பின் மகிமையைப் பற்றி வர்ணிக்க அளித்த பலவகை எடுத்துக்காட்டுகளைப்போல ஏகபத்தினி விரதத்திற்கு அப்படி எதுவும் மகத்துவம் கிடைக்கவில்லை. அதை பாரதத்தன எல்லா ஆண்களும் பின்பற்றவேண்டிய மாதிரி என்று கூறவில்லை. கற்பு விஷயத்தில் ஆனதைப்போல ஏகபத்தினி விரதத்தின் மகிமையைப் பறைசாற்றும் மற்ற புராணங்களாகட்டும், கதைகளாகட்டும் உருவாகவில்லை.

கற்பின் மாதிரியையும் கணவனுக்கு மனைவி செய்யவேண்டிய சேவையையும் இலட்சியம் என்று உருவகிக்கும் இராமாயணம் ஆண்களுக்கு அவர்கள் மனைவிகள் சம்பந்தப்பட்ட, மேலும் குடும்பப் பொறுப்புகள் சம்பந்தப்பட்ட எந்தக் கடமையை விதித்திருக்கிறது? மனைவியைக் காப்பாற்றுவது மட்டுமே அவன் கடமை, அவ்வளவுதான். அதுவும் கூட இராமனே அக்னி பரீட்சைக்கு சீதையைத் தள்ளிய மனிதாபிமானமற்ற, கருணை இல்லாத கடுமையான சொல்லும், அவனுடைய ஆண்மையை நிரூபிக்க மட்டுமே தவிர மனைவியைப் பற்றிய தன்னுடைய பொறுப்பின் பங்காக அல்ல. மனைவி, குடும்பப் பராமரிப்பிற்கு மிகவும் அவசியமான கர்ப்பம், பிள்ளைப்பேறு தருணத்தில் இராமன் உடனிருக்கவில்லை என்பது மட்டுமல்ல, சீதையை அவனே காட்டிற்குத் துரத்திவிட்டான். மிக வலிமையான அரசாட்சி அமைப்பு அவன் கைக்கெட்டும் வகையில் இருந்தாலும் தன் கர்ப்பிணி மனைவிக்கு என்னவானதென்றோ, பிள்ளை பெறும் வேளையில் என்னவாகி இருக்கலாம் என்றோ அக்கறை காட்டவில்லை. எந்தச் சாதாரண கணவனும்கூட அந்தத் தருணத்தில் காட்டும் அக்கறை, அன்பு, பொறுப்பான எண்ணங்களிலிருந்து விடுபட்டவன் ஸ்ரீராமன்.

இந்தத் தருணத்தில் மற்றொரு விஷயம் நம் கவனத்தை ஈர்க்கவேண்டும். சீதை பல கட்டங்களில் துன்பமான சூழ்நிலையை அனுபவிக்கும்போது அவளுடைய தாய்வீட்டுச் செய்தியே எங்கேயும் வருவதில்லை. ஜனகனும் ஒரு அரசனாக,

மகள் மீது மிகவும் அன்பு செலுத்தியவனாக, மகளைப் பற்றி மிகவும் பெருமைப்பட்டவனாக விவரிக்கப்பட்டிருக்கிறது. ஆனால் இராமனுடன் வனவாசத்தின் போதாக இருக்கட்டும், பிறகு கர்ப்பிணியான சீதையை விலக்கி வைக்கும்போதாகட்டும் ஜனகனின், சீதையின் தாய்வீட்டின் செய்தியே கிடையாது. அவள் காட்டுக்குச் சென்றபின் வால்மீகி ஆசிரமத்தில் பிள்ளைகளைப் பெறுவதும், வளர்ப்பதும் ஏன் என்ற கேள்வி இராமாயணத்தைப் பற்றிப் பல வகையாக விளக்கம் செய்தவர்களுக்குத் தோன்றவில்லை. சாதாரண மக்களின் வாழ்வில் பெண்களுக்குத் தாய்வீடு ஒரு பெரிய பாதுகாப்பு. கணவன் வீட்டில் எந்த விதமான துன்பங்கள் ஏற்பட்டாலும் கூடத் தாய் வீட்டு உதவி, அணைப்பு பல தடவை கிடைக்கும். தினசரி வாழ்க்கையிலும் தாய் வீட்டுச் சுகம் கிடைக்கும். ஆனால் இராமாயணத்தில் தாய் வீடு மாயம். 'கட்டிக்கொடுத்த பெண், குலத்திற்கு வெளியே' என்ற பழமொழியைப்போல அதன் முழுமையான பயங்கரத்தில் காட்டப்படவேண்டும் என்றே இங்கே தாய் வீடு கூறப்படவில்லை. கணவனே கண்கண்ட தெய்வம், அவனில்லாமல் வாழ்க்கையே இல்லை, அவன் எது செய்தாலும் சகித்துக்கொள்ள வேண்டும் என்பதை உணர்த்தவே, சீதைக்கும் அவளுடைய தங்கைகளுக்கும் தாய் வீட்டு ஆதரவு தவிர்க்கப்பட்டிருக்கிறது. அதே நேரத்தில் அரக்கி என்று காட்டப்பட்ட சூர்ப்பனகைக்கு நடந்த அநீதி, தாடகையின் கொலைக்குப் பழி தீர்த்துக்கொள்ள அவர்களின் தாய் வீடு முன்னே வருகிறது. அதற்காகத் தங்கள் அரசக் கருவூலத்தையும், வாழ்க்கையையும் பலி கொடுக்கிறார்கள். கேவலம் இராவணன் மட்டுமல்ல, அதற்கு முன்பு தாடகையின் சகோதரர்களான கர தூஷணர்களின் எடுத்துக்காட்டும் இருக்கின்றது.

இது ஆரிய வாழ்க்கையின் முறையானால், வானரர்கள் என்று அழைக்கப்பட்டவர்களின் வாழ்க்கை மாறுபட்டிருக்கிறது. அவர்களிடம் கற்பு ஒரு பெரிய விழுமியமாக இல்லை. வாலியின் மனைவி உருமே, அவன் இறந்துவிட்டான் என்று தெரிந்தபோது சுக்ரீவனுடன் இணைகிறாள். இறந்துவிட்டான் என்று தெரிந்த வாலி திரும்பி வந்தபோது மறுபடியும் வாலியுடன் குடும்பம் நடத்துகிறாள். பிறகு ஸ்ரீராமனால் வாலி கொலையான பின் உருமே மறுபடி சுக்ரீவனுடன் சேர்கிறாள். இது அவர்களுடைய காமுக இயல்பின் விளைவு என்றல்ல, அந்த சமுதாயத்தின் வழக்கம் அப்படி. அது மனித வாழ்க்கை

அல்ல, வானரர்களுடையது என்றும், அதனால் மானுடர்கள் பின்பற்றக்கூடியதல்ல என்றும் கற்பிக்கப்பட்டிருக்கிறது.

இனி அரக்கர்கள் இராமாயணம் உருவகித்த இலங்கையின் இராவணனின் அந்தப்புரம் அயோத்தி அரசர்களின் அந்தப்புரத்தை விட மாறுபட்டதொன்றும் அல்ல. மண்டோதரியும் அழகி. மேலும் கற்புக்கரசி. இராவணனின் அந்தப்புரத்திலும் நூற்றுக்கணக்கான பெண்கள், எல்லோரும் இராவணனை விரும்பி வந்தவர்கள்.

அதே சமயத்தில் விசித்திரம் என்னவென்றால் – இராவணனின் உறவுகளான சூர்ப்பனகை, தாடகியர்கள் மட்டும் மாறுபடுகிறார்கள். இராவணனின் அரசிலிருந்த அரக்கியர்களும் கூட. அவர்கள் விகாரமான உருவமுள்ளவர்களாக வர்ணிக்கப்பட்டிருக்கிறார்கள்: கரிய முகம், பெரிய வயிறு, கொடூரமான கண்கள், செம்முடி, கீச்சுக் குரல், கடும் சொல் போன்றவை. ஆனால் இராவணன் மட்டும் பார்ப்பனன், வேதம் கற்றவன், குபேரனின் தம்பி... இப்படி. இராவணனின் மனைவி மண்டோதரி அழகி, பண்பானவள். ஆனால் அவளுடைய கணவனின் தங்கையின் உருவம் அப்படி. மேலும் மனித மாமிசம் உண்பவளும் கூட. அதுபோலவே இராவணனின் தாய் மாமனான மாரீசனின் தாய் தாடகையும் ஆரியத் துறவிகளை விழுங்கி விடுபவள். இராவணனின் அரண்மனைப் பெண்கள், அவனுக்கு மிக நெருங்கிய உறவினர்கள், இப்படி ஒன்றுக்கொன்று சம்பந்தமில்லாத காட்சி. இந்தப் பெண்கள் ஆதரவற்றவர்கள் அல்லவே அல்ல. ஆயுதம் ஏந்திய ஆரிய ஆண்களை எதிர்க்கக் கூடியவர்கள் என்பது உண்மை. இராவண அரசின் காவல் படைப் பெண்கள் முக்கியமாக சீதையை சிறையிலிட்ட வனத்தின் பெண் காவலாளிகள் கூட உடல் பலம் கொண்டவர்களாக இருந்தார்கள். மேலும் ஆயுதங்களைப் பயன்படுத்துவதில் தேர்ச்சி பெற்றவர்களாக இருந்தார்கள். அதனால் அவர்கள் பழங்குடி வாழ்க்கையிலிருந்து கிடைத்த உடல் வலுவை காப்பாற்றிக் கொண்டிருந்தார்கள் என்றும், ஆயுத வித்தையிலிருந்து அவர்கள் வஞ்சிக்கப்படவில்லை என்றும் தெளிவாகிறது. அதனால் அபலைகளான ஆரியப் பெண்களை விடவும் வேறுபட்ட பலம்பொருந்திய பெண்கள் என்றும் எண்ண வேண்டியுள்ளது. அபலைகளான ஆரியப் பெண்களை எடுத்துக்காட்டாக உருவகிக்க வேண்டுமென்றே இந்தப் பெண்கள் விகார உருவம் கொண்டவர்கள் என்றும்,

அரக்கியர்கள் என்றும் சித்தரிக்கப்பட்டிருக்கிறார்கள் என்ற வலுவான சந்தேகம் ஏற்படுகிறது.

ஆரியர்களின் வாழ்க்கை மாதிரி என்று இங்கே முன்வைத்த வாழ்க்கைச் சித்திரம் சாதாரண ஆரிய மக்களின் வாழ்க்கையொன்றும் அல்ல. இராமாயணத்தில் எங்கேயும் சாதாரண மக்களின் வாழ்க்கைச் சித்திரம் இல்லவே இல்லை. பேரரசர்களின் பெரும் சொத்தை, பேரசர்களின் ஆட்சி வலிமையை முழுமையாகக் காப்பாற்றிக்கொள்ளும் அடிப்படையிலும் மேலும் அவர்களின் சுகக் களியாட்டங்களுக்காக உருவாக்கப்பட்ட குடும்ப விதிமுறைகள் இவை. ஆனால் இதையே பாரதத்தின் எல்லாக் குடும்பங்களுக்கும் மாதிரி என்று உருவகிக்கப்பட்டிருக்கிறது. ஆரியர்கள் அல்லாத மற்ற மக்களின் வாழ்க்கையோ உள்நோக்கத்துடன் விகாரமாக சித்தரிக்கப்பட்டிருக்கிறது.

8

சத்திரிய பலம் ஒழிக – பிரம்ம தேஜோ பலம் பலம் பலம்

"திக்பலம் சத்திரிய பலம் பிரம்மா தேஜோ பலம் பலம் பலம்"

(சத்திரிய பலம் ஒழிக, பிரம்ம தேஜஸ்ஸின் பலம்தான் பலம்)

இவை விசுவாமித்திரரின் வாயிலிருந்து சொல்லவைக்கப்பட்ட வார்த்தைகள். யார் இந்த விசுவாமித்திரர். ரிக்வேதத்தின் ஒரு முழு மண்டலத்தையும் இயற்றிய இவர் ஒரு தீர்க்கதரிசி. இவர் வம்சத்தார்கள் பலர் நல்வாழ்க்கை வாழும் முறைகளை இயற்றியிருக்கிறார்கள். பார்ப்பனர்கள் தினம் பலமுறை சந்தியாவந்தனம் செய்யும்போது ஓதும் காயத்திரி மந்திரத்தை இயற்றியவரும் கூட இவரே. இன்னும் வர்ண அமைப்புத் தொடங்கும் சில நூற்றாண்டுகளுக்கு முன்பே ரிக்வேதத்தின் சூத்திரங்களை இயற்றியவர் என்பதையும் நினைவில் வைத்துக்கொள்வோம். ரிக்வேதம் இயற்றிய கடைசி காலகட்டத்தில் ப்த்தாவது மண்டலத்தில் மட்டுமே வர்ண அமைப்பின் முதல் குறிப்பு இருக்கிறது. இப்படி ரிக்வேதத் துறவிகளில் ஆகச் சிறந்த கௌரவம் பெற்ற, மிகவும் மதிக்கப்படும் காயத்திரி மந்திரத்தின் படைப்பாளி விசுவாமித்திரத் துறவி பிறகு இராமாயணக் காலத்தில், புராணங்களின் காலத்தில் ஒரு வகை வில்லனைப்போல, சத்திரிய அரசனைப் போல காட்சியளிக்கிறார். பார்ப்பனச் சிறப்புப் (?) பெற்றவரான வசிஷ்டரைப் பகைத்துக்கொண்டு, அவருடைய பிரம்ம தண்டத்திற்கு முன் விசுவாமித்திரரின் எல்லா ஆயுதங்களின் மகா ஆயுதமான பிரம்மாஸ்த்திரமே பயனிழந்து தோற்றுச் சரணடைந்தைப் போல காட்டப்பட்டிருக்கிறது. இப்படி தோல்வியுற்ற விசுவாமித்திரரின் வாயிலிருந்து சொல்ல வைக்கப்பட வார்த்தைகள் இவை:

திக்பலம் சத்திரிய பலம் பிரம்ம தேஜோ பலம் பலம்

ஏகைக பிரம்ம தண்டேன சர்வஸ்த்ராணி ஹதானி மே

வசிஷ்டரின் பிரம்ம தண்டம் ஒன்றே என் எல்லா ஆயுதங்களையும் தோற்கடித்துவிட்டதே என்பது அவருடைய பரிதவிப்பு.

சத்திரிய பலம் ஒழிக என்ற அபிப்பிராயத்திற்கு வந்த விசுவாமித்திரர் தன் அரச பதவியைத் துறந்து பார்ப்பனனாகப் போராடுகிறார். பல ஆயிரம் (?) ஆண்டுகள் கடுமையான தவம் புரிந்து பிரம்மனிடமிருந்தே முதல் மகரிஷி பிறகு பிரம்ம ரிஷி என்று பதவி பெறுகிறார். தனது எதிரியான வசிஷ்டரை, நீ பிரம்ம ரிஷி என்று சொல்ல வைத்துக்கொண்டு திருப்தி அடைகிறார் என்று புராணங்கள் சொல்கின்றன. ரிக் வேதத்தின் ஆதி ரிஷிகளில் ஒருவரான விசுவாமித்திரர் பிரம்ம ரிஷியாக பட்டபாடு யாருக்கும் வேண்டாம். மொத்தத்தில் எல்லா வர்ணங்களில் பிராமண வர்ணமே சிறந்தது என்று நிலைநாட்டவே இந்த எல்லாப் புரணங்களும் படைக்கப்பட்டன. இராமாயணத்தில் இந்த சில புராணங்கள் சுருக்கமாக மறுபதிவு செய்யப்பட்டிருக்கின்றன.

சத்திரியர்களை வர்ணிக்க பிராமணர்களின் பெரும் விருப்பம்

இந்த வேளையில் மற்றொரு சிறப்பான சங்கதி என்றால் இராமாயணமாகட்டும், மகாபாரதமாகட்டும் சத்திரிய அரச வம்சங்களின், அவற்றின் உள் பூசல்களின் கதை. ஆனால், அந்தக் காவியங்கள் படைக்கப்பட்ட காலத்திலிருந்து இவற்றை திரும்பத் திரும்ப மறுபடி எடுத்துரைப்பவர்கள், நாடு முழுவதும் உரை நிகழ்த்துபவர்கள் பிராமணர்கள் தானே தவிர சத்திரியர்கள் அல்லர். இந்த சத்திரியர்களின் கதையைச் சொல்ல பிராமணர்களின் மிகுந்த ஆர்வத்திற்குக் காரணமென்ன? இந்தக் கேள்வி நிறைய மக்களை பாதிப்பது போலத் தெரிகிறது.

இராமாயணத்தை எழுதிய காலத்திலேயே வர்ண அமைப்பு சமுதாயத்தில் நிலைநாட்டப்பட்டிருந்தது. காவியத்தின் தொடக்கத்திலேயே தசரதனின் அரசாட்சியினை வர்ணனை செய்யும்போதே வர்ண அமைப்பின் குறிப்பு வருகிறது. தசரதன் பிராமணர்களுக்கு மிகவும் மதிப்பளிப்பவன், அவன் அரசாட்சியில் வர்ணாசிரம முறை பின்பற்றப்பட்டது. எல்லா வர்ண மக்களும் தங்கள் கடமையைச் செய்தார்கள். வர்ணக்

கலப்பு இருக்கவில்லை. (வெவ்வேறு வர்ண மக்கள் தங்களுக்குள் திருமணம் செய்துகொண்டு பிள்ளைகளைப் பெற்றுக்கொள்வது நடக்கவில்லை, வர்ணங்கள் கலக்காமல் தூய்மையாக இருந்தன.) என்று விவரிக்கப்பட்டிருக்கிறது. ஒவ்வொரு அடியிலும் தசரத மன்னன் புரோகிதர் வசிஷ்டர், மற்ற பிராமணர்களின் பரிந்துரையைப் பெறுவதும்கூட குறிப்பிடப்பட்டிருக்கிறது. மேலும் அடிக்கடி வேள்வி யாகங்களை நடத்துவது அன்றைய அரசர்களின் வழக்கமாக இருந்தது. இந்த வேள்விகளில் ஹோத்ரு, அத்வர்யு, உத்காத்ரு (வேள்விகளில் ரிக்வேதம் ஓதும் புரோகிதர்கள்) போன்ற வேள்வி நடத்தும் புரோகிதர்களும, மேலும் பல பிராமணர்களும் கலந்துகொள்வார்கள். இந்த பிராமணர்கள் அரசனிடமிருந்து கால்நடைகள், பசுக்களைப் பெறுவார்கள். ஒருவருக்கு தசரதன் தன் இராஜ்ஜியத்தின் கிழக்கின் எல்லாப் பகுதிகளையும், மற்றொருவருக்கு மேற்கின், மற்றொருவருக்கு வடக்கின், தெற்கின் இராஜ்ஜியங்களைத் தட்சிணையாகக் கொடுத்தான் என்றும் அவர்களும் – 'அரசாட்சி செய்ய வேண்டியவன் நீ, நாங்கள் என்ன இருந்தாலும் கற்றல், கற்பித்தல் செய்பவர்கள். எங்களுக்கு சுவர்ணம், பசுக்களையும் தானம் கொடு' என்று கேட்டார்கள் என்றும் இராமாயணம் குறிப்பிடுகிறது. அப்போது தசரதன் அவர்கள் ஒவ்வொருவருக்கும் பத்து இலட்சம் பசுக்களையும், பத்துக் கோடி தங்க நாணயங்களையும் கொடுத்தானாம். இது அதிக மிகை என்று தோன்றினாலும் அதிக அளவிலான செல்வம் அவர்களுக்கு வேள்வி, யாகம் நடத்தும் ஞானத்திற்காக கிடைத்தது என்பது தெளிவாகிறது. ஒரு பக்கம் அரசர்கள், அவர் வாரிசுகள், அரண்மனை நிகழ்வுகளான வாழ்க்கை விவரங்கள்; மற்றோர் பக்கம் அவர்கள் பிராமணர்களுக்குக் கொடுக்கும் தானம், தட்சிணைகளின் விவரங்கள் – இராஜ்ஜியத்தின் செல்வம் எப்படி சூறையடப் பட்டதென்றும் மேலும் இதில் இந்த இரண்டு வர்ணங்கள் பங்குதாரர்கள் என்றும் தெரியவருகிறது. ஆனால் அந்த செல்வத்தின் மூலம் எங்கிருந்தது என்பதைப் பற்றி மட்டும் விவரங்கள் இல்லை.

வேள்விகள் என்பது – அரசர்களின் அரசாட்சியை மேலும் மேலும் நிறுவ, நிலவுடமையாளர்களிடமிருந்தும், மக்களிடமிருந்தும் வரி, கப்பம், காணிக்கைகளை வசூல் செய்யும் வாய்ப்பு. புதிய பகுதிகளை ஆக்கிரமிக்கும், அந்தப் பகுதிகளின் மக்களைச் சுரண்டும் வாய்ப்பு. அதே நேரத்தில்

இப்படி வசூல் செய்த செல்வத்தை பிராமணர்களுக்கு யதேச்சையாகப் பங்கிடும், அவர்களின் சிறப்பைப் பெருமைப்படுத்தும் வாய்ப்பும் கூட.

இராமாயணம் முழுக்க பிராமணர்களைப் புகழும், அவர்களின் சிறப்பை உருவகிக்கும் பல நிகழ்வுகள் இருக்கின்றன. பிராமணர்கள் பிரம்மயோனிகள், பிரம்மனும் பிராமண புத்திரன் என்ற பேச்சுகளும் இருக்கின்றன. தசரதனும் கூட உறுதியுடன் பிராமணர்களின் புகழ் பாடுவதில் ஈடுபடுகிறான்.

பிராமணர்களுக்கு மதிப்பு மட்டுமல்ல, பிராமணக் கொலை பெரும் தவறு, அவர்களுக்கு பிராமணக் கொலை தோஷம் என்றும், அவர்கள் எந்தக் குற்றம் செய்தாலும்கூட மற்ற கீழ் அதிகாரிகளாகட்டும், அரசனே ஆனாலும் அவர்களுக்குத் தண்டனை கொடுக்க இயலாத நிலைமையும் அறத்தின் பேரில் உருவாக்கப்பட்டிருக்கிறது. மற்றொன்று, பிராமணச் சொத்துக்குக் கூட யார் தீங்கு விளைவித்தாலும் அவர்களுக்குத் தோஷம் உண்டாகும். இப்படி பிராமணர்கள் யாருக்கு என்ன அநீதி இழைத்தாலும், அவர்களுக்கு மற்றவர்களுக்கு உண்டான சட்டங்கள் செயல்படாத படியும், மற்ற எல்லா வர்ணத்தவர்களும் தங்களுக்கு ஏற்பட்ட அநீதிகளுக்குப் பழிவாங்காத வகையிலும் காப்பாற்றப்பட்டிருக்கிறது. மற்ற அரசர்களின் கதை ஒரு பக்கம் இருக்கட்டும் - விஷ்ணுவின் அவதாரமான இராமனும் கூட பிராமணர்களைக் கௌரவித்தான். பரதன் இராமனைத் திரும்பவும் முடிசூட்டிக்கொள்வதை ஏற்றுக்கொள்ள வேண்டுமென்று கூற காட்டுக்கு வரும்போது அவனைப் பார்த்ததும் இராமன் அவனுக்கு இராஜ்ஜியத்தின் ஆட்சியைப் பற்றி எழுபத்தியாறு பாடல்கள் வழியாகக் கேள்வியைக் கேட்கிறான். அந்தக் கேள்விகள் இராம இராஜ்ஜியத்தின் நீதி விவரங்கள் என்று வர்ணிக்கப்பட்டிருக்கிறது. அந்தக் கேள்விமாலையிலும் கூட வர்ணாசிரமத்தின் அமைப்பை பின்பற்றுவதைப் பற்றியும், பிராமணர்களைக் கௌரவிப்பதைப் பற்றியும் அழுத்திச் சொல்கிறது. கடவுளே அப்படிச் சொன்ன பிறகு மற்றவர்களின் கதை என்ன?

மனு சொல்வதைப்போல...

இப்படி அன்றே இயற்றிய மனுஸ்மிருதியின் கட்டளைகளை இராமாயணக் கதையின் வழியாகப் பிரபலமடையச்

செய்யும் நோக்கம் இதில் தெளிவாகத் தெரிகிறது. சீதையை விலக்கிவைத்த தருணத்தில் சீதையின் வாயிலிருந்தே இந்த வார்த்தைகள் சொல்ல வைக்கப்பட்டிருக்கின்றன.

"ந்ருபஸ்ய வர்ணாஷ்ரமபாலனாம் யத்ஸ ஏவ தர்மோ மனுனா பிரணீதம்"

மனு சொல்வதைப்போல - வர்ணாசிரமம் பின்பற்றப்படுவதை பார்த்துக்கொள்வது அரசனின் அறம்.

இப்படி மனுஸ்ம்ரிதி கூறும் வர்ணம் - சாதி வேற்றுமை மனிதத் தன்மையல்ல, கொடூரமான வேற்றுமைகளை மக்கள் எல்லோரும் ஒத்துக்கொள்ளச் செய்வது இராமாயணத்தின் குறிக்கோளாக இருந்திருக்கிறது. அதனால் உறுதியுடன் பிராமணத்தைப் பாராட்டும் மனதுள்ளவர்கள் சத்திரியர்களின் கதையாக இராமாயணத்தை தங்களுடையதுதான் என்பதைப்போல தழுவிக்கொண்டு பிரபலமடையச் செய்திருக்கிறார்கள்.

மூல இராமாயணத்தில் இல்லாத பல கதை - கிளைக்கதைகள் காலப்போக்கில் சேர்க்கப்பட்டிருப்பதில் பிராமணச் சிறப்பைப் பாராட்டும் கதைகள் அதிகமிருக்கின்றன. பாலகாண்டத்தின் வெகு பகுதி, முழு உத்தரகாண்ட பின் இணைப்பு அல்லது சேர்க்கப்பட்டது என்ற பகுதியில் இவை அதிகம் இருக்கின்றன. இப்படி பல நிகழ்வுகளில் சம்பூகனின் நிகழ்வும் ஒன்று. அதனுடன் இந்தக் கீழ்வரும் பகுதியையும் பார்க்கவும்.

இராமன் பிறந்த இட்சுவாகு வம்சத்தின் மற்றொரு அரசன் கல்மாஷா பாதன். அவன் காட்டுக்குப் போகும்போது வசிஷ்டரின் மூத்த மகன் சக்தி ரிஷி என்பவன் எதிரில் வந்தான். அப்போது அரசன் அவரை வழிவிடுமாறு கேட்டான். அப்போது சக்தி ரிஷி, 'தபஸ்வியான, பிராமணனான எனக்கு நீ வழிவிட்டுக் கொடுக்க வேண்டும்' என்று வாதம் செய்கிறார். இப்படி சொல்லிக்கொண்டே இருவரும் சற்று நேரம் நின்றிருந்தார்கள். பிறகு அரசனின் கோபம் பொங்கி வந்து கையில் இருந்த பிரம்பால் சக்தி ரிஷியை அடிக்கிறான். அரசனே ஆனாலும் பிராமணனை அடித்து வாழ முடியுமா! அப்படி அறம் இல்லாத நாடுகள் அழிந்து போவதில்லையா? அப்போது ரிஷி கல்மாஷா பாதனை அரக்கனாகி நர மாமிசத்திற்காக அலைந்து திரி என்று சாபம் கொடுக்கிறார். பிறகு இந்த கல்மாஷா பாதன் அரக்கனாகி சக்தி ரிஷியுடன் சேர்த்து வசிஷ்டரின் நூறு பிள்ளைகளையும்

தின்று விடுகிறான். வசிஷ்டரின் ஒரு மருமகளின் கர்ப்பத்தில் வளர்ந்துகொண்டிருந்த அவர் வம்சத்தின் பிள்ளையொன்றை அடைய அவன் முன்னேறும் போது வசிஷ்டர் மந்திரித்த தண்ணீரை அவன் மீது தெளித்து அவனுக்கு சாப விமோசனம் ஏற்படச் செய்தார். இனியாவது பிராமணர்களை மதி என்று கட்டளை இடுகிறார்.

இப்படி பல கதைகள் பிராமணச் சிறப்பைப் பாராட்ட இராமாயணத்திற்குள் புகுத்தப்பட்டிருக்கிறது. மேலும் இப்படிப்பட்ட கதைகள் புராண உலகில் நிறைந்து இருக்கின்றன. கற்பின் மகிமையை வர்ணிக்க உருவாக்கிய பெரும் கற்புக்கரசிகளின் கதைகளைப்போல பிராமணச் சிறப்பின் கதைகளும் கணக்கில்லாமல் உருவாகி இருப்பது இந்த நீர்க்குமுழிக் கதைகளின் உள்நோக்கத்தைத் தெளிவுப்படுத்துகின்றது.

9
சத்திரியன் தவம் செய்தால் பிரம்ம ரிஷி பட்டம்; சூத்திரன் செய்தால் கொலை

"ந ஷூத்ரோ லபதே தர்மம் யுகதஸ்து நரர்ஷர்ப"

(மனிதன் சிறப்பானவன்தான், சூத்திரர்களுக்கு அறம் கிடைப்பதில்லை)

சூத்திரன் ஒருவன் தவம் செய்வதால் அதர்மம் ஏற்பட்டிருக்கிறது என்று கண்டுபிடித்து இராமனிடம் பரிந்துரை செய்த வசிஷ்டர், நாரதர் போன்ற புரோகிதர்களின் பேச்சு இது. சூத்திரனான சம்பூகனை இராமன் வதை செய்த கதை. குவெம்புவால் 'சூத்திர தபஸ்வி' என்ற பிரபல நாடகமான கதை. இராமாயணக் கதையின் விஷத்தை விலக்கி மாநுடனாகப் படைத்தார் என்ற காரணத்திற்காக அவர் பல கடுமையான விமர்சனத்திற்கும், பத்திரிகைகளில் வாக்குவாதங்களுக்கும், நிந்தனைகளுக்கும் ஆளான நிகழ்வு அது.

இராமன் அயோத்திக்குத் திரும்பி அரசாட்சி செய்யும்போது ஒரு நாள் ஒரு பிராமணன் தன்னுடைய மகனின் இறந்த உடலை சுமந்துகொண்டு வந்து அரண்மனையின் முன் விதவிதமாக அழத்தொடங்கினான்.

ம்ரித்யூரப்தாப்த காலானம் ராமஸ்ய விஷயே யதா
ராமஸ்ய துஷ்க்ருதம் கிஞ்சின்மகதஸ்தீ ந ஷம்ஸயஹ

(இளம் வயது பாலகன் ஒருவன் இராமனின் ராஜ்ஜியத்தில் இறந்திருக்கிறான். அதனால் இதற்கு இராமனின் தீய காரியமே காரணமாக இருக்கவேண்டும். சந்தேகமே இல்லை)

இப்படிப் புலம்பும் பிராமணன் தன் மனைவியுடன் அரண்மனைக்கு முன்னால் தற்கொலை செய்துகொள்வேன்

என்றும் அதனால் கடுமையான பிரம்மக் கொலை தோஷம் இராமனுக்கு உண்டாகுமென்றும் பயப்பட வைக்கிறான்.

எப்படி இருக்கிறது. எப்படிப்பட்ட தேர்ந்த தர்க்கம். அந்தப் பிள்ளையின் மரணத்திற்கு மற்றவர் - தந்தை, தாய், உறவினர்கள், உள்ளூர்க்காரர்கள் யாரும் காரணமல்ல. இராமனே நேரடிக் காரணம். இதே தர்க்கத்தை எப்படி எல்லாம் இழுக்கமுடியும், பெரிதுபடுத்த முடியும்? வேள்வி - யாகம், அக்னிக் காரியம், கற்றல், கற்பித்தல் போன்ற வேலைகளைச் செய்ய வேண்டிய உன்னத வர்ணம் தன் வேலையைச் சரியாகச் செய்யாததால் மற்ற வர்ணத்தார்கள் தங்கள் கடமையை சரியாக நிர்வகிக்கவில்லை என்று எப்படி எல்லாம் காரணங்களைக் கொடுக்கலாம். ஆனால் பிராமண பாலகனின் அகால மரணம் இங்கே சாக்காக காட்டப்பட்டிருக்கிறது.

இன்று இத்தனை மருத்துவ வளர்ச்சிகள் ஏற்பட்டிருக்கும் தருணத்திலேயே குழந்தைச் சாவு, இளவயது மரணம் அதிக அளவில் இருக்கும்போது அன்று, ஆயிரம் ஆண்டுகளுக்கு முன்பு இந்த மரணங்களின் அளவு எவ்வளவு அதிகமாக இருந்திருக்கும் என்பது தன்னாலே வெளிப்படும் விஷயம். புராணங்களிலும் இப்படி அகால மரணங்களைப் பற்றிக் குறிப்பிடப்பட்டிருக்கிறது. அப்படிப்பட்ட நேரத்தில் இப்படியொரு பால மரணம் சம்பவித்திருக்கிறது என்று உருவகிப்பதே கேலிக்குரிய விஷயம். சம்பூகனின் வதைக்கொரு காரணத்தை ஏற்படுத்துவதே இந்த மரணத்தின் படைப்பிற்குக் காரணம் என்பது இந்த நிகழ்வின் தொடக்கத்திலேயே தெரியும் செய்தி. தசரதன் பல ஆயிரம் ஆண்டு, ஸ்ரீராமன் பதினொரு ஆயிரம் ஆண்டு அரசாட்சி செய்தார்கள். இராம ராஜ்ஜியம் எப்படி இருந்தது என்றால் எல்லா கர்ப்பிணியர்களுக்கும் சுகப் பிரசவம் நடக்கும். யாருக்கும் உடல் நலம் கெட்டதில்லை; எந்த நோயும் இருந்ததில்லை; யாருக்கும் அகால மரணம் நேரவில்லை, அரசர்கள் தங்கள் போர், வேள்விகள் ஆக்கிரமிப்புகளில் கொன்று குவிப்பதைத் தவிர, என்று எண்ணும் பெரும் ஆஸ்திகர்கள் மட்டுமே இந்த மரணம் ஒரு அபூர்வமான நிகழ்வு என்று எண்ண வேண்டும்.

நீங்கள் பிறந்த யோனி எது?

பிராமணனின் இந்தப் புலம்பலைக் கண்ட ஸ்ரீராமன் உடனே தன் புரோகிதர்களையும், ரிஷி முனிகளையும் கலந்தாலோசிக்க

அழைப்பு விடுத்தான். வசிஷ்டருடன் கௌதமன், ஜாபாலி, காத்யானன், காஷ்யபன், வாமதேவன், மௌத்கல்யா, மார்க்கண்டேயன் போன்றவர்கள் கூடினார்கள். அவர்கள் நீண்ட கலந்துரையாடல் செய்து சூத்திரன் ஒருவன் தவம் புரிவதால்தான் பிராமண மகனுக்கு அகால மரணம் என்ற காரணமற்ற தீர்ப்பை அளிக்கிறார்கள். எந்த ஒரு மரணத்தின் காரணத்தையும் கண்டுபிடிக்க முதலில் மருத்துவரின் உதவியை நாடுவது உலக வழக்கம். ஆனால் ஸ்ரீராமன் அழைத்தது மருத்துவரை அல்ல, புரோகிதர்களை. இராம ராஜ்ஜியத்தில் நோய்களே இல்லாததால் மருத்துவர்களே இல்லை என்று தெரிகிறது. சம்பந்தமே இல்லாத, தர்க்கம் விலகியிருக்கும் இந்தக் காரணத்தைக் கொடுத்தபோது சுயம் கடவுளின் அவதாரமான, அறிவு, சிந்தனையின் வடிவம் என்று உருவகிக்கப்பட்ட இராமனுக்கு இது சரியான காரணமென்று தோன்றியது; எப்படிப்பட்ட கேலிக்கூத்து!

சரி, உடனே இராமன் புஷ்பக விமானம் ஏறித் தவம் செய்துகொண்டிருக்கும் சூத்திரனை தேடிக்கொண்டு புறப்பட்டு, கண்டும் பிடித்தான். விமானத்தில் இருந்து இறங்கிய ஸ்ரீராமன் வெகு பணிவுடன் கேட்கிறான்.

> கஸ்யாம் யோன்யாம் தபோவ்ருத்த வர்தசே த்ருட விகரமஹ
> கைதூஹலாத் த்வாம் ப்ருச்யாமி ராமோ தாஷரதிர்ஹ்யஹம்
> பிராஹ்மனோ வாசி பத்ரம் தே ஷத்ரியோ வாசி துர்ஜயஹ
> வைஷ்யஸ்ம்ருதீய வர்னோ வா ஷூத்ரோ வா ஸத்யவாக்பவ

(நான் இராமன், தசரதனின் மகன், ஆர்வத்துடன் கேட்கிறேன் தவம் செய்யும் பெரியவரே நீங்கள் பிறந்த யோனி எது? பிராமண அல்லது சத்திரிய அல்லது மூன்றாவது வர்ணமான வைசிய அல்லது சூத்திரனதோ உண்மையைச் சொல்லுங்கள்.)

இதற்கு சம்பூகன் ‘நான் பொய் சொல்வதில்லை. சூத்திர சாதிக்காரன் நான். சுவர்க்கத்தை வேண்டித் தவம் செய்கிறேன்’ என்கிறான். அவன் பேச்சு முடிவதற்கு முன்பே இராமானின் கத்தி சம்பூகனின் தலையை வெட்டி விடுகிறது. அவனுடன் அடுத்த பேச்சே இல்லை. அவனுடைய நிலுவையையும் வாதத்தையும் கேட்கும் மனமே இல்லை. புரோகிதர்களின் பேச்சின்படி முன்பே முடிவு செய்தபடி இராமன் அங்கே வந்தான். அவன் சூத்திரனா இல்லையா என்பதை உறுதிப்

படுத்திக்கொள்வது மட்டுமே அவன் நோக்கம். அது போதும் கொலைத் தண்டனை அளிக்க.

உடனே ஆகாயத்திலிருந்து பூ மழை பொழிந்தது. தேவதைகள் வாழ்க வாழ்க என்றார்கள். அவர்கள் தோன்றி –

'ரகுனந்தனா தத்க்ருத் ஆயம் ஷூத்ரஹ ஸ்வர்க்கபாத் நஹி'

இராமா, உன்னால் இந்த சூத்திரன் சுவர்க்கம் சேர்வது தப்பியது என்று மகிழ்ச்சியடைகிறார்கள். உனக்கு என்ன வரம் வேண்டும் என்று கேட்டான் இந்திரன், அப்போது இராமன் பிராமணனின் பாலகனைப் பிழைக்க வை என்று வேண்டினான். சூத்திரனின் உயிர் போன உடனேயே அவன் உயிர் பிழைத்துவிட்டான் என்ற செய்தியைச் சொன்னான் இந்திரன்.

சூத்திரன் ஒருவன் சுவர்க்கம் சேர்ந்து விட்டால் என்ன ஆகும் நம் தேவதைகளின் கதை! அவர் ஸ்பரிசத்தால் அவர்கள் வேள்வியின் ஆகுதிகளை பெறவேண்டிய வலு போய்விட்டால்! அல்லது இந்தத் தூய்மை கெட்ட தேவதைகளை பிராமணர்கள் வேள்வி அர்பணைகளை சுவீகரிக்க அழைப்பதையே நிறுத்திவிட்டால்! தேவதைகளுக்கு பயம் உண்டாக்கும் நிகழ்வல்லவா? இப்படி இருக்கிறது இந்தக் கதையின் படைப்பு.

எப்படிப்பட்ட வர்ண பிரமை

குவெம்பு இந்த நிகழ்வைப் பற்றிக் கூறுகிறார்:

"இந்தக் கதை வால்மீகியின் நூலில் இருப்பது கேலிக்குரியது. முட்டாளுக்கும் கிரீடம் சூட்டியதைப்போல. கதையின் பின்னே இருக்கும் மனநிலையில் எப்படிப்பட்ட வர்ணச் சிந்தனை அடங்கியிருக்கிறது என்பது தெரிகிறது."

முந்தைய இயல்களில் பார்த்ததுபோல இராமாயணத்து மூலக் காவியத்திலேயே வர்ண அமைப்பைப் பரப்பும் குறிக்கோள் இருந்தாலும் பின்னர் சேர்க்கப்பட்ட பகுதிகளில் அதிலும் உத்தரகாண்டத்தில் பார்ப்பனியத்தைப் பாராட்டும் பல துணைவிளக்கங்கள் சேர்க்கப்பட்டிருக்கின்றன. அதில் சம்பூக வதையின் கதையும் ஒன்று.

இராமகிருஷ்ண ஆசிரமத்தின், அதன் அன்றைய பேராசிரியர்களின் தாக்கத்தால் இராமாயணத்தின் மீது மதிப்புக் கொண்டிருந்த குவெம்பு, சம்பூகனின் கொலை நிகழ்வைத் தன் நாடகமான 'சூத்திர தபஸ்வி'யில் மனிதாபிமானமுடையாதாக

ஆக்கினார். இந்த நூல் வெளியான உடன் பெரும் புயல் எழுந்தது. குவெம்புவின் வார்த்தைகளிலேயே சொல்வதென்றால் – "மூன்று ஆண்டுகளுக்கு முன்பு இந்த நாடகம் வெளியானபோது வாசகர் மனதில் காற்று எழுந்து மேகம் கவிந்து இடி, மின்னலடித்த குழப்பம் அன்றைய பத்திரிகைத் தடாகத்தில் பிரதிபலித்தது. கண்ணியமானவர்கள், கண்ணியமற்றவர்கள், குறைந்த கண்ணியமானவர்கள் அவசரஅவசரமாக உள்நோக்கத்துடன் எழுதினார்கள்" என்றார். இப்படி சூத்திர தபஸ்வியை இழிவுப்படுத்தியவர்களில் பிரபல இலக்கியவாதி மாஸ்தி வெங்கடேச அய்யரும் ஒருவர். 1944 ஆம் ஆண்டு, சுதந்திரப் போராட்டத்தின் உச்சக் கட்டம், எல்லா இந்தியர்களும் ஒன்று சேர்ந்து போராடும் நேரத்தில், சாதியை மீறிய மனிதாபிமான எண்ணங்கள் விரிவாகிக் கொண்டிருந்த நேரத்தில் வர்ண அமைப்பின் கொடூரத்தை மென்மையாக்கச் செய்த இந்த முயற்சி இப்படிப்பட்ட தாக்கத்திற்கு ஆளானது. இனி இந்த முகநூல் போன்ற சமூக ஊடகங்களின் காலத்தில், இப்படிப்பட்ட தாக்குதல்களுக்காகவே அசிங்கமான கீழ்த்தரமான மொழியில் தேர்ச்சி பெற்றவர்களை நியமனம் செய்துகொண்ட நேரத்தில் என்ன ஆகியிருக்கும் என்பதை எளிதாக ஊகித்துக்கொள்ளலாம்.

அப்போது பெருந்தன்மையான மதிப்புகளை தன்னுடைய இலக்கியத்தில் உருவாக்கிக்கொண்டிருந்த மாஸ்தியைப் போன்றவர்களே சம்பூக வதையைப் பற்றி கீழ்வருமாறு கூறுகிறார்:

"உத்தரகாண்டக் கதையில் வெளிப்படும் மனோநிலை வர்ண அமைப்பைப் பற்றிய ஒரு தீவிரமான சிந்தனை. இதை நாடகம் சாதிக் குருட்டுப் பெருமை என்று வர்ணிக்கிறது... நல்ல அமைப்புடைய சமூகத்தில் ஒவ்வொரு பகுதிக்கும் ஒவ்வொரு வேலை இருக்கும். அந்தந்தப் பகுதி அந்தந்த வேலைகளைச் செய்யத் தக்கது என்று அப்படியான சமுதாயத்தை நிர்ணயித்துக்கொள்ளலாம். அந்த சமுதாயத்தின் ஒரு மனிதன் அந்த முடிவை மீறினால் அமைப்பின் பார்வையில் குற்றவாளியாகிறான். அந்த அடிப்படையின் மீது அந்த முடிவு சரியானது" என்கிறார்.

அதே மாஸ்தி அவர்கள் – "உத்தரகாண்டம் சேர்க்கப்பட்டது. இராமாயணம் இராமனின் பட்டாபிஷேகத்துடன் முடிந்து விடுகிறது" என்றும் சொல்கிறார். ஆனால், அதே சேர்க்கப்பட்ட

உத்தரகாண்டம் பார்ப்பனீயம், வர்ண அமைப்பை நியாயப்படுத்த நிற்கிறார். மாஸ்தியைப் போன்றவர்கள் பார்ப்பனச் சிறுவனின் சாவுக்குக் கொடுக்கும் காரணம் பெரும் பொய். சம்பூகனைக் கொலை செய்வதற்காகவே படைக்கப்பட்டதா என்பது தெரியவில்லை. சூத்திரர்கள் கல்வி, தவம், வேள்வி – யாகங்களில் பங்கெடுக்காமல் இருக்கச் செய்த வஞ்சனைகள் அந்தச் சமூகத்திற்கு செய்த கொடூரமான அநீதிகளாகத் தெரியவில்லை. சூத்திரர்கள் தங்களுக்கு விதிக்கப்பட்ட வேலைகளைச் செய்யாமல் இருந்தால் குற்றவாளியாவார்கள். அந்த அடிப்படையில் சம்பூகன் கொலையின் முடிவு சரியானது. இப்படி மாஸ்தி மட்டுமல்ல டிவிஜி போன்ற பல அறிஞர்களும், இராமாயணத்தைப் பற்றிய விளக்கம், ஹரிகதைகளில் செய்யும் பார்ப்பனீயச் சிந்தனைகளின் படி இதுபோன்ற வாதங்களைச் செய்கிறார்கள். இராமாயணம் இப்படி மாஸ்தி, டிவிஜி போன்றவர்களின் கண், அறிவு, இதயங்களை மங்க வைத்து வர்ண அமைப்பை பிரபலமடையச் செய்யும் கருவியாகிறது.

முந்தைய இயலில் விசுவாமித்திரர் என்ற சத்திரியன் தவம் செய்து பார்ப்பனனாகி, பிரம்ம ரிஷி என்று பிரம்மனிடமிருந்தே ஏற்றுக்கொள்ளப்பட்ட கதையைப் படித்திருப்பீர்கள். ஆரிய மூலத்து சத்திரிய வர்ணத்தவர்களானால் தவம் செய்து தங்களுடைய வர்ணத்தையும் மாற்றிக்கொள்ள முடியும். ஆனால், ஆரியரல்லாத மூலத்து சூத்திரன் அதே முயற்சி செய்தால் அவனுக்குக் கொலைதான் பரிசு. எப்படி இருக்கிறது இது. இதுதான் பாரதீயம் என்று உருவகிக்கப்படும் ஆரியப் பண்பாடு.

10

வானரர்கள் மனிதர்களா இல்லையா என்ற சாம்ராஜ்ஜிய விரிவாக்கத் தந்திரம்

இராமாயணத்தில் கங்கை நதிக்கரையின் ஆரிய சமூகத்தை விட்டால் அரக்கர்கள், வானரர்கள் முக்கியமான பங்கை வகிக்கிறார்கள். இவர்களுடன் ஹைஹயறு, கந்தர்வர்கள், யக்ஷர்கள், அபீரர்கள், நிஷாதரர்கள், புக்கசர்கள், விருஷலர்கள், காம்போஜர்கள், பக்லவர்கள், ஷகர்கள், துஷாரர்கள், கிராதரு, யவனர்கள், மிலேச்சர்கள், இந்த எல்லா சமுதாயங்களின் பெயர்களும் எங்காவது ஒரு பக்கம் குறிப்பிடப்பட்டிருக்கிறது. சண்டாளர்களைப் பற்றியும் வர்ணிக்கப்பட்டிருக்கிறது. இதனால் இராமயாணத்தில் காட்சிப்படுத்தப்பட்ட பூகோளப் பகுதி கங்கை நதிப் பகுதியை விடவும் விரிந்து பரந்து இருப்பதுடன் அதற்கு அறிமுகமான மக்கள் சமுதாயத்தின் எண்ணிக்கையும்கூட அதிகமாக இருந்தது என்பது தெளிவாகிறது.

இந்த மக்கள் சமுதாயத்தில் இராமாயணக் கதை வளர்ச்சியில் மிக அதிகமாகப் பங்குபெறுவது நமக்கெல்லாம் தெரிந்ததுபோல ஆரியர்கள், அரக்கர்கள் மற்றும் வானரர்கள். அதில் ஆரியர்கள் மனிதர்கள் என்று சித்தரிக்கப்பட்டிருந்தால், மற்ற இரண்டு சமுதாயங்களையும் மனிதர்கள் என்று கூட ஏற்கவில்லை. இராமனின் முடிசூட்டு, தசரதனின் புத்திர காமேஷ்டி யாகம் போன்ற பல நிகழ்வுகளுக்கு அயோத்திய அரசர்களிடமிருந்து அழைப்புப் பெறும் அரசர்களாக மேலே சொன்ன சிலர் அடையாளப் படுத்தப்பட்டால், மேலும் பல சமுதாயங்கள் விசுவாமித்திரரை எதிர்க்க வசிஷ்டர் உருவாக்கிய இராணுவத்தில் இருந்த சமுதாயங்கள் என்று பெயரிடப்பட்டிருக்கிறார்கள். இச் சமுதாயங்களை மனிதர்கள் என்று குறித்து ‘அரக்கர்கள்’,

'வானரர்கள்' இவர்கள் மட்டும் மனிதர்களே அல்ல என்று சித்தரிக்கப் பட்டுள்ளார்கள்.

சமஸ்கிருதம் அறிந்த இரண்டு கால் விலங்குகள்

வானரர்கள் வால் இருக்கும் இரண்டு கால் விலங்குகள் என்றும், குகைவாசிகள் என்றும் சொல்லப்பட்டிருக்கிறது. அவர்களின் ஆயுதம் பல், நகம், கல், மரங்கள், கதை மட்டுமே. அவர்களில் யாரும் வில் வித்தையைக் கற்றவர்கள் அல்ல. அவர்களின் அரசனான வாலி, சுக்ரீவர்கள் கூட சைவ விலங்குகள் என்றே சொல்லப்பட்டிருக்கிறார்கள். இதில் வேடிக்கை என்னவென்றால் குரங்கு குலப் பெண்களுக்கு வால் கிடையாது. அதே சமயத்தில் மனிதர்களே அல்லாத இந்த வானர குலத்தவர்கள் அறிவாளிகள், வீரர்கள், வேதத்தைக் கடைபிடிப்பவர்கள் என்று சித்தரிக்கப்பட்டிருக்கிறது. இராமன், சுக்ரீவன் தங்கள் முதல் சந்திப்பிற்குப் பிறகு அக்னியை ஏற்றி அதை வலம் வந்து அக்னி சாட்சியாக தங்கள் ஒப்பந்தத்தை உறுதிப்படுத்துகிறார்கள்.

ததோக்னிம் தீப்யமான தௌ சக்ரதுச்ச பிரதக்ஷிணம்

அதுமட்டுமல்ல, வாலியின் மரணத்திற்குப் பிறகு அவன் இறுதிச் சடங்கு அக்னி சாட்சியாக மந்திரங்களுடன் நடக்கிறது.

இனி அனுமந்தன் எவ்வளவு அழகாக சமஸ்கிருதம் பேசுவான் என்றால், இராமனே சொல்வதுபோல –

"நான்ரிக்வேதவினீதஸ்ய நா யாஜுர்வேத தாரிணஹ
நாஸாமவேத விதூஷக ஷக்யமேவ பிரபாஷிதம்
நூனம் வியாகரணம் கிறித்சமனேன பகுதா ஷ்ருதம்
பகு வியாஹராதானேன ந கிஞ்சிதபஷப்திதம்

ரிக், யஜுர், சாமவேதங்களை அறியாதவர்கள் யாரும் இதுபோலப் பேசமாட்டார்கள். இலக்கணம் போன்ற பலவிதக் கல்விகளையும் கற்றவனாக இருக்கிறான். ஒரு தவறான சொல் இன்றித் தூய்மையாகப் பேசக்கூடியவனாக இருக்கிறான்."

இப்படி அனுமந்தன் சமஸ்கிருத மொழிப் பண்டிதனைப்போலப் பேசக் கூடியவன். வேதங்களைக் கற்றதும் உண்டு. மொத்தத்தில் இவர்கள் வேதங்களின் அக்னிக் காரியங்களை கடைபிடிப்பவர்களாக இருக்கிறார்கள். அரக்கர்களைப் போல முக்கியமான வேள்வி, யாகங்களை எதிர்ப்பவர்கள், அழிப்பவர்கள் அல்ல. அனுமந்தன் மட்டுமல்ல, சுக்ரீவர்கள்,

தாரையும் கூட சமஸ்கிருதம் அறிந்தவர்கள். இராமனும், இலட்சுமணனும் உரையாடக் கூடியவர்களாக இருந்தார்கள். கூடவே நள வைத்தியக் கல்வியையும் அறிந்தவர்கள், சுஷேன நிர்மாண அறிவும் உள்ளவர்கள்... இப்படிப் பலவிதமாகத் தேர்ச்சி அடைந்தவர்கள். இனி வீரத்தில் வாலி, இராவணனையே கட்டி இழுத்து வந்தவன்,. துந்துபி போன்ற பல அரக்கர்களைக் கொன்றவன், மலைகளைக் கால் பந்தைப் போல மேலே வீசி தாவிப் பிடிப்பவன். அனுமந்தனின் சாகசம் பல பேருக்குத் தெரிந்திருப்பதால் இங்கே விவரிக்க வேண்டிய அவசியம் இல்லை.

ஒரு விலங்கைக் கொல்வது போல

இப்படி எல்லாம் இருந்தாலும் இவர்கள் மிருக உருவம் கொண்டவர்கள் என்றே சொல்லப்பட்டிருக்கிறது. அவர்களை கேலி செய்வது மட்டுமல்ல, வாலியை வதை செய்த சந்தர்ப்பத்தில் மிகக் கொடூரமாக அந்தச் சங்கதி வாலியின் முகத்தில் வீசப்பட்டிருக்கிறது.

“என்னை முதுகுக்குப் பின்னால் நின்று அம்புகளை எய்து காயப்படுத்திக் கொன்றாயே இது உன்னைப் போன்ற வீரனுக்கு அழகா? நான் என்ன குற்றம் செய்தேன் அப்பா உன் ராஜ்ஜியத்தில் எனக்கு தண்டனை விதிக்க” என்று இறந்து கொண்டிருக்கும் வாலி கேட்டால் இராமன் சொல்கிறான்:

“வேட்டைக்காரனானவன் ஒரு காட்டு விலங்கின் விருப்பைக் கேட்டு அதை எச்சரித்து அதன் எதிரில் நின்று கொல்ல வேண்டியதில்லையே. ஒரு சைவ விலங்கைக் கொல்ல எந்த வழியையும் பின்பற்றலாம். அப்படி ஒன்றைப் பயன்படுத்தியிருக்கிறேன்.” (மதிப்பிற்குரிய இலக்கியவாதி வீ. சீதாராமய்யாவின் “வால்மீகி ராமாயணம்” நூலிலிருந்து)

இப்படிக் கல்வியில் தேர்ச்சி பெற்றவர்களும் வீரர்களும் ஆனவர்களை இராமாயணத்தில் வெறும் பேசும் விலங்குகளாகச் சித்தரித்திருக்கிறார்கள். அவர்கள் மிருகங்களைப்போலவே கொலை செய்யத் தகுதியானவர்கள் என்று கூறப்பட்டிருக்கிறது. இது வாலியின் பிரச்சினை மட்டுமல்ல. சுக்ரீவனையும், அனுமந்தனையும் இப்படி விலங்கைப்போலவே கொல்ல முடியும் என்று சொல்வது போல உள்ளது. இப்படிப்பட்ட பேச்சுகள் இராமனிடமிருந்து வரும்போது அங்கே இருந்த மற்ற

யாருக்கும் இது முழு சமுதாயத்திற்கும் பொருந்தும் பேச்சு என்று தோன்றவில்லை. அவர்கள் எல்லாம் தங்களைத் 'தாங்கள் விலங்குகள்' போலவே கருதியிருந்தார்கள் என்று சித்தரிக்கப் பட்டிருக்கிறது.

வாலியை வதை செய்வதற்கு இராமன் கொடுத்த காரணம் அவன் தம்பியின் மனைவியை வசப்படுத்திக்கொண்டிருந்தான் என்பது. இப்படிப்பட்ட காரணத்தைச் சொல்லும்போது இந்த சமுதாயம் விலங்குக்குச் சமனான சமுதாயம், மிருகங்கள் போல, அவர்கள் நீதி வேறு - ஆண், பெண் உறவுகளின் விஷயத்திலும், இயல்பாக அவர்கள் வழக்கப்படி நடந்துகொண்டிருக்கிறார்கள். அவர்கள் மனிதர்களைப்போல நடந்துகொள்ளத் தேவை இல்லை என்ற யோசனை இராமனுக்கு வராதது சிறப்பானதா! இது ஒரு வரலாற்று முரண் என்பதுதான் சரி! விலங்குகள் மனிதர்களைப்போல நடந்து கொள்ளாமல் மிருகங்கள் போல தங்களுக்கு இயல்பான முறையில் நடந்துகொண்டதற்காகக் கொலை!! நியாயப்படுத்திக்கொள்ள முடியாத செயலைச் செய்து அதை நியாயப்படுத்திக்கொள்ளத் தவித்து அதற்காக சாக்குப் போக்குகளைத் தேடுவது போலத் தெரிகிறான் இராமன். ஏன் என்றால் இதே அளவுகோலைக் கொண்டு முதல் கொலை நடத்த வேண்டியது யார் சார்பாக வாலி கொலை செய்யப்பட்டானோ அந்த சுக்ரீவனுக்கு அல்லவா? வாலியின் மனைவி தாரையை சுக்ரீவன் இரண்டு முறை வசப்படுத்திக்கொண்டிருந்தான் அல்லவா?

இதை விவரிக்கும் போது வீ. சீதாராமய்யா அவர்களுக்கு இந்த வாதம் முழுக்கத் தவறென்று தோன்றவில்லை. இனி மாஸ்தி வெங்கடேச அய்யங்கார் இராமனின் இந்தக் கொலையை நியாயப்படுத்திக்கொள்ளும் வகையைப் பார்க்கலாம்.

'வாலி வானரன். அவனைக் கொல்ல வேண்டிய முறை என்னவென்று இராமன் அதிகமாக யோசிக்கவில்லை... தம்பியைக் காட்டுக்கு விரட்டி அவன் மனைவியை வைத்துக்கொண்ட சைவ விலங்கைக் கொல்வதற்கு என்ன விளக்கம் தேவையுள்ளது என்று இராமன் யோசித்தான், நாகரிக இனங்கள் அநாகரிக நாடுகளுக்குள் நுழையும்போது எப்படி நடந்துகொள்வார்கள் என்ற விஷயத்தை அறிந்தவர்கள் இவன் யோசனை அசாதாரணமானதென்றோ தகுதியானதல்ல என்றோ சொல்லமாட்டார்கள்' என்கிறார் மாஸ்தி வெங்கடேச அய்யங்கார்.

இந்த இரு பிரபல இலக்கியவாதிகள் இராமனின் நடத்தையை, அதற்கு அவன் அளித்த நியாயத்தில் எந்தத் தவறையும் காணாதது முன்பு சம்பூகனின் வதையின் நிகழ்வில் பார்ப்பதுபோலவே வர்ண அமைப்பின் சிந்தனை நம் நாட்டில் வெறும் கண்ணாடியாக கண்ணைத் தவறான வழிக்கு இழுக்கிறது; பலருக்கு அது கண்ணின் விழி போலவே இருந்து வாழ்க்கை முழுவதும் அவர்களைத் தவறான பாதையிலேயே கொண்டு செல்கிறது என்பதைக் காட்டுகிறது.

வேடனான பழங்குடிச் சமுதாய வேரில் வந்த வால்மீகி மகரிஷி தன்னைப்போல வேட்டைக்கார பழங்குடி மூலச் சமுதாயத்தை வானரச் சமுதாயமென்று, விலங்குக்கு சமானமானவர்கள் என்று சித்தரித்திருப்பாரா? 'சூத்திர தபஸ்வி'யின் சந்தர்ப்பத்தில் குவெம்பு எழுப்பிய கேள்வி திரும்பத் திரும்ப எழுகிறது.

சாம்ராஜ்ஜியங்கள் ஆக்கிரமிக்கப்படும் முறை

மாஸ்தி அவர்கள் நாகரிக - அநாகரிக இனம், நாடுகளைப் பற்றிய பேச்சுகளால் முழு உலகத்தில் ஐரோப்பிய இனங்கள் தாங்கள் ஆக்கிரமித்த இடங்களில் எல்லாம் கொடூரமான கொலைகளை நியாயப்படுத்தி இருக்கிறார்கள். அமெரிக்காவில் அங்கே பழங்குடியரான செவ்விந்தியப் பழங்குடிகள், ஆஸ்திரேலியாவில் மாவோரிப் பழங்குடிகள், ஆப்பிரிக்காவில் எண்ணிலடங்கா பல கறுப்பு மக்களின் பழங்குடிகளை கோடிக்கணக்கில் கொலை மட்டுமல்ல, இந்தியா போன்ற பல குடியேற்ற நாடுகளில் கூட அவர்கள் அநாகரிகர்கள் என்ற எண்ணத்துடனே செய்த அநியாயங்களின் பரம்பரையையும் இவர்கள் ஆதரிப்பதுபோலத் தெரிகிறது. வாலி என்ற ஒரு வீரனின் கொலையை நியாயப்படுத்த உலகம் முழுவதும் நடந்த கொடூரமான செயல்களை ஒரேடியாக நியாயப்படுத்திக்கொண்டு தங்கள் வர்ணப் பெருமையையும் கர்வத்தையும் பாராட்டிக் கொள்கிறார்கள்.

இப்படி அவர்கள் அளித்த எடுத்துக்காட்டுகளில் சில வெளிப்படையான உண்மைகளையும் திறந்து வைத்திருக்கிறார்கள். அது என்னவென்றால், முதலாவது, வானரச் சமுதாயம் விலங்கிற்கும் மனிதர்களுக்கும் இடைப்பட்ட மிருகச் சாதியல்ல அவர்களும் மனிதர்கள்தான் என்பது. இரண்டாவது, இராமனின் இந்தச் செயல் வெவ்வேறு நாட்டின் மக்கள் சமுதாயத்தின் மீது ஐரோப்பிய இனங்கள்

செய்த அக்கிரமம் மற்றும் கொடூரங்களுக்குச் சமனானது. மூன்றாவது, இராமாயணத்தில் வானரர்கள் விலங்குகள் என்று விவரித்த முறை தவறு என்று அவர் இதன் வழியாக தங்களையே அறியாமல் ஒத்துக்கொண்டு விட்டார்கள். கல்வி வஞ்சிக்கப்பட்ட கீழ்ச் சாதியினர் கல்வியைப் பெற வாய்ப்புக் கிடைத்தபோது இந்த மகா காவியத்தை ஆய்வு செய்து மனிதாபிமானப் பார்வையுடன் எழுப்பிய கேள்விகளின் வாயை மூட இப்படிப்பட்ட பல முயற்சிகள் இந்தியா முழுவதும் செய்யப்பட்டிருக்கிறது. கன்னடத்தில் மற்றொரு புகழ் வாய்ந்த இலக்கியவாதி டிவிஜி பல சொற்பொழிவுகளில் இராமனின் நடத்தையை நியாயப்படுத்த "ஸ்ரீ ராம பரீக்ஷணம்" என்ற ஒரு சிறு காவியத்தையே இயற்றியுள்ளார்.

இத்தனைக்கும் இந்த வானரர்கள் யார்? இராமாயணத்து விவரங்களில் இருந்தும், இந்தியாவின் பழங்குடி வாழ்க்கையின் ஆய்வுகளில் இருந்தும் தெளிவாவது போல மற்றும் மாஸ்தி சொல்வது போலவும், இன்றைக்கும் அநாகரிகர்கள் என்று சொல்லப்படும் பழங்குடி மக்கள். மேலே விவரித்த அவர்கள் உணவு, வசிப்பு போன்ற விவரங்களில் இருந்து தெரிவது போல இன்னும் கிழங்கு, பழங்களைத் தின்னும் பழங்குடிகள். இவர்களுக்கு விவசாயத்தின் அறிமுகம் மட்டுமல்ல, கால்நடை வளர்ப்பும் தெரியாது. இயற்கையில் தானாகக் கிடைக்கும் பொருட்கள்தான் இவர்களுடைய உணவு மற்றும் ஆயுதங்கள். இந்த இயல்பான இயற்கை வாழ்க்கை அவர்களுக்கு உடல் வலிமையையும், ஏராளமான வலுவையும் அளித்திருக்கிறது. இது மிகைப்படுத்தப்பட்டு அபரிமிதமான பலம் மற்றும் பறக்கும் திறன்களைக் கற்பித்து சித்தரிக்கப்பட்டிருக்கிறது. சாதாரணமாக எல்லாப் பழங்குடிகளிலும் இருப்பதுபோல சஞ்சீவினியைப் போல பல மருத்துவ செடிகொடிகளின் அறிமுகமும் இருக்கிறது.

இவர்கள், அன்று பழங்குடிகள்; ஒருவேளை கர்னாடக கிஷ்கிந்தை அல்லது மத்தியப் பிரதேசம், சத்தீஸ்கர் பழங்குடிகளாக இருந்திருக்கலாம். விலங்கு அல்லது செடிகளைத் தங்கள் குல அடையாளமாகக் கொண்ட பல பழங்குடிகளைப் போல இந்தப் பழங்குடிகள் குரங்கைத் தங்கள் குலச் சின்னமாகக் கொண்டவர்களாக இருக்கலாம். இன்றும் கூட இந்தியப் பழங்குடிகளிலும் பழங்குடி பழக்க வழக்கங்களைக் காப்பாற்றிக்கொண்ட கீழ்ச் சமுதாயங்களில்

பழங்குடி அல்லது குலத்து மாந்திரிகப் பூசாரி அல்லது கடவுள் குட்டரு, பாத்ரிகள் குலச் சின்னங்களின் வேடம் தரித்து பூசை செய்யும் வழக்கம் இருக்கின்றது. அதைப்போலவே, இவர்கள் பண்டிகை, திருவிழாக்களில் குரங்குகள் போல வேடமிட்டு நடப்பது இவர்களுடைய பூசை முறையாக இருக்கிறது. இதைப் பயன்படுத்தி இவர்கள் விலங்குகளாகவே சித்தரிக்கப் பட்டிருக்கிறார்கள்.

இவர்கள் மிருகங்களானதால் மனிதர்களுக்குக் கீழ்ப்படிந்து இருக்கமட்டுமே தகுதியானவர்கள். அதனால் கோசல நாட்டில் அல்லது மற்ற ஆரிய நாடுகளில் இருப்பவர்கள் மட்டுமே மனிதர்களானதால் வானரர்கள் என்று சொல்லப்பட்ட இவர்கள் எல்லாம் கோசல நாட்டு அரசனுக்கு கீழ்படிந்தவர்களாகவும், தொண்டர்களாகவும் இருக்கவேண்டும். இப்படிச் சுதந்திரமாக வாழ்ந்துகொண்டிருந்த இந்த சமுதாயம் அயோத்திக்கு அடிமையானது. இப்படிப்பட்ட குலச் சின்னம் உள்ளவர்கள் எல்லாம் இட்சுவாகு வம்சத்தின் ஆட்சிக்குக் கீழ்ப்படிந்திருக்க வேண்டும் என்று சாதிக்க, போரே இல்லாமல் இவர்களை, இவர்கள் வசித்துக்கொண்டிருந்த பகுதிகளை வசப்படுத்திக்கொள்ள இவர்களை விலங்குகள் போல சித்தரித்திருப்பது உதவியானது. இலங்கையை வசப்படுத்திக்கொள்ளப் போர் செய்ய வேண்டியதானது. தங்களுடைய வலிமை – திறமைகளைச் செலவிடவேண்டியதானது. அதற்கு வானரர்கள் என்று அழைத்த இந்த மக்களையே படையாகப் பயன்படுத்திக்கொள்ள வேண்டியதானது. அயோத்தியின் ஆரிய மக்களின் இரத்தம் சிந்தாமல், இராவணனின் பெரிய சாம்ராஜ்ஜியத்தை வசப்படுத்திக்கொள்ள முடிந்தது. வானரர்கள் என்று அழைக்கப்பட்ட இந்த மக்கள் வசித்துக்கொண்டிருந்த பகுதியை வசப்படுத்திக்கொள்ள போர் கூடத் தேவைப்படவில்லை. அந்த மக்களுக்கு அறிமுகமில்லா வில், நாணின் ஒலியே போதுமானது. மனிதனை நேரடியாக எதிர்கொள்ளாமல் தொலைவிலிருந்தே ஏழு வரிசை மரங்களை பிளக்கவல்ல வலு இந்த ஆயுதத்திற்கு இருக்கிறது என்று காட்டியதே அவர்களை வசப்படுத்திக்கொள்ள போதுமாயிருந்தது.

இவ்வாறு இட்சுவாகு வம்சத்து சாம்ராஜ்ஜியத்தை மிகக் குறைந்த செலவில் விரிவாக்கம் செய்யும் தந்திரத்தின் பகுதிதான், அவர்களை விலங்குகள் அல்லது விலங்குக்குச்

சமனானவர்கள் என்று அழைத்தது. இது அவர் மனங்களைப் பணியவைப்பதன் வழியாக அவர் உடல்களையும் கீழ்ப்படிய வைக்கும் அமைதியான ஆக்கிரமிப்பின் முறையாக இருந்தது. இப்படிப்பட்ட ஆக்கிரமிப்புகளுக்குக் கருவியாக பழங்குடியின் ஒரு நாட்டுப்புற கவிஞன் வால்மீகியின் பெயர் தீய முறையில் பயன்படுத்திக் கொள்ளப்பட்டிருக்கிறது.

11
பழிவாங்குவதற்கான விருப்பம்

இராமாயணத்தில் அரக்கர்களை அழிப்பதே இராமனின் முதன்மைத் தொழிலாக இருக்கிறது. சிறு வயதிலேயே விசுவாமித்திரர் தனது யாகத்திற்குக் குறுக்கே நிற்கும் அரக்கர்களை அழிக்க இராமனின் உதவியை நாடுகிறார். தசரதனுக்கு சாபத்தின் பயத்தை ஏற்படுத்தி அவனை உடன் அழைத்துச் செல்கிறார். அங்கே இருந்து அவனுடைய அரக்கர்களின் ஒழிப்புத் தொடங்குகிறது. பிறகு, அவன் வனவாசத்திற்குத் தள்ளப்பட்டபோது அவன் வசித்த பகுதிகளிலெல்லாம் துறவிகள் அரக்கர்களிடமிருந்து தங்கள் தவம், வேள்விக் காரியங்களுக்கு ஏற்படும் தொந்தரவுகளை நிவர்த்தி செய்துகொள்கிறார்கள். மேலும் அவன் உதவியை நாடுகிறார்கள்.

ரக்ஷிதாவ்யாஸ்த்யாயா ஷஸ்வத்கர்பபூதஸ்தபோதனாஹ
தபஸ்விகளான எங்களை நீ தான் காப்பாற்ற வேண்டும்.

சீதையோ ராட்சசர்கள் தாங்களாக நமக்கு எந்தத் தீங்கும் விளைவிக்காத போது அவர்களை வீணாகப் பகைத்துக்கொள்வது வேண்டாம் என்று வற்புறுத்துகிறாள். ஆனாலும் அதை பொருட்படுத்தாமல் இராமன் அரக்கர்களை அழித்தொழிப்பதைத் தொடர்கிறான். தான் அயோத்தியப் பேரரசின் பிரதிநிதி அதனால் அவர்களை அழிக்கும் மற்றும் முனிவர்களைக் காப்பாற்றும் பொறுப்பு தன்னுடையதென்று வாக்குவாதம் செய்கிறான். இப்படி அவன் கொன்ற அரக்கர்கள் ஆயிரக்கணக்கானவர். சீதையைக் கவர்ந்து செல்ல இராம, இராவணர் போர் புரியக் காரணமாக வேண்டிய கட்டாயம் ஒன்றுமில்லை. இராவணனின் பல உறவினர்களை இராமன் கொன்றிருக்கிறான் அல்லது காயப்படுத்தி இருக்கிறான்.

மாரீசனின் தாய் தாடகை, மாரீசனின் கூட்டாளி சுபாகு, விராதா, இராவணனின் சகோதரர்களான கரன் அவனுடன் தூஷணன், திரிசிமன், யகச்சத்ரு, கரவீராட்சன், மகாகபாலன், மேகமாலி, ஸ்தூலக்ஷன் போன்றவர்கள்.

ஆர்தார்திக முகூர்தேன ராமேன நிஷிதை ஷரைஹ
சத்ருதரா சகஸ்ராணி ரக்ஷசாம் பீமகர்மானாம்
கரதூஷண முக்யனாம் நிஹதானி மஹாஹவே

பாதி நடந்துகொண்டிருந்த முகூர்த்த நேரத்தில் பீம பலராம கரன், தூஷணர்களையும் அவர்களுடன் இருந்த பதினான்கு ஆயிரம் அரக்கர்களையும் இராமன் கூர்மையான அம்புகளால் கொன்றுவிடுகிறான்.

இராவண, இராமன் இடையே போர் மூள்வதற்கு இராவணனின் சகோதரர்களின் கொலையே போதுமானது. இந்தக் கொலையின் காரணமாகவே முதலில் சீதையைக் கடத்தும் நிகழ்வு நடந்தது என்பது பலருக்கும் தெரியாது. சீதையைக் கவர்ந்து செல்லக் காரணம் சீதையின் அழகைப் பற்றிக் கேள்விப்பட்டு மயங்கி அவளை அடைய வேண்டும் என்ற காம மோகம் என்றும், இராவணனிடம் இதைத் தூண்டிவிட்டவள் சூர்ப்பனகை என்றும் பரவி இருக்கிறது. இராம, இலட்சுமணர்களால் அவமானம், அவள் உடல் மீதான தாக்குதலுக்குப் பழி தீர்த்துக்கொள்ள இராவணனின் மனதைக் கெடுத்தவள் அவள்தான் என்று அடிக்கடி சொல்லப்பட்டிருக்கிறது. இது உண்மை என்றாலும் முதலில் சீதையை அபகரிக்கும் எண்ணத்தை இராவணனின் முன் வைத்தவன் கரன், தூஷணர்களின் கூட்டாளியான அகம்பனன்.

"பிரபு, போரில் தேவாசுரர்கள் ஒன்றானாலும் இராமனை வெல்ல முடியாது. அவனைப் போருக்கு இழுக்கக் கூடாது. அவனுடைய அழகான மனைவி சீதையை அபகரித்தால் போதும், அவன் விரகத்தால் துயரப்பட்டு உயிரை விட்டு விடுவான். அது அவனை எதிர்க்கும் முறை." இரவணனுக்கு இது ஒப்புதல் ஆனது என்கிறது வால்மீகி இராமாயண காவியத் தொகுப்பின் வடிவமொன்று.

இப்படி சீதை அபகரிப்பு, ஒரு போர் தந்திரமாக முதலில் ஏற்பட்டது. போர் தந்திரமானால் அதை நியாயப்படுத்தாமல் விடுவதில்லை என்பது வேறு பேச்சு. ஆனால், மாரீசன் இராவணனுக்கு இது அரக்க குலத்தையே அழிக்கும் வேலை,

இதில் கை வைக்காதே என்று எச்சரித்ததால் அது தவிர்க்கப் படுகிறது.

இது போல இராமன் அரக்கர்களைக் கொலை செய்ய முன்வருவதற்கு முதன்மைக் காரணம் அவர்கள் ஆரியர்களின் யாகங்களை, முனிவர்களின் தவத்தைக் கெடுக்கிறார்கள் என்பதாகும். இந்த வேலைக்காக அவர்கள் வெவ்வேறு வழிகளைப் பின்பற்றினார்கள் என்ற விவரங்கள் இருக்கின்றன. முக்கியமாக வேள்வி நடக்கும் வேளையில் யாக குண்டத்தில் இரத்தம், மாமிசங்களைக் கொண்டு வந்து கொட்டுவார்கள். கூடவே நர மாமிசம் உண்பவர்களான அரக்கர்கள் இந்த முனிவர்களைத் தின்றுவிடவும் செய்தார்கள். அதனால் இவர்களை வதை செய்ய இராமன் இறங்கவேண்டி இருந்தது.

இந்த விவரங்களில் தெளிவாக அரக்கர்கள் என்று வர்ணிக்கப்பட்ட மக்கள் சமுதாயம் ஆரிய இனத்தின் வாழ்க்கை, பூசை முறைகளிலிருந்து மாறுபட்ட வாழ்க்கையை நடத்திக் கொண்டிருந்தவர்கள் என்று தெளிவாகிறது. அதே வேளையில் இந்தச் சமுதாயம் பல ஆண்டுகளாக வாழ்ந்துகொண்டிருந்த வனப் பகுதி அவர்களுடையது. அந்தப் பகுதிகளில் ஆரிய முனிவர்கள், துறவிகள் நுழைந்து கொண்டிருந்தார்கள் என்பதுவும் கூட இராமாயணத்தில் வர்ணிக்கப்பட்ட பல கதைகள், முக்கியமாக முதலில் விந்திய மலைத் தொடரைத் தாண்டித் தெற்கிற்கு வந்த அகஸ்திய மகரிஷியின் கதை தெரிவிக்கிறது.

ஆக்கிரமிப்பாளர்கள் யார்? ஆக்கிரமிக்கப்பட்டவர்கள் யார்?

இதில் ஆக்கிரமித்தவர்கள் யார்? ஆக்கிரமிப்புக்கு உள்ளானவர்கள் யார் என்பது தன்னால் தெளிவாகிறது. அப்படி என்றால் நல்லது எது? கெட்டது எது? கங்கைக்கரையில் வசிக்கத் தொடங்கிய ஆரியர்கள் அங்கே இருந்து மேற்கு மற்றும் தெற்குத் திசைப் பகுதிகளை ஆக்கிரமிக்கத் தொடங்கினார்கள். அப்போது அங்கே வசித்துக்கொண்டிருந்த மக்கள் சமுதாயத்தில், தங்களை எதிர்த்தவர்களை தஸ்யுகள் என்றும் அழைத்து அவர்கள் மீது தாக்குதல் நடத்தினார்கள். இது வேதப் பிரமாணங்களில் விவரமாக வர்ணிக்கப்பட்டிருக்கிறது.

இந்த நிகழ்வின் தொடர்ச்சியான வடிவமே இராமன் மற்றும் அரக்கர்களின் போர். இந்த ஆக்கிரமிப்பு மற்றும் தாக்குதல்களின் நல்லது - கெட்டதின் இடையே, நல்லவர்கள் மற்றும்

கெட்டவர்களுக்கு நடுவே போர் என்று தலை கால் இல்லாமல் வர்ணிக்கப்பட்டிருக்கிறது. அதன் வழியாக ஆக்கிரமிப்புக்கு உள்ளானவர்களே ஆக்கிரமிப்பை ஒத்துக்கொள்ளும்படி அன்றிலிருந்து இன்றுவரை வர்ணிக்கப்பட்டிருக்கிறது. அந்தச் சமுதாயத்தை அரக்கர்கள் என்றும், அவர்கள் உடல் உருவம், உணவு, ஆடை, செயல், நடைமுறை, நீதி, நடத்தை எல்லாம் அவர்களிடம் பகமை கொள்ளவும், அவர்கள் கொலை செய்யத் தகுந்தவர்கள் என்றும் நியாயப்படுத்தி விவரிக்கப்பட்டிருக்கிறது. தங்கள் மீதான ஆரிய ஆக்கிரமிப்பை எதிர்க்க அவர்கள் வேள்விகளைக் கெடுத்ததால் அரக்கர்கள் என்று அழைக்கப்பட்டனர். இது ஒரு முக்கியமான பாதுகாப்புத் தந்திரம். அந்தத் தந்திரம் அவர்கள் வசிக்கும் பகுதிகளில் இருந்து பல காலம் ஆக்கிரமிப்பாளர்களை வெளியே வைக்க உதவியாகவும் இருந்திருக்கலாம். இதில் தவறையும், அநீதியையும் பார்க்க முடியுமா?

இனி அவர்களுடைய உருவம், உணவு, பழக்க வழக்கங்களைப் பற்றிய வர்ணனையோ சிந்தனை அறிவைப் பயன்படுத்தும் யாருக்கும் தங்கள் எதிரிகளைப் பற்றி பகை எண்ணத்தை ஏற்படுத்தச்செய்த தீய முயற்சிகளென்று தெரியவரும். இப்படி எண்ணிலடங்கா முயற்சிகளை மானிட நாகரிகம் தனது பிறப்பிலிருந்தே கண்டிருக்கிறது. மிகச் சமீப காலத்தில் ஈராக்கின் சதாம், லிபியாவின் கடாஃபி, சிரியாவின் ஆசாத், வெனிசுலாவின் சாவெஜ், கம்யூனிஸ்ட் ஆட்சியின் கியூபா, சோவியத் ருஷ்யா மேலும் சீனாவைப் பற்றி நடத்தப்படும் நிலையான பொய்ப் பரப்புரைகளைப் பார்த்தால் போதும். அரக்கர்கள், ஆரிய மக்களுடன் எந்தத் தகராறுக்கும் போகாத வானர சமுதாயத்தைப் பற்றியும்கூட எப்படி மற்றும் எதற்காக கீழான எண்ணம் ஏற்படும் வகையில் சித்தரிக்கப்பட்டிருக்கிறது என்பதை முந்தைய கட்டுரையில் பார்த்திருக்கிறோம்.

அரக்கர்களும் கூட ஆரிய மக்களா அல்லது இல்லையா?

அரக்கர்கள் அசுரர்கள், தைத்யர்கள், தானவர்கள், தஸ்யு போன்ற பெயர்களாலும் அழைக்கப்படுகிறார்கள். இந்த எல்லாப் பெயர்களின் மூலமும், மேலும் இராமாயணத்தில் விவரித்தபடியே அரக்கர்களின், இராவணனின் பிறப்பு மூலத்திற்குப் போனால் இந்த எல்லா வர்ணனைகளின் பொய்மையும் வெளிப்படும். அசுரர்கள் என்ற பெயர்

வேதங்களில் தெரியவருகிறது. இந்தச் சொல் வேதத்திற்கு முந்தையதுவும் கூட. இந்தியாவிற்குள் நுழைவதற்கு முன்பே மத்திய ஆசியாவிலிருந்து ஈரான் பகுதிக்குள் நுழையும்போதே இந்தச் சொல் ஆரிய மக்கள் சமுதாயத்தின் நடுவே பயன்பாட்டில் இருந்தது. இதற்கு வேதங்களின் கூட்டு இலக்கியமான ஈரானின் அவெஸ்தா நூலில் இந்தச் சொல் பயன்படுத்தப்பட்டிருப்பது ஆதாரம். அவெஸ்தாவின் பிரதான தேவதையே அசுரன். (அவர்கள் உச்சரிப்பின்படி ஆஹூரா) 'அசுரன்' என்றால் 'ஒளி' என்றும், அவன் வெறும் அசுரன் மட்டுமல்ல மேதாவியும் கூட. அதனால் அவனுடைய முழுப் பெயர் அசுர மேதன். (ஆஹூர மஜ்தா) என்பது. அவெஸ்தாவிலும் தீய சக்திகளைப் பற்றி விவரிக்கப்பட்டிருக்கிறது. அவர்கள் தேவா என்ற மக்கள். அவெஸ்தாவின் சத்துருக்கள். அசுரமேதன் மற்றும் அவன் படைத்த சக்திகள் தேவா என்ற மக்களைத் தோற்கடிக்கிறார்கள். வேதத்தின் மக்கள் சமுதாயத்தின் பெயர்கள் இதற்கு எதிராக இருக்கின்றன.

மத்திய ஆசியாவிலிருந்து ஒன்றாக வலசை வந்து பல காலம் ஒன்றாக வாழ்ந்துகொண்டிருந்த, ஒரே பண்பாட்டை பங்குபோட்டுக் கொண்டிருந்த இந்த ஆரியச் சமூகங்கள் பிறகு வெவ்வேறு பகுதிகளில் வசிக்கத் தொடங்கியதும் போட்டியாளர்களானார்கள், எதிரிகளானார்கள். அசுரர்கள், தேவர்கள் என்ற பெயரெல்லாம் பலவகையான ஆரிய சமுதாயத்தின் பழங்குடிப் பெயர்களாக இருந்தன. இப்போது எதிரிக் கூட்டங்களின் பெயர்களாயின. அவர்களுக்கு இவர்களும், இவர்களுக்கு அவர்களும் தீய சக்திகளானார்கள். கெட்டதாகச் சித்திரிக்கப்பட்டார்கள். ஒரே ஆரியப் பண்பாட்டின், ஒரே மொழியைப் பேசும் மக்களே இப்படிப் பகைவர்களாகி, ஒருவர் மற்றவருக்கு தீய சக்திகளானால் இனி வாழ்க்கை முறை மற்றும் மொழியால் வேறுபட்ட, ஆரியர்கள் இந்தியாவிற்குள் நுழைவதற்கு முன் பல ஆயிரம் ஆண்டுகளுக்கு முன்பே இங்கே வந்து வசித்துக்கொண்டிருந்த மாறுபட்ட பண்பாட்டின் மேலும் வேற்று மொழி மக்களை எப்படிப் பார்த்திருப்பார்கள்? இப்படி அசுரன் என்ற சொல் பகை எண்ணத்தை வளர்ப்பதற்கும், ஒரு மக்கள் சமுதாயத்தைக் கீழாக வர்ணிப்பதற்கும் நிரந்தரமாகப் பயன்பாட்டில் வந்தது.

இனி இராமாயணத்திலேயே விசுவாமித்திரர் போன்றவர்கள் இராமனுக்கு விவரித்ததுபோல சப்தரிஷிகளில் ஒருவரும்

தலைவரும் ஆன கஷ்யபன் என்ற ரிஷிக்கு அதிதி, திதி என்ற இரு மனைவிகள். அதிதியின் பிள்ளைகள் ஆதித்யர்கள், ஆனால் திதியின் பிள்ளைகள் தைத்யர்கள். இதன்படி தைத்யரும் ஆரியர்களே. ஒருவருக்கொருவர் சகோதரர்கள். கஷ்யபன் அளித்த வரத்தால் திதியின் வயிற்றில் இந்திரனைத் தோற்கடிக்கக்கூடிய மகன் ஒருவன் வளரும்போது இந்திரனே திதியின் கர்ப்பத்தில் நுழைந்து அங்கே இருந்த கருவை ஏழு துண்டுகளாக வெட்டிப் போட்டான் என்ற கதை இருக்கிறது. தங்கள் சத்துருக்களைக் கொல்ல கருக் கொலைக்கும் அந்த ஆரிய மக்கள் தயங்கமாட்டார்கள் என்ற பிறகு அரக்கர்கள் தம் பகுதிகளைக் காப்பாற்றிக்கொள்ள ஆரியர்களின் வேள்வியைக் கெடுக்க முன்வருவது இயல்பானதுதானே!

எதிரிகள் என்றவுடன் சகோதரக்கள் கூட மனிதர்களே அல்ல என்பது எப்படி? அவர் உருவம், உணவு, பழக்க வழக்கம் எப்படி விகாரமாக முடியும்?

12
அரக்கர்கள் மற்றும் யட்சர்கள்;
இராவணன், கும்பகர்ணன் என்னும் சகோதரர்கள்

அரக்கர்கள் என்ற மக்கள் சமுதாயத்திற்கு வெவ்வேறு பெயர்களின் மூலத்தைப் பற்றித் தேடும்போது மேலும் பல செய்திகள் கிடைக்கத் தொடங்கின. அசுரர்கள் என்ற சொல்லின் பிறப்பு பற்றி முந்தைய கட்டுரைகளில் விவரிக்கப்பட்டிருக்கிறது. ரிக்வேதத்தில் அசுரன், அசுரீ, அசுரத்வம் என்ற சொற்கள் 88 முறை சொல்லப்பட்டிருக்கிறது என்று அறிஞர் பி.என்.பார்க்கவன் கணக்கிட்டிருக்கிறார். சிறப்பு என்னவென்றால் – இந்தச் சொற்கள் வருணன், அக்னி, இந்திரன் போன்ற தேவர்களை விவரிக்கும் சிறப்புச் சொற்களாகப் பயன்படுத்தப் பட்டிருக்கின்றன... அக்னியை விவரிக்க 12 முறையும், வருணனைப் பற்றி 10 முறையும், இந்திரனை விவரிக்க 9 முறையும், ருத்ரனை விவரிக்க 6 முறையும் பயன்படுத்தப்பட்டுள்ளது. ஒரு பக்கம் அசுரனைப்போல மகனைக் கொடு என்று வேண்டுவதையும் காணலாம். இப்படி ரிக்வேதத்தில் அசுரன் என்ற சொல் பலசாலி, சாமர்த்தியமானவன் என்ற பொருளில் பயன்படுத்தப்பட்டுள்ளது. வெகு காலத்திற்குப் பிறகே இப்போது பயன்படுத்தும் ஒரு மக்கள் சமுதாயம், துஷ்டன், கள்ளன் என்ற பொருளில் தூற்றுகிறார்கள். இந்தியாவுக்கு ஆரியர்கள் வருவதற்கு முன்பே ஈரானியர்களிடமிருந்து வேறுபடும் முன்பே அசுரன் என்ற சொல்லின் பயன்பாடு இருந்தது என்று விவரித்திருக்கிறேன். ஆனால் அந்தச் சொல்லின் பயன்பாடு அதற்கும் முன்பு, மேலும் பரந்த பகுதியில் பரவியிருந்ததைப்போலத் தெரிகிறது. இன்றைய ஈராக்கின் வடக்கே, சிரியாவின் கிழக்கே மற்றும் துருக்கியின் தெற்குப் பிரதேசங்களில் விரிந்த அசிரிய என்ற கி.மு.விற்கு முந்தைய காலத்துப் பேரரசு ஒன்று இருந்தது. அந்தப் பேரரசின் பெயர் மூலம் அதன் தலை நகரம் ஆஷூரா என்ற பெயருக்குக் காரணமான

ஆஷுரா என்ற தேவதையின் கோயில். இது ஈரானியர்களின் அவேஸ்தாவில் வணங்கப்பட்ட அஹுராவின் விரிவாக்கம் என்று தெளிவாகத் தெரிகிறது. அசிரியர்கள் ஒரு காலத்தில் விரிந்து பரந்த பேரரசுவின் பகுதிகளாக ஆனபோது அந்தப் பகுதி அசிரியா என்றே அழைக்கப்பட்டது. மொத்தத்தில் அசுரர்கள் என்பது நல்லவற்றிற்கு, பலசாலித்தனத்திற்கு மறுவார்த்தையாக இருந்தது, பிறகு விபரீதப் பொருளாகிக் கெட்டதிற்கும், எல்லாத் தீய தனத்திற்கும் குறியீடாகிவிட்டது. பௌத்த அறநூல்களிலும் கூட கோபம், மதம், பொறாமை போன்ற எதிர்மறையான குணங்களுக்கு ஆதாரம் என்றே அசுரர்களைப் பற்றிச் சொல்லப்பட்டிருக்கிறது.

அரக்கர்கள் என்று குறிப்பிடும் மற்றொரு சொல்; தானவன் என்பதின் மூலத்திற்குச் சென்றால் தனு என்ற தாயின் மக்கள் என்று பொருள். தனு என்றால் நீர், பாயும் நீர் என்று பொருள். இந்தச் சொல் ஆரியர்கள் இந்தியாவுக்குள் நுழையும் காலத்தை விட மிகப் பழமையானது. பாயும் நீர் என்ற பொருள் இன்றும் கூட மத்திய ஆசியாவின் டான்யூப், டான் என்ற நதிகளின் பெயரில் தெரிகிறது. அன்று நதிக் கரையிலேயே வசித்து வந்த வெவ்வேறு மக்கள் சமுதாயங்களுக்கு அந்த நதியின் பெயர் ஒட்டிக்கொள்வது வியப்பல்ல. தானவர்கள் இப்படி ஏதோ ஒரு நதி, கிளைநதியின் கரையில் வசித்து வந்த மக்கள் சமுதாயமாக இருக்கலாம். அந்த மூலத்தில் ஆரியரின் ஒரு பிரிவின் பெயராக இருக்கலாம். இந்தச் சொல்லும் பிறகு ஆரியரின் எதிரிகளின், தீய சக்திகளின் மறு பெயராகிவிட்டது.

இனி அரக்கன் என்ற சொல் வந்தது எப்படி? இந்தப் பெயரின் மூலம் காப்பு – காப்பது என்றதில் இருந்து வந்துள்ளது. இந்தப் பெயரும் நீருடன் சம்பந்தப்பட்டதுதான் என்பது சிறப்பு. விஷ்ணு புராணத்தில் சொல்வதுபோல – பிரம்மன் உருவாக்கிய பல உயிர்களுக்கு மிகவும் தாகமாக இருந்ததாம். அவர்கள் பிரம்மனிடம் முறையிட்டபோது, அவன், 'நீர் மிக முக்கியம் அதைக் காப்பாற்றிக்கொள்ளுங்கள்' என்று சொன்னானாம். அப்போது சில சமுதாயங்கள் காப்பாற்றிக் கொள்வோம் என்றும், மற்றும் சில சமுதாயங்கள் யட்சிப்போம் (பூசிப்போம்) என்றும் சொல்லின. இரட்சிப்போம் என்று சொன்னவர்கள் இராட்சசர்கள் ஆனார்கள். இயட்சிப்போம் என்று சொன்னவர்கள் இயட்சர்கள் என்று பெயர் சொல்லப்பட்டார்கள். இந்தக் கட்டுக்கதை எந்த ஒரு பழங்குடி சமுதாயமும் தங்கள் மூலத்தைப் பற்றி கற்பித்துக்கொண்ட தங்களுடைய படைப்பின்

புராணத்தைப் போலவே இருக்கிறது. நீரைக் காப்பாற்றிக் கொள்வோம் என்று உறுதி பூண்டவர்கள் எப்படித் தீமையின், கொடுமையின் குறியீடானார்கள்? இனி இயட்சர்களைப் பற்றி, அவர்கள் நீரைப் பூசிக்கும் பேச்சு உண்மை என்று பல கதைகளின் எடுத்துக்காட்டுகள் சொல்கின்றன. மகாபாரதத்தில் வரும் இயட்சக் கேள்வி நிகழ்ச்சி அப்படியானதொன்று. பாண்டவர்கள் அயர்ச்சி அடைந்து தண்ணீர் அருந்தப் போனபோது தன் கேள்விகளுக்குப் பதில் சொல்பவர்கள் மட்டுமே தண்ணீர் அருந்தத் தகுதியானவர்கள் என்று சொன்ன இயட்சனை அலட்சியப்படுத்தித் தண்ணீர் அருந்திய நான்கு பாண்டவத் தம்பிகள் இறநது போனார்கள். கடைசியாக வந்த தருமன் இயட்சனின் கேள்விகளுக்குப் பதில் சொன்ன பிறகு தண்ணீர் குடித்தது மட்டுமல்ல தன் தம்பிகளையும் பிழைக்க வைத்துக்கொண்டான் என்பது அந்தக் கதை. இயட்சர்கள் நீர்நிலைகளுக்கு அருகிலேயே வசித்து வந்தார்கள் என்ற கதைகள் இருக்கின்றன.

இப்படி எல்லாப் பெயர்களின் மூலமும் புராணங்களில், காவியங்களில் அரக்கர்களைப் பற்றிச் சொல்லும்போது இராமாயணத்தில் சொல்லப்பட்ட கதைகள் மறுக்கின்றன.

இராவணன் மற்றும் அவன் சகோதரன் குபேரனின் பிறப்பு மற்றும் அழகு

இராவணன் ஒரு பார்ப்பனன், ஒரு பெரும் மகா ரிஷியின் வம்சத்தான். குபேரனின் சகோதரன் என்பதை எல்லா ஹரிகதைகளிலும் கேட்கிறோம். இதன் மூலம் என்ன? புலத்தியர் என்ற ஒரு மகா ரிஷி கோத்திரத்தின் மூல ரிஷியும் ஆவார். புலத்தியரின் மகன் விஷ்ரவசு என்ற துறவி. அந்தத் துறவிக்கு நான்கு மனைவிகள். தேவ வர்ணிணி, புஷ்போத்கடா, வாகா மற்றும் கைகசி. கைகசி தண்ணீரைக் காப்பாற்றுவோம் என்ற குலத்தின் நான்காவது தலைமுறையான சுமாலியின் மகள். விஷ்ரவசு துறவிக்கும் தேவ வர்ணினிக்கும் குபேரன் பிறந்தான். கைகசிக்கு இராவணன் பிறக்கிறான். இப்படிப்பட்ட துறவியின் வம்சத்தில் பிறந்தவன் இராவணன். தண்ணீரைக் காப்பாற்றுவோம் என்று சொன்ன குலத்தின் சுமாலி என்பவளின் மகளான கைகசியின் மகன். இந்தக் கதையின் படி இயட்ச அரசனான குபேரனும், அரக்கர்கள் என்று சொல்லப்பட்ட மற்ற தாய்மார்களின் பிள்ளைகளும் அண்ணன் - தம்பிகள். வளர்ந்தது துறவிகளின் ஆசிரமத்தில். இப்படி இருக்க இராவணன் மற்றும் தம்பிகள் விகார வடிவம் கொண்டவர்களாக எப்படி இருப்பார்கள்?

இராமாயணத்தில் சொல்வதுபோல இராவணனுக்கு மழை மேகத்தைப் போன்ற வண்ணம், விசாலமான நெற்றி, சிகப்புக் கண்கள், வலுவான தோள், விரிந்த மார்பு, சிங்கத்தைப்போல கோரைப் பற்கள். இனி புராணப்படுத்தப்பட்ட பத்துத் தலை, இருபது கைகள் கதையோ சரிதான். விபீஷணனை விட்டால் மனிதனைப்போல அழகுள்ள எந்த அரக்கனும் கிடையவே கிடையாது.

சாதாரணமாக அரக்கர்களின் வர்ணனையும் கூட இப்படித்தான்: குரூபிகள், கறுப்பு வண்ணம், கோரைப் பற்கள், கோணலான மூக்கு, விரூபமாக கண்கள் உள்ளவர்கள், பெருத்த வயிறுள்ளவர்கள்.

இந்த வர்ணனையில் இராமாயணத்து அரசியல் தெளிவாகத் தெரிகிறது. அவர்கள் எல்லாம் அழிக்கத் தகுதியானவர்கள் என்று இராமாயணத்தைப் படிப்பவர்கள், கேட்பவர்கள் தாங்களாகவே முடிவுக்கு வரவேண்டும் என்று காட்சிப்படுத்தப்பட்டவை.

இயட்சர்களின் அரசன் என்று வர்ணிக்கப்பட்ட இராவணனின் பங்காளி குபேரனின் அழகைப் பார்ப்போம். மகா காவியம், புராணங்கள் மற்றும் கோயில்களின் சிற்பங்களில் அவனை சித்தரித்திருப்பது போல அவனும், யட்சர்களும் குள்ளர்கள் மற்றும் பெருத்த வயிறு கொண்டவர்கள். ஆனால் உடல் வண்ணம் மட்டும் வெள்ளை. இதுவும் ஆரிய மக்களின் அழகுக்குப் பொருந்துவதில்லை. அதர்வண வேதத்தில், சதபத பிரமாணம் குபேரனையும் கூட தீய, இருள் சக்தி, கள்ளர்களின், குற்றவாளிகளின் அரசன் என்று வர்ணிக்கிறது. அதே குபேரன் பிறகு இந்திரன் – அக்னி – வருணர்களைப்போல வேதங்கள் சொல்லும் தேவர்களின் திக்பாலகர்களில் ஒருவனாக வட திசையின் பொறுப்பை வகிக்கிறான். தேவர்களின் செல்வத்தின் ஆதிமூலக் கடவுளாகிறான். இதே வேளையில் கவனிக்க வேண்டிய மற்றொரு விஷயம் என்னவென்றால் – இயட்சர்கள் எல்லாம் கள்ளர்கள், மேலும் பெருத்த வயிறு கொண்டவர்கள் என்றே சொல்லப்பட்டிருக்கிறது. இயட்சர்கள் பூமிக்குள் புதைந்திருக்கும் நிதியின் இரட்சகர்கள் என்றும் கட்டுக்கதைகளில் வர்ணிக்கப்பட்டிருக்கிறார்கள். இதே கள்ளர்களின் தலைவனான குபேரன் தேவர்களின் செல்வத்திற்கு அதிபதியாக, திக்பாலகனாக சிறந்த இடத்தை அடையக் காரணம் என்ன? இதுவும் அதிக ஆய்விற்கு உள்ளாக வேண்டிய விஷயம்.

ஆனால் இராட்சசர்களும் இயட்சர்களும், இராவணன், குபேரன் பங்காளிகள் என்பது இந்த எல்லாக் கதைகளில் இருந்தும் தெளிவாகிறது. இரண்டு சமுதாயங்களின் வடிவமும் ஆரியர்களின் வடிவத்திலிருந்து வேறுபட்டது. ஒரு சமுதாயத்தில் அழகு இருப்பதைப்போல சொல்லப்படுகிறது. மற்றொரு சமுதாயத்தில் கோரைப் பற்கள், கூரிய நகங்கள், கொண்டவர்கள். இயட்சர்கள் தேவர்களின் கூட்டாளி ஆகிறார்கள். இராட்சசர்கள் தேவர்களின் பகைவர்களாகிறார்கள். இராவணன் – விபீஷணன், வாலி – சுக்ரீவர்களின் விஷயத்தில் எந்த அரசியல் நடந்திருக்கிறதோ அதே அரசியல்தான் இந்தச் சித்தரிப்பிலும் வேலை செய்திருக்கிறது என்பது தெளிவாகிறது.

அயோத்தி நகரிலிருந்து மூன்று நாட்கள் பயணத்திற்குப் பிறகு அயோத்தி அரசின் எல்லை முடிவடைகிறது. பிறகு ஆரணியப் பகுதிகள். அந்தப் பகுதிகளில் வசித்து வந்தவர்கள் அரக்கர்கள் என்று உருவகிக்கப்பட்ட மக்கள் சமுதாயங்கள். இந்தப் பகுதிகளில் நகரங்கள் கிடையாது. ஆனால் இராவணனின் தம்பிகளான கரன், தூஷணர்களுக்கு தண்டகாரண்யம் என்ற ஆரணியத்தின் தலைமை கொடுக்கப்பட்டிருந்தது. மீதம் இராவணனின் நேரடி பொறுப்பில் இருந்தது என்று இராமாயணக் காட்சிகளால் தெரிய வருகிறது. இதற்கு இடையிலான சில பகுதிகள் அரக்கர்கள் மற்றும் வானரர்கள் என்று அழைக்கப்பட்ட சமுதாயங்களுக்கு இடையே அவ்வப்போது நடந்த கலகங்களுக்குப் பிறகு அவர்களும் இவர்களும் வசிக்கும் பகுதிகளைப் பற்றிய ஒரு வரையறையுடன் ஏற்பட்டது என்பதைப்போல தோன்றும். இராவணனும் அவன் ஒரு சமுதாயத்தைச் சேர்ந்த வேறு யாரும் அயோத்தியை சேர்ந்த எந்தப் பகுதியின் மீதும் போர் தொடுக்கவும் இல்லை, ஆக்கிரமிக்கவும் இல்லை. ஆனால் அரக்கர்கள் என்ற சமுதாயம் வசித்துக்கொண்டிருந்த பகுதிகளுக்குள் ஆரிய மக்கள் சமுதாயம் – முதலில் துறவிகள் – முனிவர்கள், பிறகு அவர்களைக் காக்க அரசர்கள் நுழைந்தார்கள் என்பதுவும் தெரிய வருகிறது. யார் யாரை ஆக்கிரமித்தார்கள்? யார் யாருக்குக் கெடுதல் செய்தார்கள்? இந்தக் கேள்விகளுக்கு சிந்தனைத் திறன் இருக்கும் ஒவ்வொருவரும் பொறுமையாகவும் மேலும் இதுவரை திணிக்கப்பட்ட வழக்கம், புராண காட்சிகளை ஒதுக்கி வைத்தும் யோசிக்க வேண்டி இருக்கிறது. மேலும் நல்ல காரணத்துடன் சுதந்திரமான முடிவிற்கும் வரவேண்டி உள்ளது.

13
இராமாயணத்தில் கூறப்பட்ட மக்கள் சமுதாயங்கள்

இராமாயணத்துக்கும் முந்தைய சமுதாயம்

இராமாயணத்தில் குறிப்பிடப்பட்ட எல்லாச் சமுதாயங்களைப் பற்றியும் தெரிந்து கொண்ட பின் ஒரு முழுமையான காட்சியை உணர்ந்து கொள்ளமுடியும். இந்த வரலாற்றாளர்கள், மொழி வல்லுநர்கள், மானுடவியல் அறிஞர்கள், சமீபத்தில் டி.என்.ஏ. வல்லுநர்கள் ஆய்வு மேற்கொண்டபடி ஆரியர்கள் இந்த நாட்டுக்குள் நுழையும் பல ஆயிரம் ஆண்டுகளுக்கு முன்பிருந்தே இங்கே வெட்டா அல்லது அஸ்ட்ரலாய்ட், திராவிட, மங்கோலியா போன்ற மூன்று - நான்கு இனங்களைச் சேர்ந்த ஆயிரமாயிரம் பழங்குடிகள் பல பகுதிகளில் வசித்து வந்தார்கள். அந்த மக்கள் சமுதாயமும் கூட இந்தியாவிற்குள் வெவ்வேறு காலகட்டத்தில் வெளியே இருந்து வந்தவர்கள்தான். அவர்கள் தங்களுக்கே ஆன வாழ்க்கை முறை, மொழி, பண்பாடு, வழிபாட்டு முறைகளை உருவாக்கிக் கொண்டிருந்தார்கள். பயிர்களை வளர்த்தார்கள். தங்களுடைய குலத்தின் "அம்மா"க்களை வழிபட்டார்கள். பழங்குடிக் கலை, நாட்டுப்புற ஆடல்கள் இருந்தன. வனத்துடன் இணைந்து வாழ்ந்தார்கள். அவர்கள்தான் முதலில் நெல்லை விவசாயத்திற்குப் பயன்படுத்தியவர்கள். முதல் வேதமான ரிக்வேதத்தில் அந்தச் சமுதாயம் பேசிய மொழிகளின் பல சொற்கள் பயனில் உள்ளன.

ஆனால், வேதங்களில், பிறகு வந்த பிராமணங்கள், உபநிஷத்துகளில் அந்த மக்கள் சமுதாயத்தின் விளக்கங்கள் எதுவும் கிடைப்பதில்லை. மாறாக, அவர்களிடம் சிந்து கங்கை நதிக்களுக்கு இடையேயும் மற்றும் கங்கை சமவெளிப்

பகுதிகளிலும் தொடர்பிற்கு வந்த சில சமுதாயங்களை எதிரிகள் என்றே நினைத்து அவர்களை தஸ்யுகள் என்று அழைத்துள்ளனர். அவர்களுடன் போர் புரிந்து அவர்களை அழித்தார்கள். தங்களுக்குக் கீழ்ப்படிந்தவர்களை அடிமைகள் என்று நினைத்தார்கள். இச்செயலை ஆரியர்கள் பயன்படுத்திய குதிரைகளும், தேர்களும், அவர்களின் கையை ஓங்கச் செய்தது. பிறகு இரும்பைப் பயன்படுத்திப் பயனடைந்தது, விவசாயத்திற்கு மட்டுமல்லாமல் போருக்கும் உதவியது. ஆரியர்கள் பகுதி பகுதிகளாக விரிவாக்கம் செய்ததாலும், மற்ற மக்களைத் தோற்கடித்ததாலும் மேலும் மேலும் அவர்களிடம் அரசுகள் வளர்ந்தன. பழங்குடிகளின் அடிப்படைத் தலைவர்களின் இடத்தில் அரசர்களும் மற்றும் அரசாங்கங்களும், மண்டல அடிப்படையான ராஜ்ஜியங்களும் தோன்றின. அவற்றுடன் முதல் மூன்று வர்ணங்களான - பிராமண, சத்திரிய, வைசியர் போன்ற ஆரிய வர்ணச் சமுதாயம் தோன்றின. பிறகு ரிக்வேதத்தின் கடைசிக் கட்டத்தில் ஆரியர்கள் அல்லாத மக்களை தஸ்யுக்கள், சத்துருக்கள் என்று நினைப்பது குறைந்துகொண்டே போனது. அந்த ஆரியரல்லாத மக்களை சூத்திரர் என்றும் அது அவர்கள் வர்ணமென்றும் சொல்லப்பட்டது. இப்படி மூன்று ஆரிய வர்ணமும், ஒரு சூத்திர வர்ணமும் சேர்ந்து நான்கு வர்ணச் சமுதாயம் தோன்றியது. அதே நேரத்தில் பெண்கள் வீட்டில் தங்கள் உழைப்பை முழுமையாகப் பயன்படுத்த குடும்பத்தைப் பராமரிக்கும், பிள்ளைகளைப் பெறும் கருவியாகவும் நினைக்கப்பட்டனர். இப்படி சூத்திரர்களுடன் பெண்களும் கூட அடிமை நிலைக்குத் தள்ளப்பட்டனர். இது இராமாயணத்திற்கு முன்பு ஆரியர்களிடம் நடந்த வளர்ச்சி.

ஆரியர்களின் ஒரு அரச குடும்பக் கதையான இராமாயணத்தில் அவர்களுடைய ஆக்கிரமிப்பிற்கு ஆளானவர்களாக அரக்கர்கள், வானரர்கள் பற்றிச் சொல்லப்பட்டிருக்கிறது. இந்த மூன்று மக்கள் சமுதாயத்தின் கதைகளை விட்டால் இராமாயணத்தில் சொல்லப்பட்ட மக்கள் சமுதாயம் சண்டாளர்கள், நிஷாதர்கள், கிராதகர்கள். ஆகியவர்களுடன் இன்னும் பல மக்கள் சமுதாயங்கள் குறிப்பிடப்பட்டிருக்கின்றன. அந்த எண்ணிக்கை அதிகமாக இருந்து ஆரியர்களுக்கு அந்த அனைத்து மக்கள் சமுதாயத்தின் அறிமுகமும், தொடர்பும் இருந்தது என்று தெரிய வருகிறது.

சண்டாளர்கள், மூன்று முக்கிய சமுதாயங்களுக்குப் பிறகு அதிகம் குறிப்பிடப்பட்ட சமுதாயம். இவர்கள் கறுப்பு அல்லது மாநிற வண்ணத்து மக்கள் என்றும், தாமிர வண்ணக் கண்களை

உடையவர்கள் என்றும் விவரிக்கப்பட்டிருக்கிறது. அவர்கள் இரும்பு ஆபரணங்களை அணிபவர்கள். கரடித் தோலைப் போர்த்திக் கொண்டவர்கள். பெயரே குறிப்பது போல இவர்கள் கீழான அநாகரிக மக்கள். இவர்களை ஆரியர்கள் அருகே சேர்ப்பதில்லை. மிகச் சிரமமான நேரத்திலும் அவர்கள் கொடுக்கும் உணவை உண்பது தடை செய்யப்பட்டது. அவர்கள் அளிக்கும் உணவைத் தின்றால் பிராமணர்கள் சுவர்க்கம் போகமுடியுமா என்பதைப்போல சொல்லப் பட்டிருக்கிறது.

நிஷாதர்கள் மற்றொரு மக்கள் சமுதாயம். அவர்கள் குறிப்பிடப்படுவது இராமாயணத்திற்குத் தேவையானதும், இராமன் – சீதை- இலட்சுமணர்கள் சரயூ நதியைக் கடந்து தண்டகாரண்யம் நுழையும் போது குகன் என்ற நிஷாதரத் தலைவனின் ஆசிரமத்தில் ஒருநாள் தங்கி பிறகு அவனுடைய தோணியில் நதியைக் கடக்கிறார்கள் என்பதால். நிஷாதரர்கள் வேட்டை மற்றும் மீன் பிடிக்கும் தொழிலில் ஈடுபட்டவர்கள். நதிக் கரையில் வசித்து வந்தார்கள் என்பது மட்டுமே அவர்களைப் பற்றித் தெரிய வருவது. இனி புக்கசர் என்ற அஷ்டாவக்ர, குரூபிகள் மற்றும் நர மாமிசம் உண்பவர்கள் என்று குறிப்பிடப்பட்ட ஒரு சமுதாயத்தைப் பற்றியும் விருஷளர் என்ற மற்றொரு சமுதாயத்தின் பெயரும் குறிப்பிடப்பட்டிருக்கிறது.

ஆனால் மேலும் பல மக்கள் சமுதாயங்களின் பெயர்கள் சில சந்தர்ப்பங்களில் குறிப்பிடப்பட்டிருக்கிறது. வசிஷ்டரிடம் இருந்த காமதேனுவின் மகளான ஷபலா என்ற பசுவை விசுவாமித்திரர் வசப்படுத்திக்கொள்ள முயன்றபோது அந்தப் பசு கதறியது. அப்போது அதன் பாதுகாப்பிற்கு அதன் உடலிலிருந்து பல படைகள் வெளிவந்தன என்று அதன் பெருமையைச் சொல்ல பல மக்கள் சமுதாயங்களின் பெயர்கள் குறிப்பிடப்பட்டிருக்கின்றன. தசரதனின் புத்திரகாமேஷ்டி யாகத்திற்கு அழைப்பாளர்களாக வந்து கப்பம் காணிக்கைகளை அளித்தார்கள் என்றும் கூட பல பெயர்களைக் குறிபிட்டுள்ளார்கள். ஷபலையின் உடம்பிலிருந்து பிறந்த ஆயிரக்கணக்கான வீரர்களில் காம்போஜர்கள், பஹ்லவர்கள், ஷகர்கள், துஷாரர்கள், கிராதகர்கள், யவனர்கள், மிலேச்சர்கள் போன்றவர்களும் சேர்வார்கள். வெவ்வேறு தருணங்களில் ஆபீரர்கள், ஹைஹரர்கள், பர்வதீயர்கள், ஷைலந்த வாசிகள் போன்றவர்களையும் குறிக்கிறது.

ஷகர்கள் என்று அழைப்பது சிதியன்னர்களை, யவனர்கள் என்றால் கிரேக்கர்கள், பஹ்லவர்கள் என்றால் பர்சோ பார்த்தியன்னர்கள்

என்ற வெளிநாட்டு இனங்கள். காம்போஜர்கள் என்பது பாரதப் புராணங்களில் திரும்பத் திரும்பக் கேட்கும் பெயர். இன்றைய ஆப்கானிஸ்தான் சுற்றிய பாரதத்து வடமேற்குப் பகுதிகளில் வசித்து வந்தவர்கள். ஹைஹரர்கள் விந்திய மலைக்கருகில் வசிப்பவர்கள். கிராதகர்கள், ஆபீரர்கள் கூடக் காடுகளில், மலை அடிவாரங்களில் வசிப்பவர்கள். இனி தேவர்களின் கூட்டாளிகளான கந்தர்வ, கின்னர, கிம்புருஷ, யக்ஷ, அப்சரைகள் போன்றவர்களின் பெயர்களும் குறிப்பிடப்பட்டிருக்கிறது.

மொத்தத்தில் வெறும் சிந்து, கங்கை நதியின் மேற்குச் சமவெளிக்கு மட்டுமே வரையறுக்கப்பட்ட வேதங்கள், பிரமாணங்கள், உபநிஷத்துகளை ஒப்பிட்டுப் பார்த்தால், இராமாயணக் காலத்தில் பல இனங்களுடன் தொடர்பு இருந்ததென்றும், விரிவான வெவ்வேறு நிலப் பகுதிகளின் அறிமுகம் இருந்தது என்றும் தெரிய வருகிறது.

சூரிய வம்ச கொண்டர்கள், இராவண வம்ச கொண்டர்கள்

ஆரிய மக்கள் வசித்துக்கொண்டிருந்த பகுதிகளில், அவர் கிராமங்களில் அவர்களுக்கு கீழ் இருந்த விவசாயம், கால்நடை பராமரிப்பு, மற்ற கைவினைத் தொழில்களில் உழைத்துப் பல வகையில் அவர்களின் சேவையைச் செய்துகொண்டு அவர்களுடைய சுக வாழ்விற்கு உதவியாக இருந்த ஆரியரல்லாத மக்களை சூத்திரர்களாக வர்ண அமைப்பின் பகுதியாக்கினார்கள். ஆனால், அகன்ற பாரதத்தில் தங்கள் சாம்ராஜ்ஜியத்தை விரிவாக்கம் செய்தபோது தொடர்பிற்கு வந்த மக்கள் சமுதாயங்களை சூத்திரர்களாக ஏற்றுக்கொள்ளவும் இராமாயணத்து ஆரிய மக்களின் மனம் தயாராக இருக்கவில்லை. அதன் பலன்தான் அந்த வானர, அரக்க, சண்டாளர் என்ற சித்தரிப்பு. அந்த மக்கள் சமுதாயங்கள் வசித்துக்கொண்டிருந்த நிலப் பகுதி, அதன் இயற்கை வளம் தங்கள் கீழ் இருக்க வேண்டும். மக்கள் சேவகர்களைப்போல, கூலிகளைப்போல மட்டுமே இருக்க வேண்டும்.

இப்படிக் குரூபிகளாக, கோரைப் பற்கள், சிகப்புக் கண் உள்ள கொடூரமானவர்களாக சித்திரிக்கப்பட்டவர்கள் யார்? ஆரியர்கள் இந்த நாட்டிற்கு வருவதற்கு முன்பே இங்கே வசித்தவர்களைத் தவிர மற்ற யார்? சமூகவியல், வரலாற்றாளர்கள் அந்த இனங்களையும் அவர்கள் வசித்து வந்த பகுதிகள் மற்றும் தவறான எண்ணத்து வர்ணனைகளையும்

தவிர அவர்களுடைய வாழ்க்கை முறைகளின் விவரங்களின் அடிப்படையில் அடையாளப்படுத்த முயன்றிருக்கிறார்கள். அவர்கள் விந்திய மலைப் பகுதிகளின் வெவ்வேறு பகுதிகளில் வசித்துவந்த பழங்குடி மக்கள் என்பதே அநேக ஆய்வாளர்களின் எண்ணம். சிலர் அதை விரிவுபடுத்தி கர்னாடகத்தின் கிஷ்கிந்தை என்று அழைக்கப்பட்ட மலைப் பகுதிகளில் வசித்துவந்த பழங்குடிகளாகவும் இருக்கலாம் என்று எண்ணுகிறார்கள்.

மத்தியப் பிரதேசம், சத்தீஸ்கர், ஜார்கண்ட் போன்ற பகுதிகளில் வசிக்கும் கொண்டர் வாழ்க்கை முறைக்கும் இராமாயணத்தில் வர்ணித்திருப்பது போல அரக்கர்கள், வானரர்களின் வாழ்க்கை முறைக்கும் இருக்கும் ஒற்றுமைகளை அடையாளப் படுத்தியிருக்கிறார்கள். சிறப்பு என்னவென்றால் கொண்டர் சமுதாயத்தில் தாங்கள் சத்திரியர்கள் என்று சொல்லிக் கொள்ளும் இரண்டு பழங்குடிகள் இருக்கின்றன: சூர்ய வம்சி ராஜ் கொண்டர்கள் மற்றும் சூர்ய வம்சி தேவ கொண்டர்கள். இவர்கள் தங்கள் இடையே திருமண உறவை வளர்க்கிறார்கள். ஆனால் கொண்டர் சமுதாயத்திற்குச் சேர்ந்த மற்றொரு பழங்குடி இருக்கிறது. அந்தப் பழங்குடிக்கு இராவண வம்சி என்று பெயர். சூரிய வம்சிக் கொண்டர்கள் இராவண வம்சிக் கொண்டர்களுடன் திருமண உறவை ஏற்படுத்திக் கொள்வதில்லை. இது ஒரு சிறப்பான செய்தியாக இருக்கிறது. மற்றும் கொண்டர்கள் இராமாயணம் படைக்கப்பட்ட கடைசி காலகட்டத்தில் தங்களுடையதான கர்ஹ மண்டலம், சந்த மண்டலம் என்ற ராஜ்ஜியத்தை உருவாக்கி இருந்தார்கள் என்ற விவரங்களும் கிடைக்கின்றன.

இவ்வாறு ஆரியர்கள் அல்லாத மக்களின் மீது ஆரிய அரசர்களின் அதிகாரம் அவர்களின் இயற்கையான உரிமை என்று நிறுவுவது இராமாயணக் காவியப் படைப்பின் முக்கிய நோக்கமாக இருக்கிறது. அதே தருணத்தில் முன்பு விவரித்தது போல ஆரிய மக்களுக்கு இடையே சமுதாய உருவாக்கத்தையும், குடும்ப வாழ்க்கை முறைகளையும் சாம்ராஜ்ஜியங்களின் தேவைக்குத் தகுந்தபடி உருவாக்கும் நோக்கமும் இராமாயணக் காவியத்திற்கு உண்டு.

இப்படிப்பட்ட கரு, நோக்கங்களை உடைய காவியத்தை வேட்டைக்காரச் சமுதாயத்தின் வால்மீகி எழுதி இருக்க சாத்தியமில்லை.

14
ஐந்து வகை முதலாளித்துவ அமைப்பு – இராமாயணத்தின் முதன்மைக் குறிக்கோள்

இராமாயணத்தின் மையக் கேள்வி முதலாளித்துவம் அல்லது உரிமையாளர். அதன் மற்றொரு பக்கமான கீழ்ப்படிதல். கீழ்ப்படிபவர்கள் இல்லாமல் உரிமையாளர்களுக்கு அர்த்தமே கிடையாது இல்லையா? அதனால் யார் யார் முதலாளி, யார் யாருக்கு அடிமை – இந்தக் கேள்விக்கு சாதாரண மக்களிடம் சந்தேகமே எழாதபடி, ஆங்கிலத்தில் சொல்வதுபோல "ஒன்ஸ் அண்ட் ஃபர் ஆல்" செட்டில் ஆவதுபோல, தங்களுக்குத் தாங்களே தங்கள் கீழ்ப்படிதலையும், மற்றவரின் சிறப்பை ஏற்றுக்கொள்ளும்படியும் செய்வதே இராமாயணம் என்ற காவியத்தின் நோக்கம். இது இராமாயணத்தைப் படிப்பதில் இருந்தே தெளிவாகிறது.

இதைப் போன்ற காவியத்தை மக்கள் மன அமைப்பையே தங்களுக்குத் தேவையானதுபோல வடிவமைத்துக் கொள்ள ஆளும் சக்திகள் பயன்படுத்திக் கொண்டிருக்கும் முறையைப் பார்த்தால் வியப்பாக இருக்கிறது. காவியத்தின் பயன் என்ன, இலக்கியத்தின் நோக்கம் என்ன என்பதைப் பற்றியும் சிறப்பான கேள்விகளை எழுப்பும்படி செய்கிறது. "பென் ஈஸ் மைட்டியர் தென் ஸ்வோர்ட்" – "கத்தியை விடப் பேனாவே சிறப்பானது" என்ற வாக்கியத்திற்கு இருக்கும் பரவலான சிறப்புத் தன்மையைப் பார்த்து அதிர்ந்துபோகச் செய்கிறது. கத்தியின் வலு ஒரு போரின் வெற்றியை மட்டுமே கொடுக்க வல்லது. மற்றொரு தோல்வியுடன் அதன் விளைவை எல்லாம் நட்டமாக்கி விடலாம். மேலும் அதன் வெற்றி தோல்வியின் விளைவு அதில் பங்குபெறும் மக்கள் சமுதாயத்திற்கு மட்டுமே உரித்தானது. அந்தப் பகுதிக்கு மட்டுமே அதன் பரவல். ஆனால், இலக்கியம்

அல்லது எழுத்து – இராமாயணத்தைப் போன்ற எழுத்து தலைமுறை தலைமுறையாக இரண்டாயிரம் ஆண்டுகளுக்கும் அதிக காலம் நாடு முழுவதும், மட்டுமல்லாமல் இலங்கை, இந்தோனேசியா, தாய்லாந்து, காம்போடியா, லாவோஸ் இன்னும் பல நாடுகளின் மக்களைக்கூடத் தன் விளைவுகளின் தோள்களில் இழுத்துக்கொள்கிறது என்றால் எழுத்தின் விளைவுகளைப் பற்றி முழுச் சமுதாயமே திரும்பிப் பார்த்து மறு மதிப்பீடு செய்யவேண்டும். இலக்கியம், கலைகளைப் பற்றிப் பரம்பரை பரம்பரையாக இருக்கும் சுவைக்கொள்கை, மகிழ்ச்சியே குறிக்கோள் என்ற வாக்கியங்களும் கூட இராமாயணத்தின் உண்மையான நோக்கத்தை கேட்பவர்களிடமிருந்தும், வாசிப்பவர்களிடமிருந்து மறைக்கும் நோக்கம் கொண்டதா என்ற சந்தேகம் எழுகிறது. இன்றுபோல பத்திரிகை, ஊடகங்கள் இல்லாத காலத்தில் ஆளுபவர்களின் கட்டளைகளை மக்கள் கடைபிடிக்கும்படி செய்ய அவர்களின் ஒப்புதலை உண்டாக்க (manufacturing consent) இலக்கியங்களும், நாடகங்களும் பயன்படுத்திக் கொள்ளப்பட்டனவா?

உபநிஷத்துகளுக்கும், புத்தனின் உபதேசங்களுக்கும் அதுபோல இன்னும் பல தார்மீக எழுத்துகளுக்கும் சமுதாயத்தை வடிவமைப்பதே முக்கியமான, மேலும் சொல்லப்பட்ட நோக்கம். அந்த எழுத்துகளைப் படிக்கும்போதும், கேட்கும்போதும் அந்த சொல்லப்பட்ட நோக்கத்தை ஏற்றுக்கொண்ட மனிதன் மட்டுமே அதற்கு மனம் கொடுப்பான். ஆனால் காவியம், இலக்கியங்களைப் படிக்கும் நோக்கமே வேறு. சுவையின்பம், மகிழ்ச்சி என்பதும், பொழுதுபோக்கு என்பதும் சொல்லப்பட்ட நோக்கம். ஆனால், இவற்றின் மறைவில் அடங்கி இருக்கும் சொல்லப்படாத நோக்கம் அதிகத் தாக்கத்தை ஏற்படுத்துகிறதா? உபநிஷத்தின் சிந்தனைகளை மக்கள் மதிக்காத நிலையில் மக்கள் மனதை அதே சிந்தனைகளிடம் ஈர்க்கக் காவியங்கள் படைக்கப்பட்டனவா? மகாபாரதம் அதற்குள் அடக்கிவைத்திருக்கும் பகவத்கீதை அளித்த காவியத் தருணம் இந்தக் கேள்வியை மேலும் கண்ணில் விழும்படி செய்கிறது.

இராமாயணத்தை நிறுவிய நோக்கம் முதலாளித்துவம் அல்லது உரிமையின் கேள்வி. பல அடுக்குகளைக் கொண்ட சிக்கலான கேள்வி. முக்கியமான ஐந்து அடுக்குக்களை இந்த இயலில் விவரிப்பதன் வழியாக அடையாளப்படுத்தப் பட்டிருக்கிறது.

ஒன்று, முழு நாடும் யாருக்கு உரிமை என்பதைப் பற்றியது. இரண்டாவது, மக்கள் சமுதாயத்தின் மீது வர்ண அமைப்பின் முதலாளித்துவம். மூன்றாவது, அரசின் மீது அரசனின் உரிமை. நான்காவது, ஒரு கூட்டுக் குடும்பத்தில் தலைவன் யார் என்பது. ஐந்தாவது, பெண்ணின் மீது ஆணின் உரிமை.

முதலாவது - நாட்டின் மீது ஆரியர்களின் முதலாளித்துவம்

ஆரியர்கள் அல்லாத, வேள்வி யாகங்களைச் செய்யாத மக்கள் தங்களுக்குத் தாங்களே தங்கள் கீழ்மையையும், ஆரியர்களின் மேன்மையையும் ஏற்றுக் கொள்ளவேண்டும். அவர்களுக்குக் கீழ்ப்படிந்து இருக்க வேண்டும். மொத்தத்தில் முழு பாரத பூமி, செல்வம் ஆரியர்களுக்கு மட்டுமே சொந்தமானது என்பதையும், இந்த ஆக்கிரமிப்பை அறமாக்குவதும், அதை எதிர்ப்பவர்களை அழிப்பதும் இராமாயணக் காவியத்தின் முதல் நோக்கம். அவர்களுடைய ரிஷி, முனிவர்கள் இதை எந்தத் தடங்கலும் இல்லாமல் அனுபவிக்க வேண்டும். அவர்கள் எந்தச் சமுதாயத்தைச் சேர்ந்த, யாருடைய இராஜ்ஜியத்திற்குள்ளும் நுழையலாம். ஜப - தபங்களைச் செய்யலாம். அது அவர்களின் பிறப்புரிமை. அந்த உரிமைக்கு முன்னால் மற்ற எல்லா மக்கள் சமுதாயத்தின் ஆயிரக்கணக்கான ஆண்டு வாழ்க்கைக்கும் எந்தவிதமான மதிப்பும் கிடையாது. அந்த ரிஷி, முனிவர்களின் உரிமையை நிலைநாட்டுவது அரசனின் கடமை. அந்த உரிமையை நிலைநாட்ட அந்தப் பகுதி மக்களைக் கொல்வது, அந்தப் பகுதியை வசப்படுத்திக்கொள்வது இறையாண்மை. அந்த அறம் படைக்கப்பட்டது ரிஷிகளுக்காகவா அல்லது அரசர்களுக்காக மட்டுமா அல்லது இருவரும் பயனடைகிறார்களா? இப்படி ஆரியர்களின் உயந்த மேல் வர்ணங்கள் - பிராமண மற்றும் சத்திரிய வர்ணங்களின் நன்மையில் ஒற்றுமையைக் காண்கிறோம். ஒருவருக்கொருவர் உதவி செய்துகொள்வதின் வழியாக சமுதாயத்தின் மீது தங்கள் பிடியை வலுப்படுத்திக்கொள்ளும் கருவிகளை அறத்தின் பெயரில் உருவாக்கிக் கொண்டிருப்பதைக் காண்கிறோம்.

இரண்டாவது - மக்கள் சமுதாயத்தின் மீது முதலாளித்துவம்

இது இராமாயணக் காலத்திற்கு மிகவும் முன்பிருந்தே முடிவானது. வேதங்கள், பிராமணங்கள் காலத்திலேயே வர்ண அமைப்பு தோன்றியது. இராமாயணக் காவியத்திற்கு அதை அழுத்தமாகச் சொல்வதுதான் வேலை. மேலே சொன்னது

போல இராமாயணக் காலத்தில் பார்ப்பனீய – சத்திரிய கூட்டு முதலாளித்துவம் ஏற்பட்டிருக்கிறது. ஆரியர்களே ஆன வைசியர்களும் இவர்களுக்குக் கீழ்படிந்தவர்கள். இனி ஆரியரல்லாத ஆனால் ஆரியர்கள் வசிக்கத் தொடங்கிய பகுதிகளில் ஆரியர்கள் அல்லாத சூத்திர மக்கள் எல்லாம் ஆரிய மக்களின் சேவகர்கள். அவர்களுக்குக் கல்வி, தவம் செய்யும் உரிமை கிடையாது. சொர்க்கத்திற்குச் செல்லும் கனவைக் கூட காணமுடியாது. இதை இராமாயணம் வலியுறுத்துகிறது. சத்திரியர்கள் அரச அதிகார போதையில் பிராமணர்களின் பிடியை மீறும் நிலைக்குப் போகக்கூடாது என்பது மட்டுமே இந்தக் காவியத்தின் முக்கிய அக்கறை. அதற்காகப் பின்னப்பட்ட பல கதைகள் இராமாயணத்திற்குள் பிற்காலத்தில் திணிக்கப்பட்டிருக்கின்றன. அதை ஆதாரமாகக் கொண்டே புராணம், ஹரிகதைகள் நடந்தன.

மூன்றாவது – அரசனின் முழு அதிகாரம்

நாட்டின் செல்வத்தைப் பங்கீடு செய்யும் விஷயத்தில் அரசனுக்குத்தான் முழு அதிகாரம். அவனுடைய மந்திரிகள் போன்றவர்கள் பரிந்துரை செய்யலாம். அரசனின் செல்வ வாழ்க்கைக்கும், போகத்திற்கும் அரசின் செல்வத்தையே சூறையாட இராமாயணமாகட்டும், வேறு எந்த சாத்திர – நூல்களாகட்டும் கட்டுப்பாடு விதிக்கவில்லை என்பது அந்த இராம ராஜ்ஜியத்தின் திட்பமற்ற நிலையை எடுத்துக்காட்டுகிறது. இராமாயணத்தில் அரசனின் கடமைகள் என்ற போதனைகள் என்னவோ இருக்கின்றன. ஆனால் அது அரசன் எவ்வளவு வரி விதிக்கலாம், அதிலிருந்து சேர்த்த செல்வத்தை எப்படிச் செலவு செய்யலாம், தனக்கும், தன் குடும்பத்திற்கும் எவ்வளவு செலவு செய்யலாம் என்ற விதிமுறைகள் – கட்டுப்பட வேண்டியவை என்பதைப்போல சொல்லப்பட்டிருக்கிறதா? அப்படிச் சொல்லப்பட்டிருந்தால் தசரதனின் அரண்மனை, அவன் பிள்ளைகள், மனைவிமார்களின் அரண்மனை, தாச, தாசியர்கள், நகைகள் போன்றவைகளுக்கு எப்படி வாய்ப்பிருக்கும்? இப்படி ஒரு கட்டுப்பாட்டை சாத்திரங்கள் விதித்திருந்தால் எல்லாவற்றுக்கும் மேலாக வேள்வி, யாகங்கள் செய்யும் ரிஷி, முனிவர்களுக்கும், மற்ற பார்ப்பனர்களுக்கும் ஏராளமான செல்வத்தை எடுத்துக் கொடுக்கத் தடை இருந்திருக்காதா? அறத்தின் பெயரில் இந்த விதிமுறைகளை உருவாக்கியவர்கள் தங்கள் கால்களுக்குத்

தாங்களே சங்கிலி பூட்டிக் கொள்வார்களா? அரசர்கள் அவர்கள்தம் கால்களுக்கு சங்கிலியைப் பூட்டிக்கொள்ளும் விதிமுறைகளை உருவாக்குபவரை ஆதரிப்பார்களா?

நான்காவது – கூட்டுக் குடும்பங்களின் மீதான முதலாளித்துவம்

நாட்டின் முழு நிலம் மற்ற எல்லாச் செல்வங்களின் மீதும் தங்கள் அதிகாரத்தையும் ஆரிய பொதுமக்களின் மீதும், சூத்திரர்கள் மீதும் தங்கள் ஆதிக்கத்தை, ஏற்படுத்திக் கொண்டதுடன் குடும்பத்தின் மீதான ஆதிக்கத்தையும் ஏற்படுத்திக்கொள்வதும் மிகவும் தேவையானதாகிறது. ஒரு நாட்டின் மக்கள் அனைவரும் அரசனுக்குக் கீழ்ப்படிந்தவர்கள். அதே போல ஒரு வீட்டில் ஒரு தலைவன். அவனுக்கு வீட்டில் எல்லா உறுப்பினர்களும் கீழ்ப்படிதல் வேண்டும். அவன் வார்த்தைக்கு எதிர்ப் பேச்சுப் பேசக்கூடாது. தலைவனின் அதிகாரத்தை அரசனுடையதைப்போலவே கேள்விக்கு உட்படுத்தாமல் எல்லா உறுப்பினர்களும் பணிந்துபோவது அறத்திற்குட்பட்ட கட்டளையாக வேண்டும். அதை மிகவும் பயனுள்ளதாக நடைமுறைப்படுத்துவது இராமாயணத்து முக்கியமான நோக்கங்களில் ஒன்று. அதற்காகவே முன்பு விவரித்ததுபோல தந்தை சொல் தட்டாமை, மூத்தவனுக்கு முக்கியத்துவம்/ இளையவர்கள் அடிமைகளாகவும் விதிகளை மறுக்கமுடியாதவர்களாகவும் இருப்பது போன்றவை இராமாயணத்தில் சொல்லப்பட்டிருக்கின்றன. இது குடும்பச் சொத்தின் மீது தலைவனின் உரிமை சந்தேகத்திற்கு இடமில்லாமல், தகராறுக்கு இடம் கொடுக்காமல் அமைப்பதற்கு வழிவகுக்கிறது. அந்தச் சொத்தை தலைவன் யாரையும் கேட்காமல் தன் மனதிற்குத் தோன்றியபடி பகிர்ந்தளிக்க வாய்ப்பளிக்கிறது. தற்போதைய சட்டங்கள் நடைமுறைக்கு வரும்வரை, இதுபோல வீட்டுச் சொத்து தலைவனின் சுகபோகங்களுக்குப் பலியாகி அடமானமாவதாலும், விற்பனையாவதாலும் வீட்டில் மற்றவர்கள் பிச்சைக்காரர்களாவது நடந்தது. இப்படி அரசனைப்போலவே வீட்டுத் தலைவனுக்கும் முழுமையான சுதந்திரம் கொடுக்கப்பட்டது. வீட்டில் மற்றவர்களின் உழைப்பின் மீதும் கூடத் தலைவனுக்கு உரிமை இருந்தது. தன் தம்பிகளுக்குக் கட்டளை இடுபவனும், வேலைகளைக் கொடுப்பவனும் வீட்டுத் தலைவனான தந்தை அல்லது அண்ணன். இன்றும் இந்திய சினிமா, தொலைக்காட்சித்

தொடர் போன்ற பண்பாட்டுப் படைப்புகளிலும் இதுபோல முதலாளித்துவமே படைக்கப்பட்டிருக்கிறதல்லவா?

ஐந்தாவது, கற்பின் பெயரால் மனைவிகளின் மீது கணவர்களுக்கு உரிமை இயல்பாகத் திணிக்கப்பட்டிருக்கிறது என்பதை முன்பு விவரித்திருந்தேன். வீட்டுத் தலைவனுக்கு வீட்டில் எல்லோரும் அடிமை. மனைவிகள் தங்கள் கணவருக்கு அடிமைகள். கடைசியாக வீட்டில் எல்லாப் பெண்களும் தாம்பத்தியத்தின் எல்லைக்கு வெளியே தலைவனுக்கு அடிமை. இது இராமாயணம் சொல்லும் குடும்ப அமைப்பு.

கணவனுக்கு மனைவி அடிமை. கூட்டுக் குடும்பத் தலைவனுக்கு வீட்டில் எல்லோரும் அடிமைகள். சூத்திர - வைசிய வர்ணங்கள் சத்திரிய - பிராமண வர்ணங்களுக்கு அடிமை; நாடு முழுவதும் அரசனுக்கு அடிமை; நாடெல்லாம் ஆரியர்களுக்கு அடிமை. இந்த அடிமைத்தனத்தின் அடுக்குகளின் உச்சத்தில் முழு அதிகாரமும், சுகபோகமும் ஆரிய சமுதாயத்து அரசர்களுக்கும், அவர்களின் உதவியாளர்களான பிராமணர்களுக்கும்.

இராமாயணக் காவியம் ஆளும் தலைவர்களுக்கு வாய்ப்பாக சமுதாயம், குடும்பத்தைப் பற்றிய - நீதி - நியமங்களை உருவாக்க எழுதப்பட்ட அறிவுப்பூர்ணமான காவியம். இந்த இராமாயணம் என்று பிரபலமானதின் அடித்தளத்தில் உண்மையான இராமாயணம் புதைந்து போய்விட்டது. அதைத் தோண்டி எடுக்க வேண்டும். இந்த உண்மை இராமாயணம் உங்கள் முன் திறந்துகொண்டால் அப்போது தற்போதைய இராமாயணத்தின் செயற்கைத் தன்மை வாசிப்பவர்களுக்குத் தானாகவே புரியும் என்பது என் நம்பிக்கை.

15

இராமாயணத்தின் பன்முகத் தன்மையில் ஒரே கரு

ஆயிரமாயிரம் இராமாயணங்கள் – பாரதத்தின் உள்ளேயும், வெளியிலும் இருக்கின்றன. கண்ணிய வடிவமான மற்றும் நாட்டுப்புற இராமாயணங்கள். ஒன்றுக்கொன்று சம்பந்தமே இல்லாதது போலத் தெரியும் கதைகளைச் சித்தரிக்கும் இவற்றை வால்மீகி இராமாயணத்தின் வெவ்வேறு வடிவங்களென்று விவரித்துக்கொள்ள வேண்டுமா அல்லது ஒவ்வொரு இராமாயணத்தையும் எதிர் வடிவங்களென்று கவனிக்க வேண்டுமா என்று அறிஞர்கள் கேள்வியெழுப்பியுள்ளார்கள். இவை வால்மீகி இராமாயணத்து வடிவங்கள் அல்ல. தனிப்பட்ட – இராமாயணங்களும் அல்ல; இவை வெவ்வேறு இராமாயணங்கள் என்று கருத வேண்டுமென்று கருத்துக் கொண்டுள்ளார்கள்.

இராம கதையின் மறுபிறப்புகளும் அதன் புகழும்

இப்படி வால்மீகியுடையதென்று பெயர்பெற்ற நடைமுறை இராமாயணம் வடிவம்கொண்ட பின் மேலும் வேறுபட்ட வடிவங்களில் ஆயிரமாயிரம் இராமாயணங்கள் உருவாகி இருக்கின்றன. அந்த இராமாயணங்கள் அங்குள்ள கதைகளோ என்பதைப்போல அவை உருவான பகுதியின் வாழ்க்கை, பண்பாடு, மொழி வடிவத்தைத் தங்களுடையதாக்கிக்கொண்டு மறுபிறப்பும் பெற்றிருக்கின்றன. இதுதான் அவற்றின் பலமாகவும் இருக்கிறது. இராமாயணத்தின் ஆயிரமாயிரம் ஆண்டுப் புகழுக்கும் காரணமாக உள்ளது. லாவோஸ் நாட்டு ‘ப்ரா லாக் ப்ரா லாம்’ இராம கதையின் எடுத்துக்காட்டை இங்கே நினைவு கொள்ளலாம். பாரதத்திலிருந்து வெகு தொலைவில் மேகாங்க் நதிக் கரையில் இராமன் மற்றும் இராவணனின் நாடுகளும் அங்கேதான் என்றும் எல்லா இராம

கதைகளின் நிகழ்வுகளும் அங்கேதான் நடந்தன என்றும் கற்பனை செய்து கொள்ளப்பட்டுள்ளது. தாய்லாந்தின் ஆயூதியா நகரம் மற்றும் இராம வம்சத்து வழக்கங்களில் உள்ளூர் தன்மை, கண்ணைப் பறிப்பதுபோலத் தெரிகிறது. பாரதத்தின் மூலைமுடுக்குக் கிராமங்களிலும் இது இராம, சீதை, அனுமனின் அடையாளங்கள் என்று புகழ்பெற்ற கட்டுக் கதைகளுக்கு இந்த உள்ளூர்மயமாக்கல் காரணமாக இருக்கிறது. மக்கள் மனதில் நிலைக்கவும் காரணமாகிறது.

அனைத்து இராமாயணங்களின் வியப்பான வேறுபாடுகளை வர்ணிக்கும்போது, அவற்றின் வடிவம், காரணங்களைத் தேடும்போது அறிஞர்கள் ஒரு சிறப்பான கூறைப் புறக்கணித்திருக்கிறார்கள். அனைத்து இராமாயணங்களின் பன்முகத் தன்மையின் அந்தரங்கத்தில் ஒரு பொதுவான கரு தெரிகிறது. வால்மீகி இராமாயணம் என்று சொல்லப்பட்ட இராமாயணத்தின் தாக்கம், சில கண்ணியமான தற்கால இராமாயணங்களுக்கும் பொருந்தும். வர்ணனை, தோரணை இவற்றில் அந்தக் கவிஞர்கள் தங்கள் சுயத் தன்மையை பாராட்டிக் கொண்டிருந்தாலும் கூட காவியங்களில் வேறுபட்ட கூறுகளை விடவும் பொதுவான கதை அம்சங்களே அதிகம்.

பௌத்த ஜாதகக் கதைகளில் அயோத்தியை மையமாகக் கொண்ட அரசின் வாரிசுக் கதையை தசரத ஜாதகக் கதைகளில் விவரித்தால், சீதை கடத்தல் மற்றும் இலங்கைக் கதைகள் மற்றொரு ஜாதகக் கதைகளில் விவரிக்கப்பட்டிருக்கிறது. மற்றும் சில ஜாதகக் கதைகளில் இராமன் கதையின் குறிப்புகள் மட்டுமே இருக்கின்றன. சமண இராமாயணங்களில் முழு இராமாயணக் கதையையும் ஒரே கதையாக வர்ணித்திருந்தாலும் அவர்களுடைய கொள்கைகளை நிறுவிக் காண்பிப்பதற்கென்றே பயன்படுத்திக் கொண்டிருக்கிறார்கள்.

நாட்டுப்புற இராமாயணத்திலோ இலக்கியம் மற்றும் கதை இரண்டிலும் பலப்பல மாறுபட்ட கதைக் கூறுகளையும் விளக்கங்களையும் பார்க்கிறோம். வால்மீகியுடையது என்று நடைமுறையில் இருக்கும் காவிய ராமாயணமானால் இவை சீதாயணங்களோ அல்லது அனுமாயணங்களோ என்பதுபோலத் தெரிகின்றன.

ஒரே கருவின் மூன்று கூறுகள்

இத்தனை வைதீக, பௌத்த, சமண என்ற தார்மீக, கண்ணியமான – நாட்டுப்புற, பாரதத்திற்கு உள்ளேயும், வெளியேயும் உள்ளூர்த் தன்மையின் பல வகைகளுக்கு இடையேயும் ஒரு அசாதாரணமான கரு தெளிவாகப் பிரிந்து தெரிகிறது. அந்தக் கருவில் சாம்ராஜ்ஜிய வாரிசின் அதிகாரக் கேள்வி – மூத்த மகனுக்கு முடிசூட்டுதலைத் தவிர்க்க வைக்கும் மாற்றாந்தாயின் முயற்சி, வனவாசம், அல்லது தசரத ஜாதகக் கதையைப்போல அடுத்தவன் அரசில் குடியேற்றம், சீதையும் இலட்சுமணரும் கூட இராமனைப் பின்பற்றுவது, ஆனால் தம்பிகள் தங்கள் தாயாரின் அந்த வார்த்தைகளை ஒத்துக்கொள்ளாமல் மூத்த மகனுக்குத் திரும்பவும் அரச அதிகாரத்தைக் கொடுப்பது, வனவாசத்தில் சீதை அபகரிப்பு, வானரர்களுடன் நட்பு, இராவண சம்காரம் இவைகளெல்லாம் எல்லாக் கதைகளின் பாகமாக இருக்கின்றன. வடக்கு இராமாயணம் சீதையை விலக்கி வைப்பது, காட்டில் லவ, குசலர்களின் பிறப்பு எல்லா இராமக் கதைகளில் இல்லாவிட்டாலும் கூடக் கணிசமான எண்ணிக்கையில் இராமாயணங்களின் பகுதியாக இருக்கின்றது.

இந்தச் சாதாரணக் கருவில் மூன்று கூறுகள் மக்கள் மனதில் அழியாமல் இருப்பது நிறுவப்பட்டு இருக்கிறது. ஒன்று – மூத்த மகனுக்கு மட்டுமே முடிசூட்டு என்ற கட்டளையை மக்கள் நடுவே பரவச் செய்யும் கூறு. இரண்டு – சீதை கற்பைக் கடைபிடிக்கும் காட்சிகள். அதே நாணயத்தின் மற்றொரு முகமாக அடுத்தவன் மனைவி மீது மோகம் மற்றும் அபகரிப்புக் குற்றம். மூன்று – மனிதர்களை விடவும் கீழான வானரர்கள் மற்றும் தீய சக்திகளின் அடையாளமாக அரக்கர்கள் என்ற சமூகத்தின் சித்தரிப்பு.

இந்த மூன்று அம்சங்கள் அன்றைய சமுதாய அமைப்பின் அங்கங்கள் மற்றும் அந்த சமுதாய அமைப்பிற்குக் குறிப்பிட்ட வடிவத்தைக் கொடுப்பதற்காகவே இயற்றப்பட்ட கதைகள் என்பவை விரிவாக விவரிக்கப்பட்டிருக்கிறது.

சாம்ராஜ்ஜியங்கள் தோன்றிய பிறகு அதை மேலும் மேலும் விரிவாக்கம் செய்துகொள்ள வேண்டுமென்ற பேரரசர்களின் ஆக்கிரமிப்பின் பேராசைகளை வீர தீரச் செயல்கள் என்று உருவகிப்பது. அதற்காக நடக்கும் போர்கள். அதில் ஏற்படும்

இரத்தப் பழிகளுக்கு தார்மீகப் பட்டம் கட்டுவது இவற்றின் நோக்கம். வானரர்கள் என்று உருவகிக்கப்பட்ட பழங்குடி சாம்ராஜ்ஜியத்தின் அரக்க சக்தியை எதிர்த்து நிற்கும் வலுவை அடைய முடியாத மக்கள் சமுதாயத்தின் அதிகாரத்தை மறுபேச்சில்லாமல், பணிவுடன், சேவகர்களாக ஏற்றுக்கொள்ள வேண்டும், அனும, சுக்ரீவர்களைப்போல; இல்லை வாலியைப்போல அழிந்துபோக வேண்டும். அதைவிட அதிக வலுப் பெற்ற பழங்குடிகள் அரக்கர்கள் என்று பெயர் பெற்று தீய சக்திகளாக அழிய வேண்டும். இது அன்றிலிருந்து இன்றுவரை ஆயிரமாயிரம் ஆண்டுகள் காலம் நடந்துகொண்டே வந்திருக்கும் சாம்ராஜ்ஜிய விரிவாக்கத்தின் தீய தந்திரம். யார் பலசாலிகள், யார் கையில் புராணம் காவியங்களைப் படைக்க வைக்கும் அதிகாரம் இருக்கிறது என்பதைப் பொறுத்தது. அப்போது யார் வானரர்கள், யார் அரக்கர்கள் என்பது முடிவாகும். இன்றும் கூட யார் பலசாலிகள், பத்திரிகை, ஊடகங்கள் உரிமை யாருடையது என்பதை பொறுத்தது – இன்று யார் வானரர்கள், யார் அரக்கர்கள் என்று உருவகிக்கப் படுகிறார்கள்? அவர்கள் ஆப்பிரிக்காவின் கறுப்பு மக்களோ, அமெரிக்காவின் பழங்குடிகளோ, அல்லது ஈராக்கின் சதாம் ஹூசேன் போன்றவர்களோ அல்லது சிரியாவின் அஸ்ஸாதோ, அல்லது ருஷ்யாவின் புதினோ யாராக வேண்டுமென்றாலும் இருக்கலாம். இப்படி இராமாயணத்தின் இந்தச் சித்திரம் இரண்டாயிரம் ஆண்டுகளுக்கும் மேலாக பாரத உலகப் பேரரசுகளின் தீய தந்திரத்தின் ஒரு பயமிக்க வடிவமாக இருக்கிறது. ஆனால், தீயவர்கள் என்று உருவகிக்கப்பட்டது மட்டும், தீயவர்களின் தீய ஆக்கிரமிப்பை எதிர்த்தவர்கள். எப்படி இருக்கிறது நியாயம்? வெறும் நீதி மட்டுமல்ல இலக்கிய நீதி? இது இலக்கிய மற்றும் அரசியலின் பிரிக்க முடியாத பந்தம்.

கூடவே இப்படி ஆயிரமாயிரம் மக்களின் இரத்தம் சிந்திக் கட்டிய சாம்ராஜ்ஜியத்தின் அதிகாரம் யாருக்கு என்பது கேள்வி. வெறும் அதிகாரம் மட்டுமல்ல, யாரும் கேள்வி கேட்க முடியாத உச்ச அதிகாரம் யாருக்கு என்பது. இது மற்றொரு முக்கியமான கேள்வி. அதை அடுத்த கட்டுரையில் பார்ப்போம்.

16

மகாபாரதம், இராமாயணங்களின் மாறுபட்ட பார்வைகள்

இராமாயண ராஜ்ஜிய, சாம்ராஜ்ஜியங்களின் அதிபர்களாக உருவான ஆளும் வர்க்கம் தங்கள் தேவைக்குத் தகுந்தபடி சமுதாயத்தை வடிவமைத்தது என்பதை நாம் பார்த்தோம். ஒரு பழங்குடி மற்ற பழங்குடிகளைத் தனது கட்டுப்பாட்டிற்குள் கொண்டுவந்து அவர்கள் மீது தங்கள் ஆட்சியைத் திணிக்க முடிந்தவர்கள் வர்ண அமைப்பின் வழியாக அவர்களை சத்திரிய வர்ணம் என்று சொல்லி அந்தப் பழங்குடிகளுக்கு தலைமுறை தலைமுறையாக அனைவரையும் ஆளும் உரிமையைக் கொடுப்பது, அந்தப் பழங்குடித் தலைவர்களை சூரிய / சந்திர வம்சத்தைச் சேர்ந்தவர்கள் என்று வர்ணித்து, சத்திரியர்கள் என்று அழைக்கப்பட்ட மற்ற வம்சங்களுக்கு ஆளும் உரிமையை நிராகரித்து ஓரிரு வம்சங்களுக்கு மட்டுமே தலைமுறை தலைமுறையாக ஆளும் அதிகாரத்தை உறுதிப்படுத்துவது இந்தத் தந்திரத்தின் ஒரு முக்கியமான அம்சம். இது இராமாயணத்திற்கும் முன்பே நடந்திருந்தாலும் கூட இராமாயணம் இந்த விதிகளைப் புகழ் பெறச் செய்வதில் முக்கியப் பங்கு வகித்தது. மகாபாரதத்துடன் ஒப்பிட்ட ஆய்வு இந்த விஷயத்தை மேலும் தெளிவாக்குகிறது.

மகாபாரதத்தில் சாம்ராஜ்ஜிய விரிவாக்கம் ஒரு முக்கியக் கேள்வியாக இல்லை. அதனால் சமுதாயத்தை வானரர்கள் என்று உருவகித்து, மேலும் அதையே ஒரு கருவியாக்கி அவர்களுக்கு சுதந்திர நிலைப்பாட்டை தவிர்க்கும் சிக்கல் அங்கே எழவில்லை. அங்கே அரக்கர்களும் கூட ஆரிய சமுதாயத்திற்கு வெளியே இருக்கும் எதிரிகள் அல்ல. அதே ஆரியக் குடும்பத்தைச் சேர்ந்த கம்சன், சிசுபாலன், ஜராசந்தன் போன்றவர்களைத் தவிர்த்து வேறு எதிரிச் சமுதாயம் இல்லை. (இடும்பன் – இடும்பி, கடோத்கஜர்கள், பகாசுரர்கள் மட்டும்

இதற்கு விதிவிலக்கு) அர்ஜுனன் பல பகுதிகளுக்கும் சென்று உலூபி, சித்திராங்கதை போன்றவருடன் இணைந்தாலும் அந்தப் பகுதிகளை ஆரிய சாம்ராஜ்ஜியத்திற்கு கீழ்பணிய வைக்கும் எண்ணம் தெரிவதில்லை.

மூத்த அண்ணனுக்குப் பணிந்துபோகும் பண்பைப் புகழ்பெறச் செய்வதிலும் கூட இராமாயணத்திற்கு முக்கியப் பங்குள்ளது. மகாபாரதத்தில் பட்டத்து அதிகார நிகழ்வுகளை எல்லாம் மனதில் கொண்டுவந்து சிந்தித்தால் இந்த உண்மை தெரியும். சந்தனுவின் இரண்டாவது திருமணத்திற்காக மூத்த மகன் பீஷ்மனுக்கு முடிசூட்டுவதைப் பறித்துக்கொண்டது, மூத்த மகனான திருதராஷ்ட்டிரனின் மூத்த மகன் சுயோதனனுக்குச் சேரவேண்டிய அரச அதிகாரத்தை கேள்விக் குறியாக்குவதற்காகவே முழு மகாபாரதத்தை உண்டாக்கி இருப்பதும் மற்றும் தனது தந்தையின் தம்பியின் பிள்ளைகளுக்கு ராஜ்ஜியத்தில் பங்கு கொடுக்காததையே பெரிய குற்றமாக உருவகிப்பது, தருமனுக்கு அவன் தம்பிகளின் பணிவை ஒரு கட்டாயமாக உருவகிக்காவிட்டாலும் கூட தருமனை வலுவற்ற ஆளுமையாக பலவீனப்படுத்தி, பீமனையும், அர்ஜுனனையும் அவனை விடச் சிறந்த வீரர்களாக, பல கோணங்களில் சிக்கலான ஆளுமைகளாக வளர்த்திருப்பதும், எல்லாவற்றையும் மீறி தம்பியான கிருஷ்ணனின் முன் அண்ணன் பலராமன் மதிப்பே இல்லாமல் இருப்பதும் மற்றும் அவன் தம்பியின் கட்டளைக்குப் பணிந்து போகின்றவனைப்போல சித்தரித்திருப்பதும் போன்ற பல எடுத்துக்காட்டுகளைக் கொடுக்கலாம்.

இப்படி இராமாயணமே சாம்ராஜ்ஜியங்களின் அடிப்படைப் பண்புகளைப் பரப்பி அவற்றை மக்கள் தாங்களாகவே ஏற்றுக்கொள்ளச் செய்வதில் வெற்றியடைந்திருக்கிறது. அந்தக் காரணத்திற்காகவே மகாபாரதத்தை விடவும் இராமாயணத்தைச் சார்ந்த இலக்கியங்கள் இந்தியாவின் வெவ்வேறு மொழிகளிலும் அதிகமாக இயற்றியுள்ளது தெரிகிறது மற்றும் வெளிநாடுகளுக்கும் விரிவடையச் செய்வதற்குக் காரணமானது.

வழிபாடு, பணிவு என்ற ஆளும் வர்க்கத்தின் மதிப்புகள்

சாம்ராஜ்ஜியம் சாதாரண மக்களிடமிருந்து எதிர்பார்க்கும் வழிபாடு, பணிவு இவற்றின் பொருள் என்ன? தனி மனிதனை மையமாகக் கொண்டு நடக்கும் தடையில்லா அதிகாரத்திற்கும் தனது கட்டளைகளுக்கும் எதிர் நிற்பதும், அதன் அதிருப்திகளை

வெளிப்படுத்துவதும் ஆதங்கத்திற்குக் காரணமாகும். தங்கள் சுயேச்சை ஆட்சியால் நாளுக்கு நாள் மக்கள் சமுதாயத்தில் அதிருப்தியை உண்டுபண்ணிக்கொண்டே இருக்கும். மக்கள் வாழ்க்கையில் பல வகையான பெரும் குழப்பங்களை ஏற்படுத்திக்கொண்டே இருக்கும்.

அரசனின் ஆக்கிரமிப்புப் போர்களுக்கு படை கடந்து போகும் பகுதிகளில் அரசப் பரிவாரத்திற்கும், படை அதிகாரிகளின் மகிழ்ச்சிக்கான வசதிகளைச் செய்து கொடுப்பது, படைக்கு உணவு, அங்கு இருக்கும் கால்நடைகளுக்கு உணவு, படைக்கு இலவசச் சேவை, விளைச்சல் நாசம் இவற்றால் ஏற்படும் பொருளாதார இழப்பு, படைக்கு வற்புறுத்தி விவசாய இளைஞர்களை இழுத்துச் செல்வது, அரசர், இளவரசர், படை அதிகாரிகளின் பொழுதுப்போக்கு, போகத்திற்குப் பெண்கள், சிப்பாய்களால் கற்பழிப்பு இவை ஒரு பக்கம். பலவகை வரி விதிப்பு, கட்டாய வசூல் மற்றொரு பக்கம். சாதாரண மக்களின் வாழ்க்கையைப் பல வகையில் காயப்படுத்தித் துடிக்கச் செய்யும்போது மக்கள் கோபத்திற்குள்ளாவது மனித இயல்பு. இவையும் கூட அரச அதிகாரத்திற்குக் கேடு வராமல் அரசனை வழிபடும் எண்ணத்தையும், பணிவான செயலையும் நிர்வகிக்கிறது. இராமாயணம் இந்த எண்ணங்களை மக்கள் மனதில் ஆழமாக வேரூன்றச் செய்ய அரசர்களின் இடையே ஆன சண்டை, அவர்களின் தீய குணங்களை, பித்தலாட்டங்களை உருவகிக்கும் மகாபாரதத்தை விடவும் பெரிய ஆதாரமாக இருக்கிறது.

ஆளும் வர்க்கத்தின் நலனுக்குத் தகுந்தபடி குடும்ப அமைப்பு

ஆளும் வர்க்கத்தின் பகாசுரப் பசிக்கு மக்கள் சமுதாயத்தை, அதன் சுதந்திர வாழ்க்கையின் கனவுகளை நசுக்கித் தங்கள் அதிகாரத்திற்குப் படிகளாக்கிக்கொள்ளும் சமுதாய வடிவம் மட்டும் போதவில்லை. சமுதாயத்தின் உள்ளே ஒவ்வொரு மனிதனையும் தனக்குக் கீழ்பணிய வைப்பது மிக அவசியமானது. அதையும்கூட மகாபாரதம் மற்றும் 18 புராணங்கள் போன்ற வேறு எந்தப் படைப்பை விடவும் வெற்றிகரமாக சாத்தியப்படுத்தியது இராமாயணத்தின் வழியாகவே. அதனாலும் கூட சாம்ராஜ்ஜியங்களுக்கு உறுதியான அடித்தளம் அமைத்ததில் இராமாயணத்திற்கு அதிக முக்கியத்துவம் இருக்கிறது.

சாம்ராஜ்ஜியங்கள் வலுவாக வேண்டுமென்றால் சாதாரண மக்கள் அதிக வரி கொடுக்கும், இராணுவத்தில் சேரும் சாத்தியக் கூறுகளும் அதிகமாக இருக்க வேண்டும். இதற்கு ஓர் அடிப்படைத் தேவை கூட்டுக் குடும்பம் அல்லது இணைந்த குடும்பங்கள். விசாலமான பகுதிகளை விவசாயம் செய்யும், கால்நடைப் பராமரிப்பு போன்ற வெவ்வேறு வேலைகளைப் பகிர்ந்துகொள்ளும், அதன் வழியாக அதிக வருமானம் ஈட்டும் இந்தக் கூட்டுக் குடும்பங்கள் உதவியாக இருந்தன. நவீன காலத்திற்கு முன்பு நூறு, இருநூறு மக்கள் இருந்த குடும்பங்கள் சாதாரணமாக இருந்தன. இன்றும் கூட ஆங்காங்கே சிறப்பாக இப்படிப்பட்ட குடும்பங்கள் இந்தியாவில் காணக் கிடைக்கின்றன. அந்தக் குடும்பங்களில் அண்ணன் - தம்பிகள், அவர்களுடைய பிள்ளைகள், அவர்கள் மனைவிகள் போன்றவர்கள் முழுக் குடும்பத்திற்காகவும் உழைத்து, விவசாயம் மற்றும் மற்ற வேலைகளைச் செய்து குடும்பத்திற்கு ஆதாயம் கொண்டு வந்தனர். ஆனால் சொத்து மற்றும் வருமானத்தின் மீதான உரிமை குடும்பத் தலைவனுக்கு மட்டுமே இருந்தது. அது தந்தையாகவோ அல்லது மூத்த அண்ணனாகவோ இருக்கலாம். இவற்றுடன் அந்த மூத்தவனின் பல தாரங்களும் கூட உழைப்பதற்கு அதிகக் கைகளைக் கொடுத்தனர்.

இப்படிப்பட்ட குடும்பங்களில் தலைவனின் அதிகாரத்துடன் அவனுடைய மனைவியின் அதிகாரமும் சேர்ந்து குடும்பத்திற்குள்ளான அதிகார அரசியலுக்கு அடித்தளமாக இருந்தது. இதில் சிலர் மகிழ்ச்சியை அனுபவித்தால் மற்றவர்கள் குடும்பச் சுமையை சுமந்துகொண்டு மூக்கணாங்கயிறு கட்டிக்கொண்டு உழைக்க வேண்டி இருந்தது. பல வகையில் அநியாயத்திற்கு ஆளாகிப், பொறுத்துக்கொண்டு இருக்க வேண்டி இருந்ததே தவிர தம்பிகள் / பிள்ளைகள் வாய் திறக்க முடியாது. தந்தையையும், மூத்த அண்ணனையும் எதிர்த்துப் பேச முடியாது. பெண்களுக்கோ கணவனின் பணிவிடை, கற்பு விதிக்கப்பட்ட மதிப்பான கட்டளைகளாக இருந்ததே தவிர கருத்தை வெளிப்படுத்தும் உரிமை தவிர்க்கப்பட்டிருந்தது. குடும்பத் தலைவன் மற்றும் தலைவி குடும்ப உறுப்பினர்களின் கருத்தைக் கேட்கவேண்டும் என்பது ஒரு பண்பாக இருக்கவில்லை. பணிவு மட்டுமே பெரிய பண்பு. அரசனுக்குப் பணிந்து போவது மற்றும் குடும்பப் பெரியவனுக்கு

பணிந்து போவது ஒன்றுக்கொன்று ஆதரவாகச் சுரண்டலின் சூத்திர வடிவமான பண்புகளாக இருந்தன. இதுபோல வருமானத்தின் மீதான பிடிப்பு ஒரு மனிதனிடமே மையமாக இருப்பது வெறும் குடும்பத்தின் மூத்தவனுக்கு மட்டுமே உதவியாக இருக்கவில்லை. சாம்ராஜ்ஜியத்தின் வருமானத்தைப் பெருக்கிக்கொள்ள அடித்தளமாக இருந்தது. இப்படிப்பட்ட அமைப்பிலிருந்து மட்டுமே சாம்ராஜ்ஜியம் அதிக வரி விதித்து வசூல் செய்துகொள்ள வசதியாக இருந்தது. இப்படி இராமாயணம் திணித்த குடும்ப வடிவமைப்பு இந்தியாவை ஆயிரம் ஆண்டுகள் காலம் ஆண்டது. இன்றும் விளைவுகளை ஏற்படுத்துகிறது.

17

இந்திய இராமாயணமும், இலியட் என்ற கிரேக்கக் காவியமும்

உலகத்தில் இந்திய இராமாயணம், மாகாபாரதங்களுக்கு பொருந்திப்போகும் பெருங்காவியங்கள் என்று புகழ்படைத்த காவியங்கள் கிரேக்கத்து இலியட், ஒடிஸ்ஸி என்ற மகாக் காவியங்கள். வைதீக தேவ – தேவதைகளைப்போல கிரேக்கப் புராண உலகமும், அவர்களுடைய நட்பு, பகைகளும், காதல், காமங்களும் விதவிதமானவை. கிரேக்கத் தேவதைகளின் இடையேயான அரசியலும்கூட அந்த உலகின் அரசப் பேரரசர்களின் சண்டை, போர்களில் அவர்கள் அமைப்பு முறையும்கூட ஒன்றோடொன்று பொருந்திப் போகின்றன. எப்படி இராமாயணம், மகாபாரதங்கள் பாரதத்து மற்ற மொழிகளையும், பாரதத்தின் வெளிப் பகுதிகளின் மீதும் தாக்கம் ஏற்படுத்தியுள்ளதோ அது போலவே கிரேக்கக் காவியப் புராணங்கள் ஐரோப்பாவையும் மற்ற மேற்கத்திய இலக்கியம், சிந்தனைகளின் மீதும் பரவி இருக்கிறது.

இந்தப் பின்னணியில் அந்த கிரேக்க நாட்டுக் காவியத்துடன் ஒப்பிடுதல் இராமாயண மகாக் காவியத்தின் சாம்ராஜ்ஜிய விரிவாக்கம், அரச குடும்பங்களையும் சமுதாயத்தையும் வடிவமைக்கும் கருவியாக்கிக் கொண்டதைப் பற்றித் தெளிவாகப் புரிந்துகொள்ள உதவி செய்யும்.

ஐரோப்பாவின் தெற்குப் பகுதியான கிரீஸ் என்ற நாட்டின் காவியப் புராணங்களின் கருக்களை முழு ஐரோப்பாவும் அதிகமாகப் பயன்படுத்திக் கொண்டுள்ளது. மேற்கத்திய மொழிகளில் புகழ் வாய்ந்த பல சொற்களும், சொற்றொடர்களும் அங்கே இருந்து நமக்கும் கூட - அட்லாஸ், நார்ஸிசம், அமெஜான், பண்டோராஸ் பாக்ஸ், ஈடிபஸ் காம்ப்ளெக்ஸ், ஹெர்க்யூலியன் டாஸ்க், கார்டியன் நாட், ஹைட்ரா ஹெட் போன்றவை கிரேக்கப்

புராண மூலத்திலிருந்து வந்து சேர்ந்தவை. இன்றும் கூட நாடக மேடையில் முக்கியமாக இருக்கும் துன்பியல், இன்பியல், முரண் நாடகங்கள் என்ற வடிவங்கள் தோன்றிய இடமும் கூட கிரேக்கம்தான். உலகப் புகழ்வாய்ந்த ட்ராஜிடி படைப்பாளர்களான ஏஸ்கிலஸ், யூரிபிடீஸ், சோபோக்லிஸ், காமெடி நாடகக்காரன் அரிஸ்டோஃபெனிஸ் இவர்களும் கிரேக்கர்கள். இதனுடன் லிரிக், ஓட், எலிஜி-கள் என்ற காவிய வடிவங்களும் கூட கிரேக்க இலக்கியத தேர்ச்சியின் எடுத்துக்காட்டுகள்.

ஆனால் அதுமட்டுமல்ல; உலகத்து தத்துவவியலுக்கு அடிப்படையான சிந்தனைகளைப் பரப்பிய நாடுகளில் கிரேக்க நாடும் ஒன்று. சாக்ரடீஸ், பிளேட்டோ, எபிக்யூரஸ், அரிஸ்டாட்டில் போன்ற தத்துவ ஞானிகள் அந்த நாட்டைச் சேர்ந்தவர்கள். கிரேக்க தத்துவவியல் மேற்கத்திய தத்துவ ஞான வளர்ச்சியின் மீது இன்றும் தாக்கம் ஏற்படுத்துகிறது.

டெமாக்ரசி – மக்களாட்சி என்ற சொல் மற்றும் அரசியலின் முக்கிய வடிவத்தின் தோற்றத்திற்கும் கூட கிரேக்கமே மூலம். உலக ஞானத்தின் மூலம் மற்றும் கல்வியின் ஆதாரங்களான உயிரியல், இயற்பியல், கணிதவியல் என்ற அறிவியல்கள் மற்றும் இதிகாசப் படைப்பு வழக்கத்தின் தொடக்கத்திற்கும் கூட கிரேக்க நாகரிகம் மூலஸ்தானமாக இருக்கிறது.

கிரேக்க இலக்கியச் சக்கரமும், நாட்டுப்புறப் பாடகர்களும்

இலியட் என்ற காவியத்தை ஹோமர் என்ற கவிஞன் எழுதினான் என்று சொல்லப்படுகிறது. அதே கவிஞன் ஒடிஸ்ஸி என்ற மற்றொரு மகாக் காவியத்தையும் படைத்தான் என்றும் செய்தி. அந்தக் காவியங்கள் ஊமைக் காவியங்களாகப் பல காலம் நடந்து வந்திருக்கின்றன. பிறகு கி.மு எட்டாவது நூற்றாண்டில் எழுத்து வடிவம் பெற்றன. அதன்படி இவை ரிக்வேதத்தை விடவும் சில காலம் பிந்தையவை. மற்ற வேதங்கள், பிராமணங்களின் சம காலத்தைச் சேர்ந்தவை. உபநிஷத்துகள், இராமாயணம், மகாபாரதத்தை விடவும் நான்கைந்து நூற்றாண்டுகள் முந்தையவை. எல்லாவற்றையும் விட முன்பே எழுத்து வடிவம் பெற்றவை. இந்தக் காவியங்கள் கிரேக்க காவியச் சக்கரம் என்று பெயர்போன எட்டுக் காவியக் கொத்தின் பாகங்கள். இந்த எல்லாக் காவியங்களும் ஊமைக் காவியங்களாக நடந்து வந்தவை. அந்தக் காவியங்களில் இலியட், ஒடிஸ்ஸி இரண்டும் ஏறத்தாழ முழு அளவில் கிடைத்திருக்கின்றன. அவை

கிரேக்க மற்றும் ட்ரோஜன் சமுதாயங்களுக்கு இடையேயான போருடன் தொடர்புடையவை. ஒவ்வொரு காவியமும் ஒன்றன் பின் ஒன்றாக அந்தப் போர் மற்றும் போரின் பிறகு நடந்த நிகழ்வுகளை விவரிக்கின்றன. இராமாயணம், மகாபாரதங்களைப்போல இரண்டும் வெவ்வேறு கதைகள் அல்ல. இவற்றில் இரண்டையும் ஹோமர் என்ற கவிஞன் எழுதினான் என்பதுவும் மற்றவைகளை வெவ்வேறு கவிஞர்கள் எழுதினார்கள் என்பதுவும் செய்தி.

இராமாயணம் படைத்த வால்மீகியைப் பற்றிய கட்டுக் கதைகளைப் போலவே ஹோமர் கவிஞனைப் பற்றியும் பல கதைகள் உண்டு. கிரேக்க நாட்டு 19 நகரங்கள் ஹோமர் தங்களுடையவன் என்று வாதம் செய்கின்றன. ஹோமர் ஒரு குருட்டு நாட்டுப்புறப் பாடகன் என்றும், வீதிகளிலும், விளையாட்டுப் போட்டிகளிலும் பாடிக்கொண்டிருந்தான் என்றும் கதைகள் உண்டு. இப்படிக் குருடனாக இருக்கும் போதே தனது இரண்டு பெரும் காவியங்களைப் பாடினானாம். கிரேக்க மக்கள் குருடர்களை ஹோமர் என்று அழைப்பதால் அவன் ஹோமர் என்று புகழ் பெற்றான் என்பதுவும் செய்தி.

ஆனால் ஆய்வாளர்கள் ஹோமரிடே என்ற நாட்டுப்புற லாவணிக்காரக் குழுவைத் தொடங்கினான் என்றும், அவர்கள் ஊமைக் காவியங்களைப் பாடினார்கள் என்றும் அந்தக் காவியங்கள் அப்படிப்பட்ட லாவணிக்கார குழுவிலிருந்து பிறந்தவை என்றும் தெரிந்து கொள்ளக்கூடிய சாத்தியக் கூறுகளைத் தேடி இருக்கிறார்கள். உண்மை இராமாயணத்தின் தேடலின் பகுதியாக இராமாயணப் படைப்பாளியைப் பற்றியும் கூட இதுபோலான முடிவிற்கு வரும் சாத்தியக் கூறுகளை இந்தக் கட்டுரைத் தொகுப்பின் முந்தைய கட்டுரைகளில் விவாதித்துள்ளோம்.

கடவுளாக முடியாத கிரேக்க வீரர்கள் மற்றும் அவதாரமான இராமன்

இலியட் என்பது கிரேக்க பழமைக் காவிய கொத்தின் இரண்டாம் பூவாகப் பார்க்கப்பட்டிருக்கிறது. அந்தக் காவியமும் கூட இராமாயணத்தைப் போலவே ஒரு பெண்ணின் விஷயத்தோடு சம்பந்தப்பட்டது.

ட்ரோஜன் நாட்டு இளவரசன் பேரிஸ் ஒருமுறை மெனேலியஸ் என்ற ஸ்பார்டாவின் (கிரேக்கத்தின் ஒரு பகுதி) அரசன்

ஒருவனின் அரண்மனையில் தங்கியிருந்தபோது அவனுடைய ராணி ஹெலனிடம் காதல் கொண்டான். அவளும் இவனைக் காதலித்தாள். ஒருமுறை மெனேலியஸ் வேறு இடத்திற்குப் போயிருந்தபோது இருவரும் நகை பணங்களுடன் அங்கிருந்து ஓடிப் போனார்கள். பிறகு கிரேக்கப் பேரரசனான அகமெம்னானிடம் தஞ்சம் புகுந்து கிரேக்க வீரர்களை எல்லாம் ஒன்று கூட்டி ஹெலனை அடைய ட்ரோஜன் நாட்டின் மீது படை எடுக்கிறார்கள். ஒன்பது ஆண்டுகள் நீண்ட போருக்குப் பிறகு போரில் கிரேக்க வீரர்களான அகிலிஸ், ட்ரோஜன் வீரர்களான ஹெக்டர் போன்றவர்களின் பராக்கிரமம், கிரேக்கத் தலைவர்களுடனான மன வருத்தம், எதிரிப் படைகள், வீரர்களுக்கு வெவ்வேறு தேவதைகள் அளித்த ஆதரவு, தேவதைகளின் இடையேயான உள்சூழ்ச்சிகள் எல்லாம் வர்ணிக்கப் பட்டிருக்கின்றன. கடைசியாக ஒரு மரக் குதிரையைத் தயாரித்து அதற்குள் கிரேக்க வீரர்கள் உட்கார்ந்துகொண்டு ட்ரோஜன் நகருக்குள் நுழைந்து அந்தப் படையைத் தோற்கடித்து முழு நகரத்திற்கும் தீ வைக்கிறார்கள். கிரேக்க வீரர்கள் வெற்றிபெற்று ஹெலனுடன் திரும்புகிறார்கள்.

இந்தக் கதையில் இராமாயணத்தோடு பொருந்தும் பல கூறுகள் உள்ளன. ஆனால் முக்கியமான கூறு என்றால் ஹெலன் அபகரிக்கப்பட்டவள் அல்ல. தானே தனது விருப்பத்துடன் தன் கணவனை விட்டு ஓடிப்போனவள். இலியட் கூட கிரேக்க சாதாரண மக்களின் வாழ்க்கைக்குள் எட்டியும் பார்ப்பதில்லை. கிரேக்க வீரர்கள், வெவ்வேறு நகரத்துத் தலைவர்கள் போன்றவர்களின் வாழ்க்கையைச் சித்தரிக்கிறது. அவர்களுடைய சண்டைகள், சூறையாடல்கள், அவற்றைப் பகிர்ந்துகொள்ளுதல் பற்றி வர்ணிக்கிறது. அந்தச் சூறையாடலில் பெண்களும் ஒரு பொருள். அவர்களுடைய எந்தக் கருத்துக்கும் அங்கே மதிப்பில்லை. யார் வேண்டுமானாலும் அபகரிக்கலாம், தங்கள் தேவைக்குத் தகுந்தது போலப் பகிர்ந்துகொள்ளலாம், மறு பகிர்தலும் செய்து கொள்ளலாம். திருமணம் என்பதொன்று இருந்தாலும் அது செல்வந்தர்கள் பெண்களின் மீது கொண்ட வெற்றுக் கட்டுப்பாடே தவிர ஆண்களுக்குச் சிறிதும் பொருந்துவதில்லை. நமது இந்திரனைப் போல கிரேக்க ஆண் தேவர்களுக்கும் இது பொருந்தும். இப்படி இலியட் கூட அரசுகளைத் தோற்றுவிக்கும் தொடக்க காலத்துக் காவியம்தான்.

மூல இராமாயணத்தைப் போலவே இலியட் மற்றும் ஒடிஸ்ஸி நாட்டுப்புறப் பாடகர்களிடமிருந்து தோன்றிய காவியங்களே. ராஜ்ஜியங்களின் தொடக்க காலத்துச் சூழ்நிலையை இவை விவரிக்கின்றன. ஆனால் இராமாயணத்தைப்போல நாட்டுப்புறக் காவியத்தை, அவைப் பண்டிதர்கள் சாம்ராஜ்ஜிய விரிவாக்கத்தை சாதிக்கும் நோக்கத்துடன் இயற்றிய காவியமல்ல. அதில் கற்பு, மூத்த மகனுக்கு அதிகாரம் போன்ற விழுமியங்கள் கிடையாது. ஹெலனைக் காதலித்த பேரிஸ் ஆகட்டும் அல்லது அவனுடைய குடும்பமாகட்டும் அரக்கர்கள் என்று சித்திரிக்கப் படவில்லை. அவர்களுக்கு இடையேயான சண்டை நல்ல, கெட்ட சக்திகளின் சண்டையும் அல்ல. சொல்லப் போனால் இது அதிகமாக மகாபாரதக் கதை மாதிரியைப் பொருந்திப் போகிறது.

எல்லாவற்றையும் விட முக்கியமான விஷயம் எதுவென்றால் அந்தக் காவியத்தின் வீரர்கள் - அகிலிஸ், அகமெம்னான், ஹெக்டர் போன்றவர்கள் எந்தக் கடவுளின் அவதாரமென்று அந்தக் காவியத்திலாகட்டும், பிறகும் உருவகிக்கப்படவில்லை. வெறும் மனிதர்களாக மட்டுமே அன்றைய வீரர்களின், சாமாந்தர்களின் குடும்ப வாழ்க்கை சித்திரிப்பு என்று சொல்லலாம். காவியத்தை அதன் வாழ்க்கைச் சித்திரம் மற்றும் காவிய குணங்களுக்காக மட்டுமே படித்து மகிழ்ச்சியடையலாம்.

அதனால் அன்றைய தேவ தேவர்களை விவரமாக இந்தக் காவியங்கள் சித்தரித்தாலும் கூட, ஐரோப்பாவின் மீது ஏற்படுத்தும் தாக்கம் வெறும் இலக்கியத் தாக்கம் மட்டுமே தவிர தார்மீகமான ஆதிக்கத்தை அடைய சிறிதும் சாத்தியமில்லை.

இப்படியாக மேலே விவரித்தது போல ஐரோப்பாவின் மீதும், அதன் வழியாக உலகின் மீதும் கிரேக்கப் பண்பாட்டின் வலுவான தாக்கம் மத, தார்மீக காரணங்களுக்காக ஏற்பட்டதல்ல. அதற்கு மாறாக சிந்தனைகள், தத்துவவியல், அறிவியல் வழியாக என்றால் சமயத்திற்கு பதில் வாழ்க்கை சங்கதிகளின் வழியாக முக்கியத்துவம் அடைந்திருக்கிறது. பாரதத்தில் அன்றைய நூல்களில் அடங்கிய அறிவியல், தத்துவவியல், கலை, இலக்கியங்களில் நம் சமுதாயத்தை வளர்ச்சியடையச் செய்யும் சாத்தியக் கூறுகள் இருந்தன. ஆனால் இராமாயணத்தை சாம்ராஜ்ஜிய சேவகனாக மாற்றியதால், இராமனை அவதாரமாக மாற்றி அந்த வாய்ப்புகளிலிருந்து பாரதம் வஞ்சிக்கப்பட்டது.

18
அவதாரமான இராமன்

தன்யாஸ்தே பிபந்தி சததம் ஸ்ரீராமநாமாம்ருதம்
தொடர்ந்து இராம நாமம் என்ற அம்ருதத்தை யார் குடிக்கிறார்களோ அவர்கள் புண்ணியசாலிகள்.

— கோஸ்வாமி

துளசிதாசரின் ராமசரித மானசம்

வால்மீகி இராமாயணம் என்று புகழ்பெற்ற இராமாயணத்தில் இராமச்சந்திரன் சத்திரிய வம்சத்து வாரிசான ஒரு சாதாரண மனிதன் மட்டுமே. இன்று கிடைக்கும் 24,000 ஸ்லோகங்களாக கொண்ட இராமாயணத்தில் இடைச் செருகப்பட்ட பாகங்களை எல்லாம் நீக்கிவிட்டால் வரும் மூல இராமாயணத்தின் சுமார் 12,000 ஸ்லோகங்களில் இராமன் கடவுள் அவதாரம் என்ற சிறிய குறிப்பும் கிடையாது. இது இந்து மதத்து சனாதனர்கள், சம்பிரதாயவாதிகள் ஒத்துக்கொண்ட வார்த்தை. பிறகு சேர்த்த பாகங்கள் என்று ஆய்வுசெய்த பாலகாண்டத்தின் பல பகுதிகள் மற்றும் வடக்கு இராமாயணத்துப் பாகங்களில் இராமன் கடவுள் அவதாரமென்று உருவகிக்கப் பட்டிருக்கிறது. அந்தப் பாகங்கள் கி.பி. மூன்றிலிருந்து நான்காம் நூற்றாண்டுக் கால அளவில் சேர்க்கப்பட்டிருக்கின்றன. இராமச்சந்திரன் வெறும் மனிதன் என்று வர்ணிக்கப்பட்ட பிறகு அவனைக் கடவுள் அவதாரமென்று உருவகித்த அந்த இடைப்பட்ட காலத்தில் அந்த மாற்றத்திற்குக் காரணமான மிகப் பெரிய சங்கதி பாரதத்தில் நடந்திருக்கிறது.

புத்த மதம், சமண மதம் இந்தியாவில் பரவிய பிறகு கி.மு. சுமார் 300 ஆண்டுகள் புத்தனின் ஜாதகக் கதைகள் மற்றும் சமண தீர்த்தங்கரர்களின் பவாவளிகளின் (பிறப்பு, இறப்பின் பரம்பரை - பிறப்பு வளையம்) தொகுப்புகளை உடையவை. புகழ்

பெற்றவை. இதற்கு இடையே பல அரசியல் வளர்ச்சிகளும் ஏற்பட்டன. மௌரியர்களின் ஆட்சி முடிவடைந்து ஷுங்கர்களின் ஆட்சி தொடங்கியது. அங்கிருந்து புத்த மதத்திற்கு மாறாக வைதீக தர்மத்தை திரும்பவும் புகழடையச் செய்ய முயற்சிகள் தொடங்கின. பிறகு கி.பி. நான்காம் நூற்றாண்டில் குப்தர்களின் ஆட்சி மேலும் வலுவடைந்து இந்த வேலை தொடர்ந்தது. நாட்டின் பல பகுதிகளில் இருந்த பழங்குடிகளை ஈர்க்க மற்றும் புத்த மதத்தை வலுவிழக்கச் செய்ய தசாவதாரத்துக் கற்பனை உருவாக்கப்பட்டது. பழங்குடிகளை வானரர்கள் என்றும் அவர்கள் ஆரியர்களுக்குக் கீழ்ப்படிந்தவர்கள் என்றும் உருவகித்த இராமாயணம் அந்தச் செயலுக்கு சிறப்பாகப் பயன்பட்டது. புத்தனை விஷ்ணுவின் தசாவதாரத்தில் ஒருவனாகப் பட்டியலிட்ட அந்தப் புராணம் இராமனை விட்டு விடுமா என்ன?

வெவ்வேறு புராணங்களிலும் மற்றும் மகாபாரதத்திலும் இராமன் கடவுள் அவதாரமென்று சொல்லப்பட்டது. பிறகு இந்தியாவின் வெவ்வேறு மொழிகளில் இயற்றிய மற்றும் அந்தந்தப் பகுதிகளின் மக்கள் விரும்பிய இராமாயணக் காவியங்களில் ஆதியிலிருந்து முடிவுவரை இராமனைக் கடவுள் என்றும் மேலும் அவனுடைய எல்லா நடைமுறைச் செயல்களையும் கடவுளுடைய லீலை என்றும் எடுத்துரைத்தனர். தமிழில் பனிரெண்டாம் நூற்றாண்டில் இயற்றிய கம்ப இராமாயணம், பதினைந்தாம் நூற்றாண்டில் வங்காளத்தில் இயற்றிய மேற்கிந்தியாவில் தாக்கம் ஏற்படுத்திய கிருத்திவாச இராமாயணம், பதினாறாம் நூற்றாண்டில் அவதி மொழியில் இயற்றிய வட இந்தியாவில் மக்கள் மனதில் வலுவான மற்றும் விரிவான தாக்கத்தை ஏற்படுத்திய துளசிதாசரின் இராமசரித மானசம் ஆகியவை இதில் முக்கியமானவை. இந்த இராமசரித மானசம் இலக்கியத்தின் மீதும் மற்றும் பல காவியங்களின் மீதும் ஏற்படுத்திய தாக்கம் பெரியது. பதினைந்தாம் நூற்றாண்டில் இயற்றியதென்று கணிக்கப்பட்ட ஆன்மிக இராமாயணமும் முக்கியமானது.

கம்ப இராமாயணம் தமிழ்நாடு மட்டுமல்ல கேரளா, மலேசியா, தாய்லாந்து போன்ற தென்மேற்கு ஆசிய நாடுகளில் பரவலாகத் தாக்கம் ஏற்படுத்தியுள்ளது. துளசிதாசரின் இராமசரிதா மானசத்தின் மீதும் கூட இந்தக் காவியத்தின் தாக்கம் இருப்பதாக அடையாளப் படுத்தப்பட்டிருக்கிறது.

பல இராமாயணப் படைப்பிற்கு பேரரசர்கள் காரணமென்றும் சோழப் பேரரசின் கட்டளையின் பேரில் அந்த இராமாயணம் இயற்றப்பட்டதென்றும் வரலாறு சொல்கிறது. நம்மாழ்வாரின் மாணவரான கம்பரால் அவருடைய வைஷ்ணவ சித்தாந்தங்களுக்குத் தகுந்தபடி இயற்றப்பட்டது. அந்தக் காவியத்தின் முதல் வாசிப்பு ஸ்ரீரங்கத்து ரங்கநாதர் கோவிலில் நடந்ததென்று நம்பப்படுகிறது.

கமப இராமாயணத்துப் பெயரே ‘இராமாவதாரம்’ அல்லது ‘ராமாவதராம்’, காவியம் முழுக்க இராமன புகழ்தான். இராமன் சர்வ வல்லமை படைத்த பரமாத்மா. அவன் செய்ய முடியாத வேலைகளே கிடையாது. இராமன் விஷ்ணுவின் அவதாரமானால் சீதை? அவள் இலட்சுமியின் அவதாரமாக வேண்டுமல்லவா? எல்லா இடங்களிலும் இராமனின் சிறப்பைப் பறைசாற்றுவதிலேயே கவிஞனின் கவனம் இருந்தது. இராமாவதாரத்து நோக்கமே இராவணனின் வதை. அதற்காகவே தசரதனின் மகனாகப் பிறப்பேன் என்று தேவதைகளுக்குக்கு அபயமளித்தே இராமனின் பிறப்பு. இராமனின் பிறப்பு மட்டுமல்ல, கம்பர் சொல்வது போல – இலட்சுமி சீதையாக பிறந்ததும் கூட அரக்கர்களின் வதைக்காக! அப்படி என்றால், சீதையைக் கவர்ந்து செல்லல் மற்றவை எல்லாம் முன்பே முடிவு செய்யப்பட்டவை. இராவணனின் பங்கு, முன்பே முடிவு செய்யப்பட்ட நிகழ்வுகளின் வெறும் கைபொம்மையாக ஆகவேண்டியதும் தன் வதைக்குக் காரணம் ஏற்படுத்துவதும் மட்டுமே! தான் சீதையை அபகரிக்கப் போவதில்லை என்று கெஞ்சினாலும் கூட கம்பர் அவன் கையால் அதைச் செய்ய வைத்தே தீரவேண்டும்.

வால்மீகி இராமாயணமென்ற தற்போதைய இராமாயணத்தைக் கம்பர் தனது காவியத்தின் அடிப்படையாக ஏற்றுக் கொண்டிருக்கிறார். ஆனால், விவரங்களைக் கொடுக்கும்போது தமிழ்நாட்டு பூகோள வர்ணனைகள், மற்றும் அவர்களுடைய பண்பாடு ஒளிர்கிறது. இப்படித் தமிழ் மக்கள் விரும்பும் வகையில் காவியம் படைக்கப் பட்டிருக்கிறது. கம்ப ராமாயணம் தமிழ் மக்களின் முக்கியப் பாராயண நூலாக இருக்கிறது. அதிலும் முக்கியமாக வைஷ்ணவர்களுக்கு. இப்படிக் கோவில்களில் மட்டுமே அல்ல மற்ற நாட்டுப்புற நாடகங்களுக்கும் ஆதாரமானது. வைஷ்ணவர்களில் தென்கலை

வகுப்பைச் சேர்ந்தவர்கள் சீதை - இராமர் உறவிற்கு பரமாத்மா - ஜீவாத்மா உறவை ஏற்படுத்துகிறார்கள்.

கம்ப இராமாயணம் தமிழ்நாட்டு நாட்டுப்புற நிகழ்வுகள் மட்டுமே அல்லாமல் கேரள நாட்டுப்புற நடைமுறைக்கும் பரவியிருக்கிறது. எடுத்துக்காட்டாக மலையாளிகள் நடத்தும் பொம்மலாட்டத்தில் கம்ப இராமாயணத்துத் தமிழ் காவியத்தின் சில பகுதிகள் நேரடியாகப் பாடப்பட்டிருக்கிறது. கேரளத்து முதன்மைக் கடவுளான பகவதியின் ஆண்டுத் திருவிழா சமயத்தில் இருபதிற்கும் அதிகமான இரவுக் காலங்களில் இராமாயணத்தை ஆதாரமாகக் கொண்ட பொம்மலாட்டம் நடக்கும். பகவதி கோயிலின் தீபங்களில் இருந்தே பொம்மலாட்டத்தின் மேடை விளக்குகள் ஏற்றப்படும். ஒவ்வொரு இரவும் பொம்மலாட்டத்திற்கு உதவியாக காணிக்கை கொடுப்பவர்களுக்குக் கோயில் பூசாரி / பாத்ரி அவர்களுடைய துன்பங்கள் நீங்கட்டுமென்று தேவதையை வழிபாடு செய்வார். கம்ப இராமாயணம் அந்தக் கதைகளுக்கும் சம்பந்தமில்லாத கேரளத்து பகவதித் திருவிழாக் கொண்டாட்டத்தின் பாகமாகிவிட்டது என்ற பிறகு இராமனின், கிருஷ்ணனின் கோயில்களை விட்டு விடுமா என்ன? இப்படி இராமனை அவதாரமாக்கிய காவியம் வெறும் காவியமாக இல்லாமல் தார்மீக வழக்கமாக மக்களை வலியுறுத்தும் சாத்திர நூலின் இடத்தை அடைகிறது.

கீர்த்திவாசனின் இராமாயணக் காவியமும் கூட இப்படி வங்காள வாழ்க்கையின் வர்ணனைகளின் வழியாக இராமாயணத்தை வட்டார மயமாக்குகிறது. இராம, சீதையின் திருமணம் வங்காளத் திருமணங்களின் அச்சு அசல் வர்ணனையாகிவிடுகிறது. வெறும் வங்காளத்தில் மட்டுமல்ல ஒடிசா, அசாம் மாநிலங்களிலும் புகழ் பெற்றுள்ளது.

ஆன்மிக இராமாயணம் என்ற தார்மீக நூல்

இந்திய மக்கள் மனதின் மீது தாக்கம் ஏற்படுத்திய இராமாயணங்களில் சமஸ்கிருதத்து ஆன்மிக இராமாயணம் ஒரு முக்கியமான நூல். ஏனென்றால் இந்தியாவின் மிகப் புகழ் பெற்ற அவதி மொழியின் இராமசரித மானசத்துடன் சேர்ந்து பல மக்கள் மொழிகளில் இயற்றப்பட்ட இராமாயணக் காவியங்களின் மீதும் தன்னுடைய சாயலை ஏற்படுத்தியுள்ளது. இது பிரமாண்ட புராணத்து அறுபதாவது அத்தியாயமாக

தொகுக்கப்பட்டிருந்தாலும் கூட ஒரு தனிப்பட்டக் காவியமாக ஏற்கப்பட்டிருக்கிறது. இராமாயணக் காவியம் 24,000 ஸ்லோகங்கள் அளவிற்குப் பரவியிருந்தால் ஆன்மிக இராமாயணம் 3,643 ஸ்லோகங்கள் அளவிலானது. இராமனை கடந்தகாலத்து, எதிர்காலத்து எல்லா அறிவும் படைத்த பரமாத்மா, எங்கும் இருப்பவன், சர்வ வல்லமை படைத்தவன் என்று நிறுவுவதில்தான் காவியத்தின் கவனம் இருக்கிறது.

ஆனால் அதுமட்டுமல்ல; காவியம் சிவன், இராமன் கதையை பார்வதிக்கு வர்ணிப்பது போல இயற்றப்பட்டிருக்கிறது. நூலின் தொடக்கத்திலேயே அரக்கர்களின் அட்டகாசத்தால் பாதிக்கப்பட்ட தேவர்கள் கூட்டத்தைக் கூட்டிக்கொண்டு பிரம்மனே விஷ்ணுவை வேண்டினான் என்றும் அவர்களுடைய வேண்டுதலின் படி இராமனாகப் பிறப்பேன் என்றும் உறுதியளித்தான் என்றும் விவரிக்கப்பட்டிருக்கிறது. இந்த எல்லாக் கதைகளின் படைப்பும் விஷ்ணுவின் பெருமையை நிலை நாட்டுவதற்காகவே ஏற்பட்டவை. அவன் எல்லாத் தேவர்களை விடவும், மும்மூர்த்திகளிலும் கூட அவன்தான் சிறப்பானவன் என்றும் பறைசாற்றுவதே அந்தச் சித்தரிப்புகளின் நோக்கமாக உள்ளது. சிவனின் வாயிலிருந்தே இந்த வார்த்தைகள் வெளிப்படுத்தப் பட்டிருக்கிறது.

"பார்வதி, ஸ்ரீ இராமன் இயற்கையில் மாறுபட்டவன், எங்கும் இருக்கும், ஆனந்த சாகரம், எல்லாவற்றையும் விட மிக உயர்ந்த தத்துவத்தின் மறுஉருவமான பிரமாண்டத்து அணுவின் மாய சக்தியிலும் அவன்தான் பரவியிருக்கிறான். சுத்தமான ஆத்மா, ஞானக் கடல். ஏற்றம் இறக்கம் இல்லாதவன். அஞ்ஞானத்திற்கு அவன் என்றும் பலியாக மாட்டான். அஞ்ஞானத்திற்கு அடிப்படை ஆதாரமான மாயையும் அவனுக்குக் கீழ். அதனால் அவனை அஞ்ஞானம் என்றும் தாக்காது."

"தேவி, எல்லோர் ஆத்மாவிலும் புதைந்திருக்கும் இராம கதையை இராமனின் வாயிலிருந்தே நான் கேட்டிருக்கிறேன். மானுடனின் மூன்று சிரமங்களையும், அஞ்ஞானத்தால் பிறந்து வந்த மரண பயத்தையும் அடக்கி, நீண்ட ஆயுளையும், புத்திர இலாபத்தையும், செல்வச் செழிப்பையும் கொடுக்கும் அவன் வரலாற்றைக் கேள்."

இனி பிரம்மனின் வாயிலிருந்து வரும் வார்த்தைகளைக் கேளுங்கள்:

"ரிஷி, முனிவர்கள் ஆராதனை செய்யும் உன் தரிசன பாக்கியம் கிட்டி என் பாவங்கள் விலகின. உலகத்தைப் படைக்கும் செயலை எடுத்துக்கொண்ட என்னைப் போன்றவனுக்கு என் தொழிலின் வெற்றிக்கு உன் ஆசீர்வாதம் மிகவும் தேவை."

அந்தப் பேச்சுகள், அதுவும் தனித்துவம் மிக்க மும்மூர்த்திகளிடமிருந்து வெளிவரும் பேச்சுகள். அந்த பிரம்மன், சிவன் இருவரும் விஷ்ணுவின் சாதாரண பக்தர்களை விடவும் சிறுமையாகத் தெரிகிறார்கள். விஷ்ணுவின் உருவமான இராமன் இப்படித் தலையில் தூக்கி வைத்துக் கொண்டாடப்படுகிறான்.

இது போதாதென்று ஆன்மிக இராமாயணத்திலும் கூட சொல்லுக்குச் சொல் இராமனின் புகழ் பாடப்பட்டிருக்கிறது.

வசிஷ்டர், பரத்வாஜர் அகஸ்தியர், அத்ரி போன்ற மகரிஷிகளும் பரசுராமனைப் போன்ற தனித்துவம் கொண்ட விஷ்ணுவின் அவதாரமும் கூட இராமனைப் பாடிப் புகழ வைக்கப் பட்டிருக்கிறார்கள்.

19

ஆன்மீக இராமாயணமும், ராமசரித மானசமும் – மறுவாழ்வளித்த வைதீக மதிப்புகள்

வால்மீகி இராமாயணம் இயற்றும்போது ஒரு பக்கம் பௌத்த மதத்தின் விழுமியங்கள் வர்ண அமைப்பின் மீதான ஆக்கிரமிப்பை எதிர்க்கவேண்டிய அவசரம் இருந்தது. பல நூற்றாண்டுகள் காலம் இராமாயணம், மகாபாரதம், புராணங்கள் வழியாக, அந்த வைதீக விழுமியங்களை ஊக்குவிக்கும் அரசர்களின் வழியாக திரும்பவும் அந்த விழுமியங்கள் மறு உறுதி செய்யப்பட்டன. ஆனால் அந்த விழுமியங்களில் இருந்தும், சாதி அமைப்பால் பாதிக்கப்பட்ட சாதாரண மக்களிடமிருந்தும் அவற்றைப் பற்றிய வெறுப்பு வளர்ந்தது. இவை சௌராசி சித்த பரம்பரை (84 சித்தர்கள் பரம்பரை), நாத பந்தம் போன்ற பல பந்தங்களின் வளர்ச்சிக்கு அடித்தளம் அமைத்தன. சாதி அமைப்பு போன்ற வைதீக மதிப்புக்களுக்குச் சவால் விட்டன. கர்நாடகத்தில் அந்தத் தருணத்தில் வசன இயக்கம் வளர்ந்து நின்றது. இந்தப் புதிய சவாலை வைதீக மதிப்புகள் எதிர்க்கவேண்டி இருந்தது. இந்தப் புதிய தார்மீக இயக்கங்கள் ஒரு பக்கம் தத்துவவியல் மட்டத்தில் சாங்கியத் தத்துவங்களையும் மற்றொரு பக்கம் சிவ பக்தியையும் ஆதரித்தன. அந்தச் சவால்களை எதிர்க்க முந்தைய இராமாயணத்திற்கும், மேலும் புராணங்களுக்கும் சாமர்த்தியம் போதவில்லை. அந்தப் பின்னணியில் ஆன்மிக இராமாயணம் என்ற புதிய சமஸ்கிருதப் படைப்பு இயற்றப்பட்டது. இதைப் பின்பற்றி துளசிதாசரின் ராமசரிதம் மானசம் போன்ற வெவ்வேறு பகுதிகளில் இராமாயணங்கள் இயற்றப்பட்டன. அந்த இராமாயணத்தில் இந்த தார்மீக இயக்கங்களின் சவால்களை எதிர்க்க புதிய சூத்திரங்களை உருவாக்கினார்கள்.

அந்த முயற்சிகளின் விளைவாகவே முந்தைய கட்டுரைகளில் பார்த்ததுபோல ஆன்மிக இராமாயணத்தில் சிவனே இராமனின்

கதையைச் சொல்லும், சொல்லுக்குச் சொல் இராமனின் மகிமையைப் புகழும் மேலும் இராமனே எல்லோரையும் விடச் சிறந்தவன் என்ற அதி உற்சாகமான வார்த்தைகள் நிரப்பப்பட்டிருக்கின்றன. இதே பாதையை ராமசரித மானசமும் பின்பற்றியுள்ளது. அதுபோலப் பல தந்திரங்களுக்கு சம்பந்தப்பட்ட இரண்டு நூல்களை ஒன்றாகவே பார்க்க வேண்டியளவுக்கு பொருத்தம் இருக்கிறது.

இரண்டு நூல்களிலும் கௌசல்யையின் வயிற்றிலிருந்து பிறப்பது இராமன் அல்ல நான்கு கைகளுடைய சங்கு, சக்கரதாரியான சாக்ஷாத் விஷ்ணு. சாதாரண குழந்தையாகக் காணவேண்டும் என்று கௌசல்யை வேண்டிக்கொண்ட பிறகு அவன் இரண்டு கைகளுடைய சாதாரண மனிதானாகிறான். பிறகு அந்த நேரத்திற்கு புகழ் பெற்ற கிருஷ்ணனின் பாலலீலைகளை இராமனும் காட்டுவதாக சித்தரிக்கப்பட்டிருக்கிறது. இராமனின் மனைவியான சீதை மட்டும் கம்ப இராமாயணத்தைப்போல இலட்சுமியல்ல யோகமாயை. இராமனின் யோகமாயைதான் சீதை. இராமாயணத்தில் நடக்கும் நிகழ்வுகள் எல்லாம் இராமன், சீதை என்ற யோகமாயையைப் பயன்படுத்தி நடக்கும் மாய விளையாட்டு. எடுத்துக்காட்டிற்கு இராமன், சீதை இருவருக்கும் இராவணன் வருவான் மற்றும் சீதையை அபகரிப்பான் என்பது தெரியும். அந்த முன்னறிவைப் பயன்படுத்தி இராவணன் சீதையை அபகரிக்க முயலும்போது இராவணனைக் கொன்று சீதையை அபகரிப்பத்தை தவிர்த்திருக்கலாமே. இல்லை அப்படிச் செய்வதில்லை. அப்படிச் செய்தால் இராமாயணத்தின் பாதையே முழுமையாக மாறிவிடலாமல்லவா! அதனால் மாரீசன் மானாக அலையவேண்டும். சீதை அதற்காகப் பிடிவாதம் பிடிப்பதுபோல நடிக்க வேண்டும். மான் அய்யோ இலட்சுமணா! அய்யோ சீதை! என்று கதற வேண்டும். சீதை இலட்சுமணனை இராமனின் உதவிக்கு அனுப்பவேண்டும், மானைத் துரத்த வேண்டும். இராவணன் சந்நியாசி வேடம் தரித்து வரவேண்டும். சீதையை அபகரிக்க வேண்டும். ஆனால், வேடிக்கை என்னவென்றால் உண்மையான சீதையை அல்ல, சீதையின் மறு உருவமான மாயைச் சீதையை. அப்படி என்றால் உண்மையான சீதை இராமனுடன் இருப்பாளா என்றால், அதுதான் இல்லை. அப்படி நடந்தால் இராமாயணம் தொடராது. அதனால், உண்மைச் சீதையை அக்னிக்குள் ஒளிந்துகொள்ளச் செய்து, இராவணனைக் கொன்று சீதையை விடுவித்த பிறகு மாயச் சீதை அக்னிப்

பிரவேசம் செய்ய வேண்டும். அப்போது மாயச் சீதைக்கு மாறாக உண்மைச் சீதை அக்னிக் குண்டத்திலிருந்து வெளியே வரவேண்டும். எப்படி இருக்கிறது இந்த நாடக வடிவம்! இப்படி முழு இராமாயணத்தையும் ஒரு நாடகமாக மாற்றிவிடுகின்றன, ஆன்மிக இராமாயணமும், ராமசரித மானசமும்.

இராமனின் லீலைகள் நாடகத் தன்மையுடன் இராமாயணக் கதைகள் முழுவதும் இப்படியே நடக்கின்றன. இலட்சுமணன் ஆதிசேஷனின் அவதாரம். பரதன், சத்ருக்னன் சங்கு, சக்கரத்தின் அவதாரங்கள். அந்த சங்கு, சக்கரங்கள் தாங்களே அயோத்தியையின் சிம்மாசனம் ஏறி அரசராக ஆட்சி செய்வதை யோசிக்க முடியுமா. அதனால்தான் பரதன் தனக்கு வந்த அரச பட்டத்தை நிராகரிக்கிறான். இராமனின் பட்டாபிஷேகத்தைச் செய்ய முடிவெடுக்கிறான். அதற்காக ஏற்பாடுகளும் நடக்கின்றன. ஆனால் அதைத் தவிர்க்கச் செய்வது யார் தெரியுமா? மந்தரை மற்றும் கைகேயி என்று சொல்ல வேண்டாம். அது வால்மீகியுடைய இராமாயணத்தில். இந்த இரண்டு காவியங்களில் முடிசூட்டுதலைத் தவிர்க்க தந்திரம் செய்பவர்கள் தேவாதி தேவர்கள். ஏனென்றால், இராமனின் முடிசூட்டுதல் வெற்றியடைந்தால் இராவண வதை செய்ய வாய்ப்புக் கிடைக்காது. அதனால் தேவர்கள் சரஸ்வதியை பூலோகத்திற்கு அனுப்புகிறார்கள். மந்தரை மற்றும் கைகேயியின் வாயால் இராமனின் முடிசூட்டைத் தவிர்க்கச் செய்யும் வார்த்தைகளை சொல்ல வைப்பதற்காக. இப்படி வரிக்கு வரி செயற்கையாக நடக்கிறது இந்தக் காவியக் கதைகள்.

சௌராசி சித்த பரம்பரை மற்றும் சாங்கியத் தத்துவங்கள்

ஆனால் ராமசரித மானசம் இயற்றும் வேளை சௌராசி சித்தர்கள் மக்கள் பேசும் மொழியான அவதி, கடிபோலிகளில் தங்கள் சிந்தனைகளை முன்வைத்து வெற்றி முயற்சிகளைச் செய்தார்கள். தோஹா என்ற யாப்பிலக்கணம் படைத்து புகழுடையச் செய்கிறார்கள். அதனால் சித்தப் பரம்பரையின் சாதி எதிர்ப்பு, பெண்ணுரிமை, அவற்றுடன் வைதீக எதிர்ப்புச் சிந்தனைகள் சாதாரண மக்களின் மனதை அடையத் தொடங்கின. அதனால் மக்கள் பேசும் மொழியான அவதியில் இராமாயணத்தை இயற்றும் தேவை ஏற்பட்டது. சித்தர்கள் வளர்த்த தோஹா வடிவத்தையே பயன்படுத்தி ராமசரித மானசம் இயற்றப்பட்டது. வட்டார மொழியில் இயற்றிய,

வட்டார மக்கள் வாழ்க்கை அம்சங்களை வட்டாரச் சூழலின் காட்சிகளைக் கொண்ட இந்த நூல் மிகவும் புகழ்பெற்றது.

இந்த நூலின் வழியாக இராமன் இராமாவதாரமானான். சௌராசி சித்தப் பரம்பரையின் நடைமுறை வழக்கத்தில் இருக்கும் சாங்கியத் தத்துவத்தை இந்த நூல் வழியாக வேறுபடுத்த, வைதீக எதிர்ப்புச் சிந்தனைகளை எல்லாம் மறுக்கக்கூடிய முயற்சிகள் நடந்தன. வர்ணம் - சாதி அமைப்பு விழுமியங்களுக்கு மறுபடியும் மறுவாழ்வு கொடுக்கும் முயற்சி நடந்தது.

இயற்கையின் படைப்பின் மூலம் இயற்கை விரிவடைந்து பஞ்ச பூதங்களையும், பரிவுடன் உண்டான தேகத்தையும் பஞ்ச ஞானேந்திரியம், கார்மேந்திரியங்களையும், சித்தம், புத்திச் செருக்கையும் படைக்கிறது. அந்த எல்லாச் செயல்களிலும் ஆண் வெறும் சாட்சி மட்டுமே என்ற சாங்கியத் தத்துவத்தின் மூலம், இது தாய்வழிச் சமுதாயத்தில் இருந்து பிறந்தது என்பது அனைவருக்கும் உடனே புரியும். சௌராசி சித்தப் பரம்பரை, நாதப் பரம்பரைகளில் யோகினிக்கு இருக்கும் சிறப்பைப் பார்த்தால் இந்தப் பரம்பரைகள் எதற்காக சாங்கிய தரிசனத்தை தங்கள் சித்தாந்தங்களாக ஏற்றுக்கொண்டன என்பது தெளிவாகும். புருஷச் சிறப்பு அதன் வழியாக ஆரியக் கடவுளின் சிறப்பை எடுத்துரைக்கும் வைதீக வர்ண அமைப்பின் போதகர்களுக்கு இந்தச் சிந்தனை ஓட்டம் சரியாகச் சாத்தியமே இல்லை. இப்படிப்பட்ட தத்துவங்களில் பேரரசனுக்கு எந்த இடம்? அவன் ஆட்சியை மக்கள் மதிக்க வேண்டும்? அதனால், அரசன் இராமனின், விஷ்ணுவின் மறு உருவம் என்ற விவரங்களுக்கு வாய்ப்பளிக்காத சிந்தனை அவர்களுக்கு அரசனுக்கு எதிரான துரோகமாகத் தெரிந்தது. வர்ணம், சாதி அமைப்பைத் திணிப்பதற்கு வாய்ப்பில்லை. மட்டுமல்ல; கீழ்ச் சாதிகள் என்று ஆரிய சிந்தனையில் வெறுப்புக்கு ஆளான மக்கள் சமுதாயங்களே இயற்கைக்கு மிகவும் அருகாமையிலிருப்பதால் அவர்கள்தான் சிறப்பானவர்கள் என்பது சித்தப் பரம்பரையின் உலகப் பார்வை.

இதுபோன்ற வர்ண அமைப்பிற்கு இடையூறு செய்யும் சிந்தனைகள் வர்ண அமைப்புச் சார்பாளர்களுக்குப் புதிய சவாலானது. அதற்காக அவர்கள் சாதனங்களைத் தேடவேண்டியதானது. அதுதான் இராமாயணத்தின் புதிய படைப்பு. அவதாரமாக இராமனின் புதிய அவதாரம்.

இராமாவதாரம் என்ற பிரம்மாஸ்த்திரம்

இராமன் என்ற மனிதனை அவதாரமாக்கியவுடன் வைதீக அமைப்பிற்கு ஒரு மிகப் பயனுள்ள ஆயுதம் – அவர்களுடைய மொழியிலேயே சொல்வதானால் பிரம்மாஸ்த்திரம் ஒன்று கிடைத்தது போலானது. மக்கள் நடுவில் புகழ்பெற்ற, சீதையின் கஷ்டம், சங்கடங்களுடன், அனுமானின் சாகசங்களுடன் அடையாளப்படுத்திக் கொண்டிருந்த மனதை ஈர்க்கும் ஒரு கதையின் பாதுகாப்பு. அதில் இராமன் கடவுள் அவதாரமானவுடன் அவனுடைய எல்லாச் செயல்களும – இழிவுச் செயல்களும் கேள்விக்கு அப்பாற்பட்டதாகி விடும் பொன்னான வாய்ப்பு. ஆனால் அதனுடன் இந்த அவதார இராமானின் பெயரை பக்தியுடன் ஜபித்தால் போதும் நற்பேறு கிடைக்கும் என்ற சிந்தனைகளின் வழியாக, சாதாரண மக்களின் சித்தப் பரம்பரையின் இடையூற்றுச் சிந்தனைகளிலிருந்து வெளியே இழுக்கும் வாய்ப்பும் கூட. வசன இயக்கத்துடன் பொருத்தம் இருக்கும் இந்தச் சித்தப் பரம்பரையின் சிந்தனைச் செயல், கலந்துரையாடல்களின் வழியிலிருந்து, விசாரிக்க அவசியமே இல்லாமல் கண்ணை மூடிக்கொண்டு ஜபிக்கும் வழி. எல்லாவற்றையும் விட்டு, எந்தச் சிந்தனைச் சிரமமும் செய்யாமல் என்னிடம் ஒப்படைத்து விட்டு சும்மா சரணடைந்து விடு என்ற வழி.

இப்படி இராமன் என்ற அவதாரம் இராமாயணத்தின் வழியாகத் திணிக்க விரும்பிய வைதீக விழுமியங்களை மறுபடி, மேலும் ஆழமாக மக்கள் சிந்தனையின் பாகமாக்க உதவியாக இருந்தது ராமசரித மானசம்.

ஒவ்வொரு ஆண்டும் வட இந்தியாவில் விழாவாக நடத்தும் ராம லீலை என்ற உற்சவம் ஊக்கமளித்தது. இப்படி உற்சவங்களின் வழியாக ராமசரித மானசம் மக்களிடம் புகழ் பெற்றது. வாலி வதை, சூர்ப்னகையின் மூக்கு, முலையை வெட்டிய கொடூரம், சீதையின் அக்னிப் பரீட்சை, கர்ப்பிணி சீதையை காட்டில் வீசியது இவை எல்லாம் கேள்விக்கு அப்பாற்பட்டது. இராமனின் லீலை, யோக மாயையானது. வர்ண அமைப்பு, பேரரசர்களின் கொண்டாட்டங்களுக்கு இன்னலாகாமல் சமுதாயம் தலை வணங்கியது.

முடிவு

20

ஆழ்ந்த மோகமான நிலைக்குத் தள்ளும் பண்பாட்டுச் சவாரி

வைதீக நூல்களில் ஸ்ரீராமனின் முதல் குறிப்பு தோன்றுவதற்கு 800 - 1000 ஆண்டுக்கு முன்பே அந்த நூல்களில் இடம் பிடித்தவர்கள் சீதையும், அகல்யையும்.

அன்று இருவரும் விவசாயத்திற்கு சம்பந்தப்பட்ட தேவ சமூகத்தைச் சேர்ந்தவர்கள். இருவரும் இந்திரனுடன் உறவை ஏற்படுத்திக் கொண்டவர்கள்.

பிறகு ஸ்ரீராமனுடன் சேர்ந்துகொண்ட இவர்களின் கதைகள் கங்கை நதிச் சமவெளியில் மக்களிடம் பரவி இருந்தது. இவற்றின் மூலம் வேட்டைக்கார சமுதாயத்தின் வால்மீகிக்குத் தெரிந்திருந்தது.

இந்தக் கதைகள் வைதீக புராணங்கள், பௌத்த ஜாதகக் கதைகள், சமண இராமாயணங்களில் வெவ்வேறு வடிவங்களில் நுழைந்திருக்கிறது. பாரதத்தில் இராஜ்ஜியங்கள், சாம்ராஜ்ஜியங்கள் தோற்றம் ஏற்பட்ட தருணம் அது. அந்த இராஜ்ஜியங்களின் வாரிசுக் கேள்வி பெரிய பிரச்சினையாகத் தொடங்கியபோது அந்த ராஜ்ஜியம் ஒன்றின் அவைஅறிஞர் மூத்தவனுக்குப் பட்டாபிஷேகம் என்ற விதிமுறையை நிலைநாட்டவும் பரப்புவதற்கும் இன்று மக்கள் நடுவில் வால்மீகியுடையது என்று அறிமுகமான இராமாயணத்தை இயற்றினார்கள். வாரிசுப் பிரச்சினை மட்டுமல்லாமல் இராஜ்ஜிய விரிவாக்கக் கருவியாகவும் பயன்படுத்தினார்கள். வால்மீகியைப் போல அன்பு, கருணை கொண்ட வேட்டைக்கார சமுதாயத்தைச் சேர்ந்த ஒருவனால் சாத்தியப்படாத கொடுரமான,

விகார வடிவமான செயல்களின் விவரங்களைப் பிறகு சேர்த்தார்கள்.

கி.பி. 400 ஆம் ஆண்டு வரையிலான எண்ணூறு ஆண்டுகளில் பல பகுதிகள் சேர்க்கப்பட்டன. அந்தப் பகுதிகளில் பிராமணச் சிறப்பு, சத்திரியர்களின் தோள் பலம், ஆயுதங்களின் திறமை போன்ற பல நிகழ்வுகளைக் காணலாம். அந்தக் காலத்திலேயே ஸ்ரீராமன் கடவுள் என்றும் மற்றும் விஷ்ணுவின் பத்து அவதாரங்களின் மிகச் சிறந்த கூறுகளும் இராமாயணக் காவியத்தின் பாகங்களாயின. வேதங்களின் வீரன் இந்திரன் மற்றும் இயற்கையின் அம்சங்களான தேவ குணம், அவற்றின் வழிபாட்டு வகைகளான யாகம், வேள்விகள் போன்ற அந்த காலகட்டத்திற்கு ஏற்றதல்லாதவை ஒரங்கட்டப்பட்டன.

அந்தப் புது அவதாரங்களுக்குக் கோயில்களின் நிர்மாணம், புராணங்களின் விளக்கம், மனுஸ்ம்ருதி போன்ற தர்ம சாஸ்த்திர நூல் படைப்பு போன்றவற்றின் மொத்தமாக வேத காலத்து தார்மீக வழக்கங்களுக்கு மாறுபட்ட புராண தர்மம் நடைமுறைக்கு வந்தது.

இப்படி இராமாயணம், பாரதத்தின் வெவ்வேறு பகுதிகளில், முன்பு எங்கே எல்லாம் இராஜ்ஜியங்கள் தோன்றியதோ அங்கே எல்லாம் ஆட்சி செய்யும் இரண்டு வர்ணங்களின் அதிகாரத்தை நிலைநாட்ட உதவியானது. அவர்களிடமிருந்து ஸ்ரீராமன் கோயில்களை நிறுவுவது, வேறு கோயில்களின் உள்ளே இருக்கும் சிற்பங்கள், புராணம், ஹரிகதைகளின் வழியாக ஸ்ரீராமன் கடவுள் என்ற நம்பிக்கையை ஏற்படுத்தச் செய்வது போன்றவை நடந்தன.

மரியாதை மிக்க புருஷோத்தமன் மிகச் சிறந்த மனிதன், சமுதாயத்திற்கு மாதிரி என்று மக்கள் மனதில் விதைக்கப்பட்டது.

இப்படி இராஜ்ஜியத்தைத் தோற்றுவிக்கவும், விரிவாக்கம் செய்யவும் ஏற்றமுறையில் இந்தக் கதைகள் தென்மேற்கு ஆசியா மற்ற நாடுகளின் அரசர்களுக்கும் நெருக்கமானது.

உலகின் மற்ற நாடுகளின் மகா காவியங்கள், கிரேக்க நாகரிகத்தின் இலியட், ஒடிஸ்ஸி வெறும் காவியமாக அந்தச் சமுதாயத்தில் வகித்த பங்குகளோடு ஒப்பிட்டு ஆய்வு செய்தால் இராமாயணத்துத் தெய்வீக வடிவத்தின் விளைவை நன்றாகப் புரிந்துகொள்ள முடியும்.

வைதீக – புராண தர்மத்திற்கு, அதில் உள்ள வர்ணம் – சாதி அமைப்பின் பிடிக்குச் சமமாக பௌத்த, சமண மதங்களின் பரவல், தாந்திரிகம் போன்ற மற்ற அமைப்புகளின் தோற்றம் பின்னணியில் ராமசரித மானசம், மற்ற மொழிகளின் இராமாயணக் காவியங்களின் படைப்புகளும் வந்தன. மறுபடி புராண தர்மத்தின் மறு வாழ்விற்கு, வர்ணம் – சாதி அமைப்பின் கை ஓங்கத் தொடர்ந்து உதவியானது.

சுதந்திரப் போராட்டத்திலும் இராம ராஜ்ஜியத்தின் கற்பனைகள் பயன்படுத்தப்பட்டன. சுதந்திரத்திற்குப் பிறகு மக்களாட்சித் தோற்றம், அதன் சம உரிமை, சகோதரத்துவம், சுதந்திரங்களின் கற்பனை, சட்ட அமைப்பில் இந்தத் தத்துவங்களின் விளக்கம் சாதி அமைப்பைப் பாதிக்கத் தொடங்கியது. கீழ்ச் சமுதாயங்கள் மக்களாட்சியைத் தங்கள் வளர்ச்சியை சாதிக்கப் பயன்படுத்திக்கொண்டன. தாகூர், குவெம்பு போன்ற அந்த யுகத்துக் கவிஞர்கள் புது மதிப்புகளுக்குத் தகுந்தாற்போல இராமாயணக் கதைகளைப் பயன்படுத்திக்கொண்டு நாடகம், காவியங்களை இயற்றினார்கள்.

மேல் சாதி – மேல் வர்க்கங்களின் பிடி தளரும்போது சாத்தியக் கூறுகள் அடங்கின. மறுபடியும் தங்கள் இடங்களைப் பத்திரப்படுத்திக்கொள்ள இராமாயணத்து உதவி அந்த வர்ண – வர்க்கங்களுக்குத் தேவையானது. தொலைக்காட்சிகளில் மற்றும் மற்ற வழிவகைகளில் இராமாயணம் வெளியிடப்பட்டது. அயோத்தியை, ஶ்ரீராமனின் தெய்வத் தன்மையைச் சுற்றிப் புதிய ஒளிவட்டம், பரிவட்டம் உருவாக்கி இன்று மறுபடியும் இராமாயணம் அரசியலில் ஓங்கி நிற்கப் பயன் படுத்தப்படுகிறது.

இன்றைய பாரதத்தின் முதன்மை அரசியல், சமுதாயக் காலகட்டத்தில், இராமாயணக் கதை, ஶ்ரீராமனின் பாத்திர வரலாறு முழுவதும் சாதாரண மக்களின் மீது தங்கள் ஆட்சியைத் திணிப்பதற்காக ஆட்சி புரிபவர்கள் பயன்படுத்திக்கொண்டு வரும் வகைகளை புரிந்துகொள்ள வேண்டிய அவசியம் ஏற்பட்டிருக்கிறது.

அதே நேரத்தில் வெறும் தூற்றுதல், நிந்தனைகள் மக்களை மறுபடியும் இந்தச் சதிக்குப் பலியாகச் செய்யும். அதற்கு மாறாக வெவ்வேறு காலகட்டத்தில் இராமாயணக் கதைகளின் வளர்ச்சி, பயன்பாட்டை உண்மையாகவும், கவனமாகவும் தேடிப் பிடித்து

நாட்டின் முன் வைக்கும் கடமையை இந்த நூல் நிறைவேற்ற விரும்புகிறது.

பலப்பல அடுக்குகளின் சிக்கலான கதை கடவுள், தர்மம், பாவம் - புண்ணியங்களுடன் பின்னிக்கொண்டு மக்களை ஆழ்ந்த அதிசயமான மோகத்தில் தள்ளப் பயன்படுத்தப்படுகிறது. இது சாதாரண மக்களின் மீது நடந்த, நடந்துகொண்டிருக்கும் ஒரு பண்பாட்டுச் சவாரி. மக்களை இந்த ஆழ்ந்த அதிசய மோக நிலையிலிருந்து வெளியே கொண்டுவந்து, தங்கள் மீது இப்போதும் நடந்து கொண்டிருக்கும் பண்பாட்டுச் சவாரி பற்றிய அறிவை ஏற்படுத்தி விழிப்புறச் செய்வதில் இந்த எழுத்து உதவியாக இருக்கவேண்டும் என்பது இந்த எழுத்தாளனுடைய விருப்பம். இந்த விருப்பத்தை வாசகர்கள் புரிந்து கொள்வார்கள் என்ற நம்பிக்கையுடன் இந்த நூலை உங்கள் கையில் வைத்திருக்கிறேன்.

●●●

கே. நல்லதம்பி

பிறப்பு மைசூரில். படிப்பு B.A.வரை. ஒரு தனியார் கம்பெனியில் வியாபாரப் பிரிவின் அகில இந்திய மேலாளராக 35 வருடங்கள் வேலை பார்த்து, ஓய்வுபெற்றவர். நிழற்படக் கலையில் ஆர்வமிக்கவர். பல உலக மற்றும் தேசிய கண்காட்சிகளில் இவரது நிழற்படங்கள் பார்வைக்கு வைக்கப்பட்டு, பல பரிசுகளும் பெற்றிருக்கின்றன. இந்தியா லலித கலா அகாடெமியில் இவரது 6 புகைப்படங்கள் நிரந்தர அருங்காட்சியகத்தில் இருக்கின்றன. கன்னடத்திலிருந்து தமிழுக்கும், தமிழிலிருந்து கன்னடத்திற்கும் கவிதைகள், சிறுகதைகள், கட்டுரைகள் மொழிபெயர்த்து, பல கன்னட மற்றும் தமிழ் இதழ்களிலும் வெளியாகியுள்ளன.

குவெம்பு பாஷா பாரதி வெளியீடுகளான பெரியார் விசாரகளு (2017), தெங்கனமஹிளா லேககரு (2016), நிச்சம் பொசது (2016) தொகுப்புகளில் தமிழ்க் கட்டுரைகள் கன்னடத்தில் மொழிபெயர்த்து வந்துள்ளன. குவெம்பு பாஷா பாரதிக்காக – சங்கக் கவிதைகள் சிலவற்றை கன்னட எழுத்தாளர் திருமதி லலிதா சித்தபசவய்யாவுடன் இணைந்து மொழிபெயர்த்திருக்கிறார்.

தற்போது பெங்களூரில் வசிக்கிறார்.